சொப்பனவாழ்வில் மகிழ்ந்தே . . .

சொப்பனவாழ்வில் மகிழ்ந்தே...

சினிமா கட்டுரைகள்

சு. தியடோர் பாஸ்கரன் (பி. 1940)

1980இல் வெளிவந்த இவரது நூல் *Message Bearers* தமிழ்த்திரை ஆய்வில் முன்னோடிப் புலமை முயற்சியாகக் கருதப்படுகின்றது. தமிழ் சினிமா பற்றிய *The Eye of the Serpent* என்ற நூலுக்காகத் தேசிய விருதான ஸ்வர்ணகமல் விருதை 1997இல் பெற்றார். 2001இல் மிச்சிகன் பல்கலைக்கழகத்தில் தமிழ் சினிமா பற்றிப் போதித்தார். ஜாதவ்பூர், பிரின்ஸ்டன், சிகாகோ, லண்டன் போன்ற பல்கலைக்கழகங்களில் உரையாற்றியிருக் கின்றார். 2003இல் தேசியத் திரைப்பட விருதுகள் தேர்வுக் குழுவில் ஒரு நடுவராக இருந்தார். வாழ்நாள் இலக்கியப் பணிக்காகக் கனடா இலக்கியத் தோட்டம் இவருக்கு இயல் விருதை 2014ஆம் ஆண்டு டொராண்ட்டோவில் வழங்கியது.

சு. தியடோர் பாஸ்கரன்

சொப்பனவாழ்வில் மகிழ்ந்தே...

சினிமா கட்டுரைகள்

காலச்சுவடு பதிப்பகம்

சொப்பனவாழ்வில் மகிழ்ந்தே... ♦ சினிமா கட்டுரைகள் ♦ ஆசிரியர்: சு. தியடோர் பாஸ்கரன் ♦ © சு. தியடோர் பாஸ்கரன் ♦ முதல் பதிப்பு: டிசம்பர் 2013, நான்காம் (குறும்) பதிப்பு: பிப்ரவரி 2021 ♦ வெளியீடு: காலச்சுவடு பப்ளிகேஷன்ஸ் (பி) லிட்., 669 கே. பி. சாலை, நாகர்கோவில் 629001 ♦ முன்னட்டை: *மர்மயோகி* திரைப்படத்தில் மாதுரிதேவியும் எம்.ஜி.ஆரும்.

coppanavaazvil makizntee ♦ Essays on Tamil Cinema ♦ Author: S. Theodore Baskaran ♦ © S. Theodore Baskaran ♦ Language: Tamil ♦ First Edition: December 2013, Fourth (Short)Edition: February 2021 ♦ Size: Demy 1 x 8 ♦ Paper: 18.6 kg maplitho ♦ Pages: 192

Published by Kalachuvadu Publications Pvt. Ltd., 669 K.P. Road, Nagercoil 629001, India ♦ Phone: 91-4652-278525 ♦ e-mail: publications@kalachuvadu.com ♦ Cover Image: Madhuri Devi and M.G.R. in 'Marmayogi' ♦ Printed at Compuprint Premier Design House, Chennai 600086

ISBN: 978-93-82033-18-9

02/2021/S.No. 553, kcp 2890, 18.6 (4) uss

தமிழ் சினிமா பற்றிய ஆய்வை நான் எழுபதுகளில் தொடங்கியபோது, புனே ஆவணக்காப்பகத்திலிருந்த படங்களைப் போட்டுக் காட்டி இத்துறையில் நான் ஈடுபட உற்சாகமூட்டிய செலுலாய்ட் மனிதர்
பி கே நாயர்
அவர்களுக்கு

பொருளடக்கம்

முன்னுரை	11
எழுத்திலிருந்து பிம்பங்களுக்கு: இலக்கியமும் சினிமாவும்	13
தமிழ் சினிமாவும் தமிழ்மொழியும்	25
தமிழ்த்திரையும் யதார்த்தபாணியும்	32
தமிழ்த்திரையில் காட்டுயிர்	39
தமிழ்த் திரையியல் ஆய்வுக்கு மேலை ஆய்வாளர்களின் பங்கு	45
தமிழ் சினிமாவும் பாட்டுப் புத்தகங்களும்	50
தமிழ் சினிமாவின் மௌனப்படக் காலம்	57
பின்னர் ஒலி வந்தது...	68
மறக்கப்பட்ட முன்னோடி: டி.பி. ராஜலட்சுமி	72
ராஜா ஸாண்டோ	77
கதாபுருஷன்: அடூரின் உலகிற்கு ஒரு சாளரம்	81
பாலுமகேந்திராவின் வீடு	86
ஒரு திரைப்படமும் நொபல் பரிசும்	108
தென்னிந்திய சினிமாவின் தொழிற்சங்க இயக்கம்	111
தமிழ் சினிமாவும் நானும்: நேர்காணல்	152
சொல்லடைவு	180

முன்னுரை

இந்தத் தொகுப்பில் உள்ள கட்டுரைகளை வெவ்வேறு காலகட்டங்களில் எழுதச் சொல்லி ஊக்கமூட்டிய இதழாளர்களுக்கும் கருத்தரங்கு நடத்தியவர்களுக்கும் நான் கடமைப்பட்டிருக்கின்றேன். இன்ன தேதிக்குள் கொடுக்க வேண்டும் என்று அவர்கள் கெடு விதிக்காதிருந்தால் நான் எழுதி முடித்திருக்கவேமாட்டேன். தென்னிந்திய சினிமாவுலகில் தொழிற்சங்க வளர்ச்சிபற்றி எழுதத் தூண்டியவர் டில்லியிலுள்ள வி.வி. கிரி தேசியத் தொழிலாளர் நிறுவனத்தைச் சார்ந்த பிரபு மகா பத்ரா. சினிமா பாட்டுப் புத்தகம் பற்றிய கட்டுரை சென்னைப் பல்கலைக்கழகத்தில் பேராசிரியர் வீ. அரசு நடத்திய கருத்தரங்கிற்காக எழுதப்பட்டது. வீடு படம் பற்றிய கட்டுரையை எழுதச் சொன்னவர் வாஷிங்டன் பல்கலைக்கழகத்தில் பணியாற்றிய லலிதா கோபாலன். மதுரை அமெரிக்கன் கல்லூரியிலுள்ள *Study Centre for Indian Literature and Translation (SCILET)*இன் தலைவர் பேராசிரியர் பால் லவ் அவர்கள் கேட்டுக்கொண்டதின் பேரில் அங்கு ஆற்றிய உரையின் மொழியாக்கமே 'எழுத்திலிருந்து பிம்பங்களுக்கு'க் கட்டுரை. காலச்சுவடு இதழுக்காகத் தேவிபாரதியும் அம்ஷன் குமாரும் நேர்காணல் எடுத்தார்கள்.

இயக்குநர் சேதுமாதவன் சில அரிய நிலைப் படங்களைத் தந்து உதவினார், எலெக்ட்ரிக் தியேட்டர் படத்தை நண்பர் பாலசுந்தரம் அனுப்பினார். சில படங்களை ஞானப்பிரகாசம் கொடுத்தார்.

ரோஜா முத்தையா ஆராய்ச்சி நூலகத்தில் ஆய்வுசெய்யும் போது உதவிசெய்த இயக்குநருக்கும் பணியாளர்களுக்கும் என் நன்றி. நண்பர் நஞ்சுண்டன் தட்டச்சுப் பிரதியைப் படித்து செப்பனிட்டுக் கொடுத்தார்.

இந்நூலின் தலைப்பை நண்பர் ஆசைத்தம்பி தெரிந் தெடுத்துக் கொடுத்தார். சினிமா பார்வையாளர்களுக்காக வருவது இந்த நூல் என்பதைத் தெரிவிக்கும் தலைப்பு. தமிழர் களின் மொத்த நினைவில் உறைந்திருக்கும் இந்தப் பாட்டு, ஆயிரக்கணக்கான திரைப்பட ரசிகர்களைப் போலவே எனக்கும் மிகவும் பிடித்த ஒன்று.

பெங்களூர்   **சு. தியடோர் பாஸ்கரன்**
நவம்பர் 2013

எழுத்திலிருந்து பிம்பங்களுக்கு: இலக்கியமும் சினிமாவும்

எட்டு ஆஸ்கார் பரிசுகளை வென்ற மைக்கேல் ஒன்டாட்ஜியின் *The English Patient* (1996) போன்ற வெற்றிகரமான படங்கள் இலக்கியத்திற்கும் சினிமாவுக்கும் இடையிலான பரிவர்த்தனையை மீண்டும் ஒருமுறை விமர்சகர்களின் கவனத்துக்குக் கொண்டு வந்தன. பண்பாட்டுக் கல்வி மீதான ஆர்வம் அதிகரித்ததையொட்டி இலக்கிய – சினிமா உறவு ஆய்வாளர்களின் கவனத்தை ஈர்க்கத் தொடங்கியது.

இரு வித்தியாசங்கள்

இலக்கியத்திற்கும் திரைப்படத்திற்கும் இடையிலான உறவை ஆராயப் புகுமுன், இந்த இரண்டு ஊடகங்களுக்கு இடையிலான அடிப்படையான வேறுபாடுகளை நாம் மனத்தில் கொள்ள வேண்டும். இவ்வேறுபாடுகளே இவ்விரண்டு மாறுபட்ட ஊடகங்கள் தரும் அனுபவப் பரப்பில் எழும் சிக்கல்களாக உள்ளன. முதல் வேறுபாடு நேரத்தோடு தொடர்புடையது. நீங்கள் ஒரு நாவலை வாசிக்கும்போது சில பக்கங்களுக்குப் பின் வாசிப்பதை நிறுத்திவிட்டு, வாசித்தவரைக்கும் உள்ள வற்றை மனக்கண்ணில் நிறுத்திப் பார்த்துப் பிறகு நாவலைத் தொடர முடியும். அல்லது புத்தகத்தை மூடி வைத்துவிட்டு நீங்கள் செய்ய வேண்டிய வேலையை முடித்துவிட்டுப் பிறகுகூட வாசிக்கத் தொடங்கலாம். ஆனால் திரைப்படத்தைப் பார்ப்பது என்பதோ முற்றிலும் வேறு. இங்குப் பார்வையாளரின் இடையீட்டுக்கு இடமில்லை. திரைப்படம்

வினாடிக்கு 24 பிரேம்கள் வீதம், உங்களுக்காகக் காத்திராமல் தொடர்ச்சியாக நகர்கிறது. அதன் நகர்வைப் பார்வையாளர் கட்டுப்படுத்த இயலாது. மேலும், ஒரு திரைப்படம் பார்த்த முழு அனுபவத்தையும் பெற வேண்டுமானால், அதை ஒரே மூச்சில் பார்த்துவிட வேண்டும் என்பதே திரைப்படத்தின் முன்நிபந்தனையாகவுள்ளது.

இரண்டாம் வேறுபாடு முதலாவதிலிருந்து வருகிறது. நாவலை வாசிக்கும்போது, எழுத்தாளர் தரும் விவரங்களின் அடிப்படையில் வாசகன் தன் கற்பனைக்கு ஏற்பப் பாத்திரங் களைத் தன் மனத்தில் படைத்துக்கொள்கிறான். என் சிறு பிராயத்தில் டேனியல் டிஃபோவின் *ராபின்சன் குரூசோ* (Daniel Defoe's *Robinson Crusoe*) நாவலைப் படித்தபோது அந்தத் தீவு குரூசோ, மேன் ஃப்ரைடே என அனைத்துக்கும் ஒவ்வொரு வடிவம் கொடுத்திருந்தேன். ஒரு வகையில் இந்தத் தீவு என்னுடைய படைப்பாயிருந்தது. நான் அந்தப் புத்தகத்தை வாசிக்கக் கையில் எடுத்தபோதெல்லாம், என் சொந்தத் தீவுக்குள் நுழைந்ததாகவே உணர்ந்தேன்.

இரு அணுகுமுறைகள்

ஒரு நாவலைத் திரைப்படமாக மாற்றும்போது, இயக்கு நர் இரண்டு அணுகுமுறைகளைக் கையாளலாம். ஒன்று வார்த் தைக்கு வார்த்தை படமாக்கி, நேரடித் திரைவடிவமாக ஆக்கு வது. அந்த முறையில் தயாரிக்கப்பட்ட திரைப்படம் இலக்கியப் பனுவலை மிகவும் ஒட்டியிருக்கும். சார்லஸ் டிக்கன்ஸ்சின் நாவலான *The Great Expectations*ஐப் படமாக்கிய டேவிட் லீனின் படைப்புகளை இத்தகைய திரை உருவாக்கத்திற்கு நல்ல எடுத்துக் காட்டாகச் சொல்லலாம். அல்லது இதற்கு மாறாகக் கதையை மட்டும் அடிப்படையாக வைத்துக்கொண்டு, திரைப்படக் கலையின் முக்கியக் கூறுகளைப் பயன்படுத்தி, முற்றிலும் தனித் துவமான கலைப்படைப்பாகத் திரைப்படத்தை உருவாக்குவது மற்றொரு அணுகுமுறை. திரைப்பட இயக்குநர் காமிராவின் துணை கொண்டு சினிமா என்னும் ஊடகத்தின் வலுவான அம்சங்களைப் பயன்படுத்திக் கதையைப் படமாக்குவதன் மூலம் அசல் படைப்பையே உருவாக்குகிறார். இந்த அணுகு முறை சினிமாவின் பண்புகள் சிறப்பாக மிளிர்வதற்கு உதவி யாக இருப்பதால் திரை உருவாக்கங்களுக்கு இதுவே சாதக மான அணுகுமுறையாகவும் உள்ளது. இலக்கியத்திலும் திரைப் படத்திலும் இயக்குநர் சிறந்த புலமை பெற்றவராக இருந்தால் தான் இந்த முறையில் வெற்றி பெற முடியும். எழுத்தாளர் சொற்களாலும் வாக்கியங்களாலும் உருவாக்க முயன்றதைக் காட்சிப் படிவங்கள்மூலம் தர வல்லவராக இயக்குநர் இருக்க

வேண்டும். இதை ஒரு எடுத்துக்காட்டு மூலம் விளக்குகிறேன். *French Lieutinent's Woman (1981)* என்னும் ஜான் ஃபௌலின் (John Fowles) நாவலை இயக்குநர் காரல் ரெய்ஸ் (Karel Reisz) படமாக்கியபோது புகழ்பெற்ற பிரிட்டிஷ் நாடக ஆசிரியர் ஹெரால்ட் பைன்டரைத் (Harold Pinter) திரைக்கதை எழுதக் கேட்டுக்கொண்டார். இது 19ஆம் நூற்றாண்டில் இங்கிலாந்தில் சார்லஸ் என்ற இளைஞனுக்கும் சாரா என்ற பெண்ணுக்கும் இருந்த உறவு பற்றிய கதை. பைண்டர் ஒரு இணைக் கதையை உருவாக்கி அசல் கதையோடு இழையும்படி படைத்தார். நாவலில் வரும் சாரா, சார்லஸ் ஆகிய இரண்டு முக்கியக் கதாபாத்திரங்களாக நடிப்பதற்காக அவர் எழுதிய திரைக்கதையில் மைக், ஆனி என்ற இரு ஹாலிவுட் நடிகர்கள் இங்கிலாந்திற்கு வருவது போல அமைத்தார் திரைக்கதாசிரியர். உண்மையில் இரண்டு புதிய பாத்திரங்களை உருவாக்கியிருந்தார். இப்படம் இலக்கிய தழுவலுக்காக ஆஸ்கார் விருதுக்குப் பரிந்துரை செய்யப்பட்டது. முன்ஷி பிரேம்சந்தின் நாவல் *சத்ரஞ் சே கிலாடி* ஐப் (1977) படமாக்கியபோது இயக்குநர் சத்யஜித் ரே மூலக்கதையில் சிறு மாற்றங்கள் செய்தார். பிரேம்சந்தின் கதையில் சதுரங்கம் ஆடுபவர்கள் இருவரும் இறுதியில் ஒருவரை ஒருவர் கொன்றுவிடுவதாக வரும். ஆனால் ரே தனது படத்தில் அவர்கள் விளையாட்டைத் தொடர்வதாகக் காட்டினார்.

அப்படிப்பட்ட பட உருவாக்கம் திரைப்பட ஊடகத்தின் ஆற்றலை அதிகரிக்கும். இத்தகைய முயற்சிகள் திரை இயக்குநரைச் சொற்களின் தளைகளிலிருந்து விடுவிக்கும். பிம்பங்கள் தரும் சுதந்திரத்தைப் பயன்படுத்தவும் எழுத்தாளனின் உள்மனவோட்டங்களை முழுமையாக வெளிப்படுத்தவும் இயக்குநருக்கு இது உதவும்.

பிம்பங்களின் வலிமை

தான் பயன்படுத்தும் காட்சிப் பதிவுகளின் வலிமையைக் கொண்டு எழுத்தாளனின் கருத்துகளைத் திரை இயக்குநர் விளக்கமாகச் சொல்ல முடியும். 1979இல் வந்த *உதிரிப்பூக்கள்* திரைப்படம் அன்பிலாத சலிப்புற்ற மண வாழ்க்கையில் சிக்கிக் கொண்ட ஒரு பெண்ணின் கதை. அதில் கணவன் அவளுக்குப் பூ வாங்கிக் கொடுத்தனுப்பி சினிமா போகத் தயாராக இருக்குமாறு சொல்லியனுப்பும் காட்சி இடம் பெறுகிறது. பூவைக் கையில் வாங்கிக்கொண்டு அவள் வானத்தைப் பார்க்கிறாள். கரிய மழை மேகங்கள் நம்பிக்கையின் குறியீடாகக் காட்டப் படுகின்றது. மூலக் கதையான புதுமைப்பித்தனின் *சிற்றன்னை*யில் மழை மேகங்கள் பற்றி எந்தக் குறிப்பும் கிடையாது. இது

இயக்குநரின் சொந்தச் சிந்தனை. திரைப்படத்தின் சாத்தியத்தை மனத்தில்கொண்டு ஒரு குறியீட்டைத் தருகிறார்.

திரைப்படத்தில் பிம்பங்கள் அதிக முக்கியத்துவம் பெறுவது ஏன்? பிம்பங்கள் எழுத்தறிவை அவசியமற்றதாக்குகின்றன. நாம் கனவுகளாகக் காண்பது காட்சிப் படிமங்களையே. நமது சிந்தனையில் பலவும் காட்சி வடிவங்களாகவே உள்ளன. ஒரு குழந்தை பேசத் தொடங்கும் முன், பார்க்க ஆரம்பிக்கிறது. மனிதர்கள் எழுத்தைக் கண்டுபிடிப்பதற்கு முன் ஓவியம் வரையத் தொடங்கியிருந்தனர்.

இலக்கிய மூலம்

இந்தியத் திரையுலகில் புகழ்பெற்றதும் நினைவில் நின்றுள்ளதுமான சீரிய படங்கள் பலவும் இலக்கியங்களிலிருந்து பிறந்தவையே. இந்திய சினிமாவை உலகத்தரத்திற்குக் கொண்டு சென்ற சத்யஜித்ரேயின் *பதேர் பாஞ்சாலி (1955)*, ஷ்யாம் பெனகலின் *ஜுனூன் (1978)*, பால் சக்கரியாவின் *பாஸ்கர படேலரும் என்டெ ஜீவிதமும்* என்னும் நாவலைத் தழுவி எடுக்கப்பட்ட அடூரின் *விதேயன் (1992)* போன்றவற்றைச் சொல்லலாம். தமிழில் கே. ராம்நாத்தின் *ஏழை படும்பாடு (1952)* படத்தைச் சிறந்த இலக்கியத் தழுவலுக்கு எடுத்துக்காட்டாகச் சொல்லலாம். விக்டர் ஹியூகோ(Victor Hugo)வின் நாவல் *Les Miserables* சுத்தானந்த பாரதியால் பிரஞ்சிலிருந்து தமிழுக்கு மொழிபெயர்க்கப்பட்டுத் தமிழ் சினிமாவின் மறக்க முடியாத முன்னோடி ராம்நாத்தால் திரைப்படமாக்கப்பட்டது.

எழுத்தாளரால் உருவாக்கப்பட்ட இலக்கியம் திரைக்கதையைக் கட்டி எழுப்ப இயக்குநருக்கு வாய்க்கும் சாதகமான அம்சம். இயக்குநருக்கு ஒரு அருமையான கதை, அதைச் சார்ந்து தனது படைப்பை உருவாக்கத் தயார் நிலையில் கிடைக்கிறது. திரைப்பட வரலாற்றில் மிகச் சிறந்த படைப்புகளில் ஒன்றான இயக்குநர் மிகாலிஸ் காகயான்னி(Mihalis Kakogiannieயின் படமான ***Zorbo the Greek*** *(1964)* போன்றவையும் புகழ்பெற்ற இலக்கியங்களின் திரைவடிவங்களே ஆகும். இந்தப் படம் நிகோஸ் கசான்ட்சாகி(Nikos Kazantzakis)யின் அதே பெயரிலான நாவலைத் தழுவி எடுக்கப்பட்டது.

ஆரம்ப காலத் தமிழ்ப் பேசும்படங்கள்: படமாக்கப்பட்ட தொடர்கதைகள்

தமிழ் சினிமாவின் ஆரம்ப காலத்தில் பிரபல பத்திரிகைகள்மூலம் கதை வெகுஜன வாசகர்களுக்கு அறிமுகப்படுத்தப்பட்டது. இலக்கியத்திற்கும் திரைப்படத்திற்குமான தொடர்பு

களாக இந்த ஜனரஞ்சகப் பத்திரிகைகளில் வெளிவந்த தொடர் கதைகளே விளங்கின. பரந்த வாசக வரவேற்பைப் பெற்ற அந்தத் தொடர்கதைகளைப் படத்தின் வெற்றிக்கு உத்திரவாத மாக இருக்கும் என்பதாலேயே திரைப்பட இயக்குநர்கள் தேர்ந்து படமாக எடுத்தார்கள். இந்தி எழுத்தாளர் பிரேம் சந்தின் நாவல் *சேவாசதன்* தமிழாக்கப்பட்டு 1937இல் வார இதழான *ஆனந்த விகடனில்* தொடர்கதையாக வெளிவந்து பெரும் வரவேற்பைப் பெற்றதைக் கவனித்த கே. சுப்பிரமணி யம் அதைப் படமாக்க முனைந்தார். எம்.எஸ். சுப்புலெட்சுமி முதன்முதலாக நடித்த *சேவாசதன்* திரைப்படம் 1938இல் வெளி யானது. தமிழ்த் திரையுலகில் இலக்கியத்திற்கும் சினிமாவிற்கு மான இந்த ஊடாட்டம் சில காலம் தொடர்ந்தது. *கல்கியின்* இன்னொரு தொடர்கதையான *தியாகபூமி* 1939இல் திரைப் படமாக எடுக்கப்பட்டது

பத்திரிகையில் வெளிவந்த தொடர்கதைகளைத் திரைப் படமாக்கும் போக்கு தமிழ்த் திரையுலகில் மேலும் சில பதின் வருடங்களுக்குத் தொடர்ந்தது. கல்கியின் இரண்டு ஜனரஞ்சகத் தொடர்கதைகள் திரைப்படமாக எடுக்கப்பட்டன. *பொய்மான் கரடு* என்னும் தொடர்கதை *பொன்வயல் (1954)* என்ற பெயரி லும் *கள்வனின் காதலி (1955)* அதே பெயரிலும் படமாக்கப்பட் டன. கொத்தமங்கலம் சுப்புவின் *தில்லானா மோகனாம்பாள்* தொடர்கதை அதே பெயரில் 1968இல் திரைப்படமாக வெளி யானது. *ஊருக்கு நூறுபேர்* என்ற ஜெயகாந்தனின் நாவல், பி. லெனினால் 2001இல் படமாக்கப்பட்டது. அந்தப் படம் லெனினுக்கு அந்த ஆண்டின் சிறந்த இயக்குநர் விருதைப் பெற்றுத்தந்தது.

திரைப்பாடல்கள்

இலக்கியப் படைப்புகளைப் படமாக்குவதில் எதிர் கொள்ளப்படும் மற்றொரு பிரச்னை பாடல்கள். மூலப் படைப்பான நாவலில் பாடலுக்கு என்று இடம் ஏதும் எழுத் தாளரால் தரப்பட்டிருக்காது. திரைப்படக் கதை சொல்லலில், பாடல்களின் நுழைவு குறுக்கீடாகவே வரும். எனவே பாடல் காட்சிகளே இல்லாமல் ஒரு நாவலைத் திரைப்படமாக்கும் போது அவை மிக நல்ல படைப்புகளாக உருவாகியிருக்கின்றன. இந்திரா பார்த்தசாரதியின் *உச்சிவெயில்* நாவலை இயக்குநர் சேதுமாதவன் *மறுபக்கம்* (1990) என்ற பெயரில் படமாக்கியதே இதற்கு எடுத்துக்காட்டு.

பாடல்கள் திரைப்படக் கதைப் போக்கில் பின்னிப் பிணைத்திருந்தால், அவை இயல்பாக இருப்பதை ஞானராஜ

சேகரனால் படமாக்கப்பட்ட ஜானகிராமன் எழுதிய ஒரு பாடகனின் கதையான *மோகமுள்* (1995) படத்தில் காணலாம். திரைக்கதையுடன் ஒருங்கிணைந்தில்லாமல் கேட்பதற்காக மட்டுமே உருவாக்கப்பட்ட பாடல்களாக இருந்தால் அவை திரைப்படத்தின் போக்கைக் குலைத்துவிடும். அகில இந்திய அளவிலும் உலகளவிலும் புகழ்பெற்ற படங்களைப் பார்த்தால் அவை பெரும்பாலும் பாடல்கள் இல்லாத படங்களாக இருப்பதைக் காணலாம். ஜி. அரவிந்தனின் *சிதம்பரம்* (மலையாளம் 1982) தமிழில் துரையின் *பசி* (1979) ஜெயபாரதியின் *உச்சிவெயில்* (1990) போன்றவை இப்படிப்பட்ட படங்கள். மேற்சொன்னவற்றில் கடைசிப் படம் து. ராமமூர்த்தியின் சிறுகதையைத் தழுவி எடுக்கப்பட்டது.

தமிழ்ப்படங்களின் உரையாடல்கள்

தமிழ்த் திரைப்படங்களின் தனித்துவமான தன்மைகளில் ஒன்றாக கதைசொல்லல் பாத்திரங்களின் பேச்சைச் சார்ந்திருப்பதைச் சொல்லலாம். வசனங்களின் ஆதிக்கம் சினிமா மலர்வதற்கு இடையூறாகவே இருக்கிறது. இது திரைமொழியின் வளர்ச்சியைத் தடுப்பதாகவும் திரைப்படம் என்னும் ஊடகத்தை அதன் வளர்ச்சியற்ற நிலையிலேயே வைத்திருப்பதாகவும் உள்ளது.

ஒரு இலக்கியப் படைப்பைத் திரைப்படமாக்கும்போது, இயக்குநர் வார்த்தைகளிலிருந்து முதலில் தன்னை விடுவித்துக் கொள்ள வேண்டும். *சில நேரங்களில் சில மனிதர்கள்* (1977) என்ற ஜெயகாந்தனின் நாவல் திரைப்படமாக்கப்பட்டபோது நாவலில் பாத்திரங்கள் பேசும் அதே உரையாடல்கள் படத்திலும் இடம்பெற்றன. அதன் விளைவாக அந்தப் படம் வெறும் வளவள எனப் பேசும் பாத்திரங்களைக் கொண்டதாக உருவாகியிருந்தது.

சினிமாவின் முக்கியமான சாத்தியக்கூறு, சொற்களால் விவரிக்க முடியாத பல அம்சங்களைப் படிமங்களின் துணை கொண்டு, இயக்குநர் காட்சிரூபமாகச் சித்திரிக்க முடிவது. ஒரு நாவலில் சொற்களால் விவரிக்கப்பட்டவற்றைக் காட்சி பிம்பங்கள்மூலம் உணர்த்த வேண்டும். அப்போதுதான் சினிமாவின் தனித்தன்மை வெளிப்படும்.

நாற்பதுகளில் இலக்கிய அலங்காரத்துடன் உரையாடல்களை எழுதிய டி.வி.சாரி, இளங்கோவன் போன்ற வசன எழுத்தாளர்கள் தோன்றினார்கள். அவர்களின் வருகை திரைப்படத்தில் உரையாடலுக்குத் தரப்பட்ட முக்கியத்துவத்தை உறுதிப்படுத்தியது. இளங்கோவன் *கண்ணகி* (1942) திரைப்படத்

திற்கு உரையாடல்களை எழுதினார். தமிழ்மொழியையும் பண்பாட்டையும் மகத்துவப்படுத்தும் தூய தமிழ் வசனங்கள் திரைப்படம் பார்க்கும் அனுபவத்தின் முக்கிய அம்சமாக மாறின. இப்போக்கு ஔவையார் (1953) திரைப்படத்தில் உச்சத்தில் இருந்தது.

திரைப்பட அனுபவத்தின் முக்கியப் பகுதியாகத் திரைப்படப் பாடல்கள் இந்த வாய்மொழிப் பாரம்பர்யத்தை விடாமல் தொடர்கின்றன. இலக்கிய ஆளுமை கொண்ட கவிஞர்கள் திரைப்படங்களுக்குப் பாடல்கள் எழுதியபோது, அவை திரைப்படத்தோடு ஒட்டாமல் இலக்கிய, இசைக் கிளைகளாகப் பரிணமித்தன.

திராவிட இயக்கத்து வசனகர்த்தாக்கள்

திராவிட இயக்கத்திலிருந்து வந்த சி.என்.அண்ணாதுரை போன்ற எழுத்தாளர்கள், வசனங்களுக்கு அதிக முக்கியத்துவம் கொடுத்துத் திரைப்படத்தின் காட்சிப்பூர்வமான சாத்தியங்களைப் புறக்கணித்தார்கள். Mr. Deeds Goes to Town (1936) என்ற அமெரிக்கப் படத்தால் ஈர்க்கப்பட்ட அண்ணாதுரை அதன் பாதிப்பில் நல்லதம்பி (1949) என்னும் திரைப்படத்திற்குக் கதை, வசனம் எழுதித் தமிழ்த் திரைப்பட உலகில் அறிமுகமானார். அவரைத் தொடர்ந்து பராசக்தி (1952), மனோகரா (1954) ஆகிய திரைப்படங்களின் உரையாடல்களை எழுதிய மு. கருணாநிதி போன்ற பலர் திராவிட இயக்கத்திலிருந்து வந்தனர். மேடை நாடக வடிவிலேயே கட்டமைக்கப்பட்டிருந்த இத்திரைப்படங்களில் வசனமே மேலோங்கியிருந்தது. காட்சிகள், நாடக மேடைகளில் நடப்பவைபோலவும் கண்மட்டத்திலான காமிராக் கோணங்களுடனும் பக்கவாட்டிலிருந்து நடிகர்கள் காட்சியில் நுழைவதும் வெளியேறுவதாகவும் அமைக்கப்பட்டிருந்தன. நடிகர்கள் காமிராவைப் பார்த்தே வசனங்களைப் பேசினார்கள்.

பாத்திரப் பேச்சிற்கு முக்கியத்துவம் அளிக்கப்பட்டதால் காமிராவின் அசைவிற்கும் நடிகர்களின் இயக்கத்திற்கும் வாய்ப்பு மிகச் சொற்பமாகவே இருந்தது. வேறுபட்ட கோணங்களிலிருந்து படமாக்கக்கூடிய காமிராவின் சாத்தியங்களும் அதன் விளைவான திரைமொழியின் நெகிழ்வுத் தன்மையும் இப்படங்களில் ஒடுக்கப்பட்டிருந்தன. இதனாலேயே சினிமா என்னும் கலையின் தன்மைகளைக் கைக்கொள்வது தமிழ் இயக்குநர்களுக்குக் கடினமாக இருந்தது. இந்த இடர்ப்பாடு எல்லாம் திரை ஊடகத்தின் பல கூறுகளில் ஒன்றான உரையாடல் ஏற்படுத்தியது தான். சினிமா இலக்கியத்தின் ஒரு பரிமாணமாகவே இனம்

காணப்பட்டது. இப்படங்களின் உரையாடல்கள் புத்தகங் களாக வெளியிடப்பட்டு நன்கு விற்பனையாயின. இப்படியாக சினிமா என்பது தனித்துவம் கொண்ட கலை வடிவமாக வளராமல் மேற்படி திரைப்படங்களில் கையாளப்பட்டது போல் இலக்கியத்தின் நீட்சியாகவே விளங்கியது.

இப்படங்களில் பல தன்னுரைகள் மேடைச் சொற் பொழிவுகள்போல அமைந்திருந்தன. நடிகர்கள் திரையரங்கில் உள்ள பார்வையாளர்களிடம் நேரடியாகப் பேசுவதுபோலவே காமிராக் கோணங்கள் அமைக்கப்பட்டிருந்தன. நடிகர்கள் நின்றுகொண்டு ஒரு மேடைப் பேச்சாளரின் உடல் அசைவு களோடு பேசினார்கள். இந்த வசனகர்த்தாக்களுக்குத் திரைப்படம் என்பது ஒலிபெருக்கிக் கருவி மட்டுமே. நடிகர்கள் தங்கள் சகபாத்திரங்களோடு உரையாடுவதற்குப் பதிலாகக் காமிராவை நோக்கி – அதாவது பார்வையாளரை நோக்கி – உரையாற்றினார்கள். பிற அரசியல் இயக்கத்தினரும் திரைப் படத்தை ஒலிபெருக்கிக் கருவியாகவே பயன்படுத்திப் பேச்சொலித் தன்மையை உறுதிசெய்தார்கள். இது சினிமா இலக்கணத்தின் கதை சொல்லும் முறையை வெகுவாகப் பாதித்தது. கதை சொல்லலுக்கு வார்த்தைகளையும் வசனங் களையும் சார்ந்திருந்தவரை, காட்சி வடிவான சாத்தியங்களைப் புரிந்துகொள்ள, வளர்க்க எவ்வித முயற்சியும் மேற்கொள்ளப்பட வில்லை. காட்சி மொழிக்கென இலக்கணத்தை, திரைமொழிச் சொல்லாக்கங்களைத் தமிழ் சினிமா உருவாக்கிக்கொள்ளவே இல்லை.

சினிமா – இலக்கிய ஊடாட்டம்

இலக்கியத்திற்கும் சினிமாவுக்குமான உறவாடல் மலை யாளத்தில் அதிகக் கலை நேர்த்தியுடன் விளங்குகிறது. அதன் வெற்றிக்கு இதுவும் ஒரு காரணம். இதன் விளைவாகவே நமது நாட்டின் சிறந்த சினிமாத் துறை ஆளுமைகளில் சில ரான ஷாஜி என். கருண், அரவிந்தன், அடூர் கோபாலகிருஷ்ணன், டி. வி. சந்திரன் போன்றோர் கேரளத்திலிருந்து தோன்றியுள்ளார் கள். கன்னட சினிமாவிலும் இதுபோன்ற இலக்கிய சினிமா உறவாடல் நிகழ்ந்திருப்பதை நாம் அவதானிக்கலாம். *சம்ஸ்காரா, காடு, கடஷ்ராத்தா* போன்ற சிறந்த கன்னடத் திரைப் படங்கள் இலக்கியப் படைப்புகளின் திரைவடிவங்களே.

உன்னதமான ஓர் இலக்கியப்படைப்பு வெற்றிகரமான திரைப்படமாக உருவாகும் என்று நிச்சயமாகச் சொல்லிவிட முடியாது. அதுபோலவே ஒருவர் மாபெரும் எழுத்தாளராக இருப்பதாலேயே, அவர் சிறந்த திரைக்கதையாசிரியராக வெற்றி

பெறவும் இயலாது. இரண்டு விஷயங்களையும் தீர்மானிப்பது திரைப்பட மொழியின் இலக்கணமும் காட்சி ஒருங்கிணைப்பின் மீதான புலமையும்தாம். தான் உருவாக்க விரும்பும் பிம்பத்துக்காக எழுத்தாளர் வார்த்தைகளைத் தேடுகிறார். இயக்குநரோ இசையின் துணையுடன் பிம்பத்துக்காக அலைகிறார். இவரால் பிம்பங்களைக் கொண்டுதான் படைக்க இயலும்.

ஒரு இலக்கியப்படைப்பு படமாக்கப்படும்போது மூலக் கதையில் காணப்படும் பல முற்போக்குக் கருத்துகள், படத்தில் விடுபட்டுப்போவது வழக்கம். அவ்வாறு நீர்த்துப்போக இரண்டு காரணங்களைச் சுட்டிக்காட்டலாம். முதலாவது, படத் தயாரிப்பாளர் அந்தக் கருத்துக்களால் படம் சர்ச்சைக்குரியதாக மாறி, வணிக வெற்றியைப் பாதித்துவிடக்கூடும் என அஞ்சக்கூடும். யு. ஆர். அனந்தமூர்த்தியின் *சம்ஸ்காரா* (1970) என்ற கன்னட நாவல் படமாக்கப்பட்டுத் தணிக்கையின்போதும் வெளியான போதும் சில பிரிவினரின் எதிர்ப்புப் போராட்டங்களால் பிரச்னைக்கு உள்ளானது. இரண்டாவது காரணம், ஒரு சராசரித் திரைப்பட ரசிகன் கருத்துகள், கோட்பாடுகளைப் புரிந்துகொள்வதில் ஒரு இலக்கிய வாசகரைவிடக் கீழ் நிலையில் இருப்பதான கருதுகோள் தொடர்பானது. எனவே இயக்குநர் ஒரு கதையை எளிமையாக்கி, முற்போக்குக் கருத்துகளைக் களைந்துவிட்டுப் படமாக்குகிறார். அண்ணாதுரையின் நாவலான *ரங்கோன் ராதா*, கருணாநிதி வசனத்துடன் 1956இல் படமாக்கப்பட்டபோது கதையில் மாற்றங்கள் செய்யப்பட்டன. நாவலில், திருமணமான கதாநாயகி தன்னைக் குணப்படுத்த வரும் ஒரு மந்திரவாதியுடன் உறவுகொண்டு குழந்தை ஒன்றையும் பெற்றுக்கொள்வதாகக் கதை இருக்கும். ஆனால் படத்தில் அந்த நாயகிக்குப் பூசாரியுடன் தொடர்பு இருப்பதாகக் களங்கம் மட்டுமே கற்பிக்கப்படுவதாகக் காட்டப்பட்டிருக்கும். இப்படி மாற்றம் செய்வது, மூலக்கதையைப் பரிசுத்தப்படுத்துவது 20ஆம் நூற்றாண்டு ஆங்கில நாடக வட்டாரங்களில் நடைமுறையில் இருந்தது, இதை bowdlerization எனக் குறிப்பிட்டார்கள் (நாம் வேண்டுமானால் 'சப்பையாக்குவது' என்று வைத்துக்கொள்ளலாம்).

தமிழ்த் திரையில் நாவல்கள் திரைப்படமாக மாற்றப்படும்போது பெரும்பாலும் வார்த்தைகளால் விவரித்தல் என்ற உத்தியே பின்பற்றப்படுகிறது. இதனால் சினிமாவின் சிறப்பான தன்மைகள் வளர்த்தெடுக்கப்படுவதில்லை. நாவலில் எழுதப்படும் வார்த்தைகளைத் திரைப்படத்தின் பாத்திரங்கள் அப்படியே பேசுகின்றனர். தமிழ் இலக்கியத்தில், நாவல் வடிவ

மும் பெருவாரியாகப் பேச்சு வடிவமாகவும் ஒரு கதாபாத் திரம் மனத்துக்குள் பேசிக்கொள்வதாகவும் இருப்பதால் சம்பவங்களைக் கொண்டு கதை நகர்வதில்லை. இந்தச் சூழலால் கதை மாந்தர்கள், நாவலாசிரியர் எழுதிய அதே பாத்திரப் பேச்சை சினிமாவிலும் வெளிப்படுத்த வேண்டிய நிலை ஏற்பட்டுவிடுகிறது.

இந்தப் பழக்கம் பார்வையாளர்களின் ரசனையை உரு வாக்குவதில் ஒரு காரணியாக அமைகின்றது. சில குறிப்பிட்ட வகையான (மொக்கையான) ரசிப்புத் தன்மையே இதனால் உருவாக்கப்படுகிறது. தமிழ்நாட்டில் திரைப்படக்கதை சொற் களால் விளக்கப்பட வேண்டும் என எதிர்பார்க்கிறார்கள். சினிமாவின் தனித்தன்மைகளை அறிந்துகொண்டு, அதை ரசிக்கும் பக்குவம் பார்வையாளர்களுக்குக் கிடைப்பதில்லை. பாடல்களும் வசனங்களும் படங்களை வெறும் கேளிக்கைத் தளத்திலேயே நிறுத்துகின்றன.

வார்த்தைகளும் பிம்பங்களும்

ஒரு இலக்கியப்படைப்பைத் திரைப்படமாக்க முனையும் இயக்குநர் திரைப்படத்தின் மொழி, இலக்கணம், காட்சித் தொகுப்பு ஆகியவற்றின் சாத்தியங்கள் குறித்து நன்கு பரிச்சயம் கொண்டவராக இருக்க வேண்டும். இல்லையெனில் அவர் மூலப்படைப்பின் எழுத்தாளர் பயன்படுத்திய வார்த் தைகளை மட்டுமே சார்ந்து இயங்க வேண்டிய நிலை ஏற்படும்.

நாவலில் உள்ள பாத்திரங்கள் பேசும் வார்த்தைகளுக்குப் பதிலாகக் காட்சிகளைப் பயன்படுத்த முடியுமா என முயற்சித்துப் பார்க்காமலேயே, அதே வார்த்தைகளையே படத்திலும் பயன் படுத்தும் சூழல் உருவாகும். ஒரு கதாபாத்திரத்திற்கு வரும் கடிதங்களை, அந்தப் பாத்திரம் தனியாக இருந்தாலும் ரசிகர் களுக்குப் புரிய வேண்டுமே என்பதற்காக உரக்கப் படிப்ப தாகக் காட்டப்படும். கதையைத் திரைப்படத்தில் சொல்வதற்கு வார்த்தைகளையே நம்பியிருப்பது திரை உருவாக்கத்திற்கு எதிர்நிலையானதாகும். அது திரைப்படத்தை வார்த்தைகளுக்கு அடிமையாக்கிவிடும். அங்கு காட்சிப் படிமங்கள் இரண்டாம் பட்சமாகும்.

இன்று தமிழ் சினிமாவில் காட்சிப்புலன் என்பதற்கு எதிராக வார்த்தைகளின் ஆதிக்கம் என்பது தொடர்கிறது. இயக்குநர் திரைக்கதையில் ஒரு திருப்பத்தைச் சொல்ல வரும்போது, அதைக் காட்சிகளால் விளக்க இயலாத வேளையில் சில சிறு தன்னுரைகளைப் பயன்படுத்துவதை நாம் பார்க்கிறோம். இயக்குநர், ஒரு கதாபாத்திரத்தின்

நோக்கத்தைப் பார்வையாளருக்குத் தெரிவிக்க முனையும் போது, அந்தப் பாத்திரத்தையே காமிராவை நோக்கிப் பார்த்து, பார்வையாளர்களிடம் நேரடியாகப் பேசவைக்கும் நேரடிப் பேச்சுகளையே சார்ந்திருக்க வேண்டியுள்ளது. *காதலன் (1994)* திரைப்படத்தில் கொடியோன், மருத்துவமனை யில் கவர்னரைக் கொலைசெய்யப்போகும் தனது உத்தேசத்தைப் பார்வையாளர்களைப் பார்த்து நேரடிப் பேச்சின் மூலம் தெரிவிப்பது அப்படியான ஒரு உத்திதான்.

இப்படிப்பட்ட திரைப்பட நிகழ்வுகள், காட்சிகளைத் திறம்படப் பயன்படுத்துவதில் இயக்குநரின் இயலாமையையே காட்டுகின்றன. மலையாள எழுத்தாளர் பஷீர் தனது *மதிலு கள்* நாவலில் சிறைவாசியான நாயகன், சுவர் ஓரமாக நடந்து, மறுபுறம் பெண்கள் சிறையில் ஒரு பெண் இருப்பதை, அவளது வாசனை மூலம் அறிந்துகொள்வதாக எழுதியிருப்பார். அந்த நாவல் திரைப்படமாக்கப்படும்போது ஒரு இயக்குநர் அதை எப்படித் திரையில் காட்ட முடியும்? ரொம்ப எளிதான வழி, அந்த நாயகனை ‘ஒரு பெண்ணின் வாசனை வருகிறதே!’ என்று பேசவைப்பதுதான். ஆனால் அடூர் கோபாலகிருஷ்ணன், சினிமாவுக்கே உரிய கூறு ஒன்றைப் பயன்படுத்துகிறார். சிறைச் சுவரின் மறுபுறத்திலிருந்து ஒரு பெண்ணின் மயக்கும் சிரிப்பொலி கேட்கிறது. அந்தச் சிறைவாசி அவள் மறுபுறம் இருப்பதை உணர்கிறான். இப்படித்தான் திரைமொழி மலர் கிறது. இயக்குநர் இலக்கியம், திரைப்படம் என இரண்டிலும் நல்ல பரிச்சயம் பெற்றிருந்தால் மட்டுமே இது சாத்தியம்.

இந்தத் திறன், ஜெயகாந்தன் இயக்கிய இரண்டு படங் களிலும் நன்கு பயன்படுத்தப்பட்டிருக்கிறது. *உன்னைப்போல் ஒருவன் (1964) யாருக்காக அழுதான் (1965)* என்ற தனது இரு நாவல்களை அவரே இயக்கிப் படமாக்கினார். அவரது இலக்கியப் படைப்பில் காணப்படும் உணர்ச்சி, காட்சிகள் வழியாகவும் இப்படங்களில் நன்கு சித்திரிக்கப்பட்டுப் பாராட்டப்பெற்றது. அவரது இந்த இரு படங்கள் இலக்கியத்திற்கும் திரைப்படத்திற் கும் இடையிலான உறவாடலுக்கு நல்ல எடுத்துக்காட்டுகள்.

இந்த நல்ல உறவாடலுக்கு *ஒருத்தி* என்னும் அம்ஷன்குமா ரின் முதல் படம், ஒரு சமீபத்திய உதாரணம். இப்படம் 2003 இல் நடைபெற்ற உலகத் திரைப்பட விழாவில் இந்தியன் பனோரமாவில் இடம்பெற்றது. சாகித்ய அகாடமி விருது பெற்ற எழுத்தாளர் கி. ராஜநாராயணனின் சிறுகதையான *கிடை*யின் திரைப்பட வடிவம் இது. அம்ஷன்குமார் எழுத்தாளர் என்பதால் இலக்கிய மூலத்திற்கும் திரைப்படத்திற்கும் தான்

கொண்டிருக்கும் சமமான அக்கறையுடன் படத்தை எடுத்திருந் தார். இலக்கியப் படைப்புகளைப் படமாக்கும்போது வழக்க மாகச் செய்யப்படுவதைப் போல, மூலக் கதையில் சில மாற்றங் களைச் செய்திருந்தார். சத்யஜித் ரே கூடத் தாகூரின் சில படைப்புகளைப் படமாக்கும்போது அவ்வாறு செய்திருக்கிறார்.

பாத்திரப் பேச்சுமூலம் கதையை நகர்த்தும் அவசியத்தைக் காட்சிப் பிம்பங்களைத் திறமையாகப் பயன்படுத்துவதன் மூலம் தவிர்க்க முடியும். ஒரு இயக்குநர் வார்த்தைகளுக்குப் பதிலாகக் காட்சிகளைப் பயன்படுத்த முயலும்போது, அவர் திரைப்படக் கலையின் ஆற்றலை உணர்ந்துகொள்வதுடன், அதன் எல்லை களையும் விரிவுபடுத்துகிறார். ரவீந்திரனின் *நண்பா நண்பா* (2002) என்னும் சிறுகதையை இயக்குநர் ஜெயபாரதி படமாக்கிய போது சாலையோரம் கைவிடப்பட்டுக் கிடக்கும் நாய்க்குட்டியை எடுக்கும் நாயகன் அதன் பரிதாபமான முகத்தைப் பார்ப்பதைக் காட்டுவதன் மூலம் அவன் மனத்தில் மாற்றம் ஏற்படு வதைச் சித்திரிக்கிறார். இந்த உச்சகட்டக் காட்சியில், உரை யாடல்களை முற்றிலும் தவிர்த்துவிட்டுக் காட்சிப் படிமங்களை யும் சூழலின் ஒலிகளையும் மட்டுமே இயக்குநர் பயன்படுத்தி யிருக்கிறார்.

ஒரு இயக்குநர் சினிமாவின் இலக்கணத்தில் புலமை பெற்றவராக இல்லையெனில் அவர், உரையாடல்கள் மூலம் கதையை நகர்த்திச் செல்வதற்கு, வார்த்தைகளைச் சார்ந்து இயக்கும் நிலைமையே ஏற்படும். நம் படங்களில் பெரும்பாலான கதாபாத்திரங்கள் திரையில் தோன்றும்போதெல்லாம் பேசிக் கொண்டே இருக்கிறார்கள். ஒரு தமிழ்ப் படத்தின் கதையை அதன் உரையாடல் பகுதியை மட்டும் கேட்பதன் மூலம் நீங்கள் உணர்ந்துகொள்ள முடியும். இது குறிப்பாக 1950, 60களில் வெளிவந்த படங்களில் நிலைபெற்றிருந்தது.

தமிழ்நாட்டில் இலக்கிய உலகத்திற்கும் சினிமாவிற்கும் இடையிலான உறவு தொடர்ச்சியானதோ அக்கறை கொண்ட தாகவோ இருந்ததில்லை. ஜெயகாந்தன், தி. ஜானகிராமன் போன்றோரின் படைப்புகள் தவிரப் பிற எழுத்தாளர்களின் படைப்புகள் திறம்பட இயக்குநர்களால் கண்டுகொள்ளப்பட வில்லை. அசோகமித்திரன், இமையம், ஜெயமோகன் போன் றோரின் நாவல்கள் திரைப்படங்களாக உருப்பெறவில்லை.

படப்பெட்டி

தமிழ் சினிமாவும் தமிழ்மொழியும்

சினிமா – எழுத்தாளர் ஊடாட்டம் இரண்டு தளங்களில் நடைபெறலாம். முதலாவது சினிமா வைப் பற்றி எழுதுவது. இரண்டாவது சினிமாவிற் காக எழுதுவது. அதாவது கதை, வசனம், பாட்டு எழுதுவது. உலகின் பல சினிமாக்களில் சிலர் விமர்சனக் கட்டுரைகள் எழுதி, ஸ்டுடியோவிற் குள் நுழைந்து பின்னர் திரைக்கதை வசனம் எழுத ஆரம்பித்திருக்கின்றனர். பிரான்ஸில் இத்தகைய ஈடுபாடுதான் புதிய அலை சினிமா (French New Wave) உருவாகக் காரணமாயிருந்தது. தமிழ்நாட்டில் அலை ஏதும் வரவில்லை என்றாலும் பத்திரிகை உலகிலிருந்து சில எழுத்தாளர்கள் சினிமாவிற்குள் வந்தனர். இளங்கோவன், பி.எஸ். ராமையா, ச.து.சு. யோகி போன்றவர்களைக் குறிப்பிடலாம். இவர்களுக்குப் பின்னால் வந்த புதுமைப்பித்தன் ஒருபடி மேலே போய் சினிமா தயாரிப்பு முயற்சி யிலும் ஈடுபட்டார். அன்றிலிருந்து இன்று எஸ். ராம கிருஷ்ணன், ஜெயமோகன் வரை எழுத்தாளர்களின் சினிமா ஈடுபாடு தொடர்கிறது.

சினிமாவிற்காக எழுதியவர்கள் வசனமும் பாடல்களும் எழுதினார்கள். இந்தப் பொருளுக்குள் நுழையுமுன் ஒன்றை நாம் மனத்தில் கொள்ள வேண்டும். இரண்டு விதமான மொழி வடிவங் கள். இதில் பாத்திரப் பேச்சு (வசனம்) இலக்கியக் கோட்பாடுகளுக்கு உட்பட்டதல்ல. அதை நாம் இலக்கியரீதியாக அணுகவும் முடியாது. அது கதைப்

போக்கிற்கேற்பவும் திரையில் தோன்றும் பிம்பங்களுக்கேற்ப வும் பாத்திரங்கள் பேசுவதாக எழுதப்படுவது. அது தனி வாசிப்பிற்கு அல்ல. பாடல்களும் திரைக்கதையில் ஒரு குறிப் பிட்ட கட்டத்திற்காகக் காட்சிப்படிமங்களுக்குத் துணைபோகத் தான் எழுதப்படுகின்றன. ஆனால் இசை வடிவில் இருப்பதால் பாடலுக்குத் திரைக் காட்சியிலிருந்து தனித்த வரவேற்பு மக்களி டையே இருக்கிறது.

எழுத்தாளர்களின் ஈடுபாடு

தமிழ் சினிமாவின் ஆரம்ப காலத்தில் பெருவாரியான எழுத்தாளர்கள் – சினிமாவைத் தாக்கி எழுதியவர்களும் திரைப் படங்களை விமர்சிக்க முற்பட்ட கல்கி போன்ற எழுத்தாளர் களும் – சினிமாவை இலக்கியரீதியாகவே அணுகினார்கள். சினிமா அழகியல் அடிப்படையில் படங்களை மதிப்பிடப்படா மல் உள்ளடக்கமான கதை, வசனம், பாட்டு என இலக்கிய மதிப்பீடுபோல எடைபோட்டனர். ஒரு அரிய, புதிய கலை வடிவை விமர்சனங்களின் மூலம் செறிவாக்க முடியும் என்ற பொறுப்புணர்ச்சி காணப்படவில்லை. ஆனால் புதுமைப்பித்தன் சினிமாவின் தனித்துவத்தை அறிந்திருந்தார். 1938ஆம் ஆண்டு *ஈழகேசரி*யில் எழுதிய கட்டுரையில் பிம்பங்கள் மூலமல்லாமல் பாத்திரப் பேச்சுகளால் கதையை நகர்த்தும் வழக்கத்தைப் பற்றி எழுதுகின்றார். 1943இல் *மாயாபஜார்* என்ற தெலுங்குப் படத்தை விமர்சிக்கையில், ‘இதை சினிமா என்று சொல்ல முடியாது. படமாக்கப்பட்ட நாடகம்’ என்கிறார். ஆரம்ப காலத் தில் கம்பெனி நாடகங்களை முன்கோணத்தில் படமாக்கித் திரைப்படமாக வெளியிட்டதை நாம் நினைவில் கொள்ள வேண்டும். 1947இல் அவர் சினிமா உலகில் நுழைந்து *காமவல்லி* (1948), *ராஜமுக்தி* (1948)படங்களுக்கு வசனம் எழுதினார். *ஔவையார்* படத்திற்குத் திரைக்கதை எழுதினார். திரைக்கு எழுதுவதில் உள்ள பிரச்னைகளைப் புதுமைப்பித்தன் நன்கு அறிந்திருந்தார். ‘பழைய புலவர்களுக்கு வெண்பா புலி என்பதுபோல, இன்றைய கதை எழுத்தாளர்களுக்கு சினிமா என்ற துறை ஒரு புலி.’ ஆனால் தமிழ் சினிமாவில் அவரது பங்களிப்பு எந்தத் தாக்கத்தையும் ஏற்படுத்தியதாகத் தெரிய வில்லை.

சிற்றிதழ்கள் காலத்தில் சினிமாவிற்கும் சிறிது இடம் தரப்பட்டது. 1955இல் தொடங்கப்பட்ட *சரஸ்வதி*, 1960இல் செல்லப்பா ஆரம்பித்த *எழுத்து*, ஜீவா அவர்களின் *தாமரை*, எழுபதுகளில் வெளிவந்த *ப்ரக்ஞை* இதழ்களில் சினிமா பற்றிய கட்டுரைகள் வெளிவந்தன. ஐரோப்பிய சினிமாவால் கவரப்

பட்டவர்களும் இந்திய சினிமாவை உன்னிப்பாகக் கவனித்த சில தமிழ் எழுத்தாளர்களும் இவற்றில் எழுதினார்கள்.

திராவிட இயக்க எழுத்தாளர்கள்

திராவிட இயக்கத்தின் சினிமா பிரவேசம் *சுபத்திரா (1946)* என்னும் படத்திற்கு வசனம் எழுதிய பாரதிதாசன் மூலம் நடந்தது. நல்லதம்பிக்குக் கதை வசனம் எழுதி அண்ணாதுரை சினிமா உலகிற்குள் நுழைந்தார். அதே ஆண்டு கண்ணதாசன் பாடலாசிரியராக அறிமுகமானார். பல திராவிட இயக்கப் படைப்பாளிகளுக்குச் சேலம் மாடர்ன் தியேட்டர்ஸ் கதை இலாகா இடமளித்தது – இவர்களில் கலைஞர் கருணாநிதியும் ஒருவர். *அபிமன்யு* போன்ற சில படங்களுக்கு வசனம் எழுதியிருந்தாலும் *மந்திரிகுமாரி (1950)*, *பராசக்தி (1952)* போன்ற படங்கள்தாம் அவருக்குப் புகழையும் வசனகர்த்தாவுக்கு நட்சத்திர அந்தஸ்தையும் பெற்றுத் தந்தன.

இதற்கு முன் தமிழ்த் திரைப்படங்களில், சமூகப் படங்களிலும்கூடப் பாத்திரப் பேச்சு பண்டிதத்தனமாக அமைந்திருந்தது. கதாபாத்திரங்கள் பிராமணத் தமிழ் பேசினார்கள். இதை இளங்கோவன் சிறிது மாற்றினார். பின்னர் பாட்டு எவ்வாறு தமிழ்த் திரைப்படத்தின் முக்கியமான அம்சமாக உருவாகி யிருந்ததோ, அதேபோலக் கருணாநிதி பணியாற்றிய திரைப் படங்களில் வசனம் முக்கியப் பரிமாணமாக உருவெடுத்தது. அவர் வசனம் எழுதிய படங்களில் நெடிய, அலங்காரமான பாத்திரப் பேச்சுகளுக்கு இடம் கொடுத்துத் திரைக்கதைகள் அமைக்கப்பட்டன. திரைப்படக் கதைக்குள் நாடகம் என்பது இம்மாதிரியான உத்தி. சேரன் செங்குட்டுவன், சாக்ரடீஸ் முதலிய நாடகங்களை உள்ளடக்கிய *ராஜாராணி (1956)* போன்ற படங்கள் இதற்கு எடுத்துக்காட்டுகள். கதையோடு பொருந்தாவிட்டாலும் வசனத்திற்கென இடம் கொடுக்கப் பட்டது. *பராசக்தியில்* தன் குழந்தையை ஆற்றில் வீசிக் கொன்ற பின் தற்கொலை செய்துகொள்ளும் கல்யாணி ரயில்வே பாலத்தின் மீது நின்று நீண்ட வசனத்தைத் தன்பேச்சாகப் பேசுகிறாள்.

திரும்பிப் பார் (1953), *மனோகரா (1954)* முதலிய படங்களில் கருணாநிதியின் அடுக்குமொழி வசனங்கள் உச்சகட்டத்தை அடைந்தன. அரசியல் கூட்டங்களிலும் இந்த வசனங்கள் கிராமபோன் தட்டுகள் மூலம் ஒலிபரப்பப்பட்டன. கிராமப் புறங்களில் மின்சார வசதி அந்தக் காலகட்டத்தில் பரவ ஆரம்பித்து, ஒலிபெருக்கி மக்கள்திரள் கலாச்சாரச் சாதன மாக உருவானது. இம்மாதிரியான அடுக்குமொழி வசனங்

களைக் கண்ணதாசன், ஏ. வி. பி. ஆசைத்தம்பி போன்ற மற்ற திராவிட இயக்க எழுத்தாளர்கள் பலரும் பின்பற்ற முயன்றார்கள். அடுக்குமொழி ஓங்கியிருந்த ஐம்பதுகளில் திரைப்படங்களின் வசனங்கள் புத்தகங்களாக வெளியிடப்பட்டன. தனியாக வாசிக்கப்பட்டன. வாசகர்கள் வாசிப்பின்பத்திற்காக இவ்வெளியீடுகளை வாங்கினார்கள்.

மனத்தைக் கவரும் தமிழில் எழுதிய இந்த வசனங்களில் முற்போக்குக் கருத்துகள் பொதித்துவைக்கப்பட்டன. தமிழர் வரலாற்றுப் பெருமை, தமிழர் மேம்பாடு, மொழியின் செழுமை போன்ற கருத்தாக்கங்களும் இவரது வசனங்கள் மூலம் வெளிப்பட்டன. இதே சமயத்தில் பாத்திரப் பேச்சை நல்ல உச்சரிப்புடன், தெளிவாக, சொற்களுக்கு உணர்ச்சியூட்டிப் பேசக்கூடிய ஒரு நடிகர் – சிவாஜி கணேசன் – உருவானதும் இந்தப் பாணி வசனம் மக்களிடையே நல்ல வரவேற்புக்குக் காரணமானது. எஸ். எஸ். ராஜேந்திரனும் வசன உச்சரிப்பில் சிறந்து விளங்கினார்.

திராவிட இயக்கத் தலைவர்கள் மேடைப்பேச்சை ஒரு கலையாக வளர்த்திருந்தனர். வார்த்தை சாதுரியம், சொல்லடுக்கு, தொல்லிலக்கியத்திலிருந்து மேற்கோள்கள், நக்கல், நகைச்சுவை இவை நிறைந்த மேடைப்பேச்சுகள் மக்களை ஈர்த்தன. ஒரு நிகழ்கலையாக உருவாகிவந்த இந்த மேடைப் பேச்சுக் கலைக்கு நீண்ட, அடுக்குமொழி வசனங்கள்மூலம் திரைத் தோற்றம் கிடைத்தது. இந்த வசனங்களைப் பேசிய நடிகர்கள் மேடைப் பேச்சாளர்களின் அங்க அசைவுகளை, உடல்மொழியைப் பயன்படுத்தினார்கள். வசனம் பேசிய கதாபாத்திரங்கள், திரைக்கதையிலுள்ள மற்ற பாத்திரங்களுடன் பேசாமல் பார்வையாளர்களுடன் பேசுவதுபோலிருந்தது திரை மேடையானது. பார்வையாளர்கள் பேச்சைக் கேட்கும் மக்களானார்கள். ஆனால் எந்த அளவுக்குப் பேச்சுக்கு முக்கியத்துவம் அளிக்கப்பட்டதோ அந்த அளவுக்கு சினிமாவின் வளர்ச்சியும் குன்றியது. காட்சிப் பிம்பங்களின் மூலம் கருத்தை விளக்கவோ கதையை நகர்த்தவோ முயற்சி எடுக்கப்படவில்லை. ஒரு கதாபாத்திரத்தின் பேச்சு – வசனம் – நீண்டு இருந்தால் காமிரா, முன்கோணத்தில் நிலைகொண்டு இருந்துவிடுகின்றது. அதன் சலனம், சாத்தியக்கூறுகள் தடைப்படுகின்றன.

திமுக எழுத்தாளர்கள் முதலில் படத்திற்கு வசனம் மட்டுமே எழுதினார்கள். படத்தின் காட்சிப் படிமங்களிலோ படத்தை இயக்குவதிலோ அவர்களுக்குப் பங்கு இருக்கவில்லை. அதனால் அவர்களது நாடகங்களிலிருந்தது போலத் தீவிரமான கருத்துகளைப் படங்கள் வெளிப்படுத்தவில்லை. *வேலைக்காரி*

(1949) படம் 'ஒன்றே குலம், ஒருவனே தேவன்' என்ற திருமூல ரின் சொற்களைத் தாங்கிய டைடில் கார்டுடன் முடிவதை நினைவுகூருங்கள். அது இயக்குநரின் பங்களிப்பு. *பராசக்தியில்* ஒரு காட்சி. அம்மனை வேண்டிக்கொள்ளக் கோவிலுக்கு வரும் கல்யாணியைப் பூசாரி கையைப் பிடித்திழுக்கும்போது, அவள் தேவியைக் கத்தியழைப்பாள். அந்தச் சத்தத்தைக் கேட்கும் கோவில் காவலாளி மணியை அடிப்பார். கொடியோன் பயந்துபோய்க் கல்யாணியை விட்டுவிடுவான். அவள் காப் பாற்றப்படுவாள். இது பார்ப்பதற்குக் கடவுளை வேண்டுவோ ருக்கு உதவிகிட்டும் எனக் கூறுவதுபோல் இருக்கும். ஆனால் வசனகர்த்தா இந்த விளைவை நினைத்துப்பார்த்து எழுதி யிருக்கமாட்டார் என உறுதியாகக் கூறலாம்.

சினிமா அழகியல்

1978இல் சென்னையில் ஒரு முக்கிய நிகழ்வு நடந்தது. புனே திரைப்படக் கல்லூரியும் தேசியத் திரைப்பட ஆவணக் காப்பகமும் இணைந்து சினிமா ரசனைப் பயிலரங்கு ஒன்றை நடத்தினர். அதுதான் தமிழ்நாட்டில் முதன்முறையாக நடத்தப் பட்ட சினிமா ரசனைப் பயிற்சிப் பயிலரங்கம். பேராசிரியர் சதீஷ் பகதூரும் ஆவணக்காப்பக இயக்குநர் பி.கே. நாயரும் உரை நிகழ்த்தியும் உலக சினிமாவின் அரிய திரைப்படங்களைத் திரையிட்டும் புதிய விழிப்பை ஏற்படுத்தினர். மேலும் மூன்று பயிலரங்குகள் சென்னையில் நடத்தப்பட்டன. மதுரையில் யதார்த்தா பிலிம் சொசைட்டி ஆதரவில் ஒரு பயிலரங்கு நடத்தப்பட்டது. சினிமா அழகியல் என்ற புதியதொரு பொருள் தமிழ் எழுத்தாளர்களுக்கு அறிமுகப்படுத்தப்பட்டது. இதில் *ப்ரக்ஞை இதழைச்* சேர்ந்த ரவிசங்கர், வீராச்சாமி, அலையன்ஸ் ஸ்ரீராம், ந. முத்துசாமி, சுந்தர ராமசாமி முதலி யோரும் பயிற்சிபெற்றனர். ஜான் ஆபிரகாமின் *அக்ரகாரத்தில் ஒரு கழுதை* விருது பெற்றதும் அந்த ஆண்டுதான். அவரும் இந்தப் பயிலரங்கில் பயிற்சியளித்தார். அதே ஆண்டு பன் னாட்டுத் திரைப்பட விழா ஒன்றும் சென்னையில் நடை பெற்றது. இதில் பங்கு பெற்ற பல எழுத்தாளர்கள் சினிமா அழகியலைப் பற்றிப் புதிய புரிதலுடன் கட்டுரைகள் எழுதத் தலைப்பட்டனர். *ப்ரக்ஞை, இனி பின்னர் வந்த சுபமங்களா* போன்ற இதழ்களில் சினிமா பற்றிய தீர்க்கமான கட்டுரைகள் வர ஆரம்பித்தன. சினிமா அழகியல் பற்றி ஒரு கட்டுரையில் சுந்தர ராமசாமி எழுதியது இதற்கு எடுத்துக்காட்டு. 'நல்ல சினிமா வாழ்க்கையைப் பற்றிய ஒரு அலசலையோ விமர் சனத்தையோ அவ்வாழ்க்கையை மேலும் நாம் புரிந்து

கொள்ளும் வகையில், காட்சி வடிவங்களில் கலைப்பாங்காக முன் வைக்கிறது.'

திரைப்படத்தில் உரையாடல்

பாரம்பரியமாகத் தமிழ்ப் படங்களில் கதாபாத்திரங்களின் உரையாடல்களில் பேச்சுத் தமிழுக்குப் (spoken Tamil) பதிலாக எழுத்துத் தமிழே (written Tamil) பயன்படுத்தப்பட்டது. பேச்சுத் தமிழ், எழுத்துத் தமிழ் இவை இரண்டுக்கும் உள்ள இடைவெளி அதிகம் (இத்தகைய வித்தியாசம் அதிகம் உள்ள மற்றொரு மொழி அரபு). செந்தமிழ் என்பது எழுத்து மொழிதான். இந்த இரு வகைகளுக்கும் வாக்கிய அமைப்பிலும் இலக்கணத்திலும் பல வேறுபாடுகள் உண்டு. எழுபதுகள்வரை தமிழ்த் திரைப்படங்களில் இந்த எழுத்துத் தமிழே ஓங்கியிருந்தது. ஜெயகாந்தனின் *உன்னைப்போல் ஒருவன் (1965)* படம் கதாபாத்திரங்களின் உரையாடல்களை ஒரு புதிய பாணியில் அறிமுகப்படுத்தியது. படத்தில் பாத்திரப் பேச்சுகள் எதார்த்தமாக, இயல்பாக அமைந்திருந்தன. அதேபோல *அவள் அப்படித்தான் (1978)* படத்தில் வண்ணநிலவனின் வசனம் எளிமையாக, பேச்சு மொழியில் இருந்தது. அண்மை ஆண்டுகளில் பல படங்களில் பாத்திரப் பேச்சுகள் இயல்பாகவே அமைந்துள்ளன. *பருத்தி வீரன் (2007), சுப்ரமணியபுரம் (2008)* நல்ல எடுத்துக்காட்டுகள். இவற்றில் இத்தகைய இயல்பான பாத்திரப் பேச்சு படத்திற்கு வலு சேர்த்தது. பாத்திரங்கள் நம்பத்தகும் உருப்பெற்றார்கள். இந்தப் படங்களின் வெற்றிக்கு இதுவும் ஒரு காரணம். இதில் பேசப்பட்ட வசனங்களைப் புத்தகமாக அச்சிட்டு வாசித்தால் அதில் இலக்கிய அனுபவம் கிடைக்காது.

தமிழ் சினிமாவில் திரைக்கதைக்கும் (screenplay) வசனத்திற்கும் (dialogue) உள்ள வேறுபாடு வெகுகாலம் அறியப்படாமலே இருந்தது. படத் தயாரிப்பாளர்கள், படத்தைத் தணிக்கைக்கு அனுப்பும்போது தணிக்கை வாரியத்தில் எண்பதுகள் வரை வசனத்தையே, திரைக்கதை எனக் கொடுத்தார்கள். அண்மையில் திரைக்கதைகள் நூல் வடிவில் வருவதைக் காண்கிறோம். பாலுமகேந்திராவின் *அது ஒரு கனாக்காலம் (2005)*, சேரனின் *ஆட்டோகிராஃப் (2004)* படங்களைப் போல. தனி வாசிப்பிற்கு இவை பயன்பட்டாலும், இலக்கியப் படைப்புகளாகக் கருதி அவைகளில் வாசிப்பின்பத்தை நாம் தேடக்கூடாது. ஒரு குறிப்பிட்ட திரைப்படத்தைப் புரிந்துகொள்ளவும் ஆராயவும் அந்நூல் உதவியாயிருக்கும் என்பது உண்மை. அடூர் கோபாலகிருஷ்ணன் தனது *சினிமா உலகம்* என்ற நூலில் 'திரைக்கதைக்கு அதன்மீது பிற்பாடு கட்டமைக்கப்

படுகிற திரைப்படத்தின் ரூபத்திலிருந்து தனித்து நிற்கக்கூடிய அடையாளம் கிடையாது என்றுதான் கூற வேண்டும்' எனச் சொல்லியுள்ளார்.

சினிமாவில் பாட்டு

பாத்திரப் பேச்சிலிருந்து சினிமாப் பாட்டு சற்று வேறு பட்டது. திரைப்படப் பாடல்கள் சினிமாவின் ஒரு பரிமாண மாக உருவாக்கப்பட்டாலும் தனித்து இசையாகக் கேட்கப் பட்டு மக்களால் அனுபவிக்கப்படுகிறது. சினிமாவிற்கு முற்பட்ட முச்சந்தி இலக்கியம், கம்பெனி நாடகப் பாட்டுகள் இவற்றின் தொடரோட்டமே தமிழ்த் திரைப்பாடல் என்று கூறலாம். சுதந்திரப் போராட்டக் காலத்திலும் பின்னர் திராவிட இயக்கக் காலத்திலும், இடதுசாரியினராலும் தங்கள் கருத்தை மக்களி டையே பரப்பத் திரைப்படப் பாடல்களும் பாட்டுப் புத்தகங் களும் பயன்படுத்தப்பட்டன. *மாத்ருபூமி* (1939) என்ற படத்தில் இடம்பெற்ற 'நமது ஜென்ம பூமி நமது ஜென்ம பூமி' என்ற நாட்டுப்பற்று சார்ந்த பாடல் பள்ளிகளில் பாடப்பட்டது. *சொர்க்கவாசல்* (1954) படத்தில் வந்த உடுமலை நாராயண கவி எழுதிய 'எங்கே சொர்க்கம்? எங்கே சொர்க்கம்?' பாடல் திராவிட இயக்கத்தின் நாத்திகக் கொள்கையைப் பறைசாற்றி யது. உடுமலைக் கவிராயர் எண்பதுகள்வரை தமிழ்த் திரை யுலகில் திராவிட இயக்கத்தின் குரலாக இயங்கினார். பட்டுக் கோட்டைக் கல்யாணசுந்தரம் பொது உடமைக் கருத்துகளைக் 'காடுவிளஞ்சென்ன மச்சான் நமக்கு கையும் காலுந்தானே மிச்சம்?' போன்ற தன் பாடல்களின் மூலம் பரப்பினார். இன்று திரைப்பாடல் நவீன முச்சந்தி இலக்கியமாக எல்லா வெளிகளிலும் நீக்கமற நிறைந்திருக்கிறது.

***தினமணி செம்மொழிக் கோவை,* 2010**

தமிழ்த்திரையும் யதார்த்தபாணியும்

திரைப்படமொன்றின் தாக்கம் ஆழமான தாக அமைய வேண்டுமானால் அதில் நம்பகத் தன்மை அடிநாதமாக இருக்க வேண்டும். அந்தத் தன்மையின் அடிப்படை யதார்த்தம். Realism என்னும் ஆங்கிலப் பதத்தையும் மனத்தில் கொண் டால் இந்தப் பொருள் விளங்கும். படத்தின் தாக்கம் நன்றாக அமைந்தால் இயக்குநர் சொல்லவரும் கருத்து பார்வையாளர்கள் மனத்தில் பதிந்து பாதிப்பை ஏற்படுத்தும். அரசு எந்திரத்தின் நிர்தாட் சண்யமான அணுகுமுறை, லஞ்சப் பேய் இவற்றுக்கு மத்தியில் அல்லலுரும் மத்தியதர மக்களின் நிலை மையை உணர்த்திய, பாலுமகேந்திராவின் வீடு (1988) படத்தைப் பார்த்தவர்களுக்கு இந்த யதார்த்த வாதக் கோட்பாடும் அதன் பாதிப்பும் விளங்கும்.

திரைப்பட இயக்குநர் உருவாக்கும் உலகினுள் பார்வையாளர் நுழைந்து சஞ்சரிக்க யதார்த்தவாதம் கைகொடுக்கிறது. திரைப்படம் ஒன்றைப் பார்க்கும் உணர்வு எழாமல் இருக்கக் கதாபாத்திரங்களின் உணர்வுகளுடன் பார்வையாளர் ஒன்ற வேண்டும். இந்த யதார்த்தப் பண்பு இல்லையென்றால் ஒரு படத்தைப் பார்த்துக்கொண்டிருக்கும் உணர்வே மேலிட்டிருக்கும். இந்நிலைமை சினிமாவைப் பொழுதுபோக்குத் தளத்திலேயே நிறுத்திவிடும். அது மட்டுமல்ல. இதுதான் சினிமா என்னும் தவறான புரிதல் மக்கள் மனத்தில் உறைந்துவிடும்.

அந்த நிலைமையில் பொழுதுபோக்குப் படங்கள், நேரம் கொல்லிப் படங்கள் நல்ல வரவேற்பையும் பெறும். தமிழ் சினிமா இந்தத் திசையில்தான் வளர்ந்துவிட்டது. ஆரம்பம் முதலே சினிமா என்றாலே அது கேளிக்கைக்குத்தான் என்ற நோக்கு நம் மக்கள் மனத்தில் ஆழமாகப் பதிந்துவிட்டது. ஆகவேதான் ஆட்டபாட்டம், சண்டைக்காட்சிகள், துரத்தல், குத்தாட்டம், பெண்ணுடல் காட்டல் போன்றவை தமிழ்த் திரைப்படத்தின் இன்றியமையாத அங்கங்களாகிவிட்டன. அருமையான கருத்தாக்கத்தின் அடிப்படையில் யதார்த்த இயல்புடன் உருவாக்கப்பட்டிருந்த *கருத்தம்மா (1994)* படத் தில்கூட டூயட் காட்சி ஒன்றை நுழைத்திருந்தார் பாரதிராஜா. தேவையில்லாத குறுக்கீடாக அது அமைந்திருந்தது. கதையில் ஒட்டாத நகைச்சுவைக் காட்சிகளும் குறுக்கீடுகள்தாம்.

நாடகக் கூறுகள்

பேசும்படம் தோன்றி முதல் இருபது ஆண்டுகளில் வெளி வந்த பெருவாரியான தமிழ்ப் படங்கள் புராணக்கதைகள்தாம். தமிழ் சினிமாவின் மூதாதையரான கம்பெனி நாடகங்களே படமாக்கப்பட்டன. சினிமாவின் சாத்தியக்கூறுகள் பயன்படுத்தப் படாமல், மேடை நாடகத்தின் சாத்தியக்கூறுகளே திரையில் காட்டப்பட்டன. அதே பாணியில் அவ்வப்போது சில சம காலக் கதைகளும் *நாம் இருவர் (1947)* போன்று சமூகப்படம் என்ற பெயரில் படமாக்கப்பட்டன. பாத்திரப் பேச்சு, காட்சி யமைப்பு, கதையமைப்பு எல்லாமே நாடக பாணியில் இருந் தன. நடிப்பும்கூட அப்படித்தான். இவையாவுமே யதார்த்தத்தை விட்டு வெகுதூரம் விலகியிருந்தன.

நாடகபாணி நடிப்பில் உடல்மொழி அதீதமாக இருக்கும். தூரத்தில் அமர்ந்திருக்கும் ரசிகருக்கும் தெரிய வேண்டுமே. நடிகர்கள் கையைத் தூக்கி, ஆட்டிப் பேசுவார்கள். சினிமா போல அண்மைக்காட்சி நாடகத்தில் கிடையாதே. இத்தகைய, மோடித்தனமான நடிப்பு யதார்த்தத்தைக் குலைக்கிறது. அதேபோல, ஒலிபெருக்கி இல்லாத காலத்தில் கடைசி வரிசை யில் அமர்ந்திருக்கும் ரசிகர்களுக்கும் பேசுவது கேட்க வேண்டும். ஆகையால் நடிகர்கள் பாத்திரப் பேச்சைச் சத்தம் போட்டுப் பேசினார்கள். நாடகத்திலிருந்து வந்த நடிகர்கள் யாவரும் கத்திப் பேசும் பாரம்பரியத்தில் பயிற்சிபெற்றவர்கள். அவர்களை ஆதர்சமாகக் கொண்ட புதிதாக வந்த பல நடிகர்களும் அதே பாணியைப் பின்பற்றினர்.

இத்தாலிய யதார்த்தவாதம்

பன்னாட்டளவில் சினிமாத் துறையில் யதார்த்த பாணி அழுத்தமாக ஆரம்ப காலத்திலேயே அறிமுகப்படுத்தப்பட்டது. இத்தாலிய சினிமாவின் யதார்த்த அலைமூலம்தான் (Italian Neo - realism) ஐரோப்பிய சினிமா உலகின் மற்ற நாடுகளுக்குப் பரிச்சயமானது. இரண்டாம் உலகப்போர் இந்த அலை உருவா வதற்கு ஒரு காரணமாய் அமைந்தது. ஐரோப்பாவின் பெரிய ஸ்டுடியோக்கள், அவற்றிலிருந்த விலையுயர்ந்த உபகரணங்கள் குண்டுவீச்சில் அழிந்துபட்டபின், இயக்குநர்கள் கிராமங்களில், நகர்வெளிகளில், நிஜத் தளங்களில், எளிமையாகப் படமெடுக்க வேண்டிய நிலைமை வந்தது. இம்மாதிரியான படமாக்கல் முறை அவர்களை யதார்த்த பாணிக்கு இட்டுச் சென்றது. அது மட்டுமல்லாமல், இருபெரும் சர்வாதிகாரிகள் வெறுப்புக் கொள்கைகளையும் பொய்களையும் ஊடகங்களின் மூலம் பல ஆண்டுகள் மக்கள்மீது திணித்துக்கொண்டிருந்த காலம் முடிந்தபின், உண்மையைத் திரைமூலம் சொல்ல யதார்த்த பாணி வசதியான உத்தியாக உருவானது.

இதில் நமக்கு மிகவும் தெரிந்த படம் *பைசைக்கிள் தீவ்ஸ்* [*Bicyle Thieves*, (1948)]. இந்தப் பாணி உலகின் பல இயக்குநர் களைப் பாதித்தது. யதார்த்த பாணி சினிமாவிற்குச் சில இயல்புகள் உண்டு. அதில் அன்றாட நிகழ்வுகள் நிறைந்திருக் கும். நிஜ நிகழ்வுபோலவே இருக்க வேண்டும் என்பதற்காக இயக்குநர்கள் தொழில்முறை சாரா நடிகர்களை நடிக்கவைப் பது, ஸ்டுடியோ சாராத இடங்களைப் படப்பிடிப்பிற்குப் பயன்படுத்துவது, எளிய காமிரா அசைவுகள் போன்ற அழுத்த மான பல உத்திகளைப் பயன்படுத்துவதுண்டு. ஒலித்தடத்தில் பின்னணி இசையைவிடச் சுற்றுப்புற ஒலிக்கும் நிசப்தத்திற்கும் முக்கியத்துவம் அளிக்கப்பட்டிருக்கும். இயக்குநர் குறியீடுகளைப் பயன்படுத்துவதைத் தவிர்ப்பார்.

1952இல் நம் நாட்டில் நடத்தப்பட்ட முதல் பன்னாட்டுத் திரைப்பட விழா, யதார்த்தபாணி சினிமாவை இங்கு அறிமுகப் படுத்தியது. இரண்டு மூன்று வருடங்களில் ஹிந்தி, வங்காள சினிமாக்களில் இதன் அதிர்வுகளை உணர முடிந்தது. தமிழ் சினிமாவை அது பாதிக்கவில்லை என்றாலும் 1954இல் வந்த படமான அந்த நாள் மேலே குறிப்பிட்ட விழாவில் திரையிடப் பட்ட ஜப்பானியப் படமான *ரோஷமானை (Roshamon)* வடிவமைப்பில் ஒத்திருந்தது பலரது கவனத்தை ஈர்த்தது.

ஒரு திரைப்படத்தில் யதார்த்தத் தன்மை மேலோங்கி இருக்க வேண்டுமானால் சினிமாவின் எல்லாப் பரிமாணங்

களிலும் உழைப்பு வேண்டும். நடிப்பு, செட் அமைப்பு, ஆர்ட் டைரக்ஷன், காமிராவின் அசைவுகள், ஒளியூட்டம், பின்னணி இசை, ஒலி என எல்லாவற்றிலும். தமிழ் சினிமாவில் (இந்திய சினிமாவில்) பாத்திரப் பேச்சு, தனியாக ஒலிப்பதிவு செய்யப்படுகிறது. படப்பிடிப்பின்போது நடிகர் பேசுவது பதிவுசெய்யப்பட்டு ஒலித்தடத்தில் ஏற்றப்படுவது இல்லை. பல படங்களில் நடிப்பவர் ஒருவர், குரல் கொடுப்பவர் வேறொருவர். இதற்கென்று ஒலிக்கூடங்கள் இயங்குகின்றன. இப்பழக்கம் யதார்த்தத்தைக் குலைக்கின்றது. அதிலும் அண்மைக்காட்சிகளில் இது நன்றாகத் தெரியும். வெளிநாடு களில், படமெடுக்கும்போதே பாத்திரப் பேச்சும் பதிவாகிறது. இது நிஜத்தன்மையைக் கூட்டுகிறது. அதுமட்டுமல்ல, நடிக்கும்போதே பேசும் வசனத்தில் உணர்ச்சி பொதிந்திருக்கும். பாத்திரப் பேச்சை உணர்ச்சியுடன் பேசுவது நடிப்பின் முக்கியப் பரிமாணம். இதனால்தான் நம் நாட்டில் தேசிய விருதுகளுக்குப் போட்டியிட நடிப்பவரே வசனங்களைப் பேசியிருக்க வேண்டும் என விதிமுறை இருக்கிறது.

தமிழ்த்திரையில் யதார்த்தவாதம்

தமிழ்த்திரையில் யதார்த்த சினிமாவை அழுத்தமாக அறிமுகப்படுத்தியவர் ஜெயகாந்தன். *உன்னைப் போல் ஒருவன்* (1965) என்ற தனது குறுநாவலைப் பாடமாக்கினார். (நாவலாசிரியரே தனது படைப்பைப் படமாக்குவது அபூர்வமான நிகழ்வு. மலையாள எழுத்தாளர் எம். டி. வாசுதேவன் நாயர் *நிர்மால்யம்* (1973) என்ற தனது நாவலை அதே பெயரில் படமாக இயக்கிப் புகழ்பெற்றார்.) யதார்த்தத்திலிருந்து வெகு தூரம் விலகியிருந்த தமிழ்த் திரைக்கு *உன்னைப் போல் ஒருவன்* உள்ளடக்கத்திலும் வடிவமைப்பிலும் புதுமையாக வந்தது. விளிம்பு நிலை மக்களைக் கதைமாந்தர்களாகக் கொண்டிருந்ததே புதுமையாக அமைந்திருந்தது. படத்தைக் காண வந்தோருக்குக் கொடுக்கப்பட்ட துண்டறிக்கையில் ‘பொழுது போக்க வந்தவர்கள் அல்ல; நீங்கள் புதிய ரசனையின் பிரதிநிதிகள்’ என்று கூறி ரசிகர்களை வரவேற்றிருந்தார் ஜெயகாந்தன்.

இதை அடுத்து அவர் இயக்கிய, அவரது கதையான *யாருக்காக அழுதான்?* (1966) படத்திலும் யதார்த்தத் தன்மை அழுத்தமாக இருந்தது. இந்தப் படத்தை ஒளிப்பதிவு செய்த நிமாய் கோஷின் பங்களிப்பும் இதற்கு முக்கியமான காரணம். சத்தியஜித் ரே யதார்த்த ரீதியில் படமெடுத்துப் புகழடையும் முன்னரே *சின்னமூல்* (புலம்பெயர்ந்தவர்கள், 1951) என்ற வங்காளப் படத்தை யதார்த்தபாணியில் எடுத்து – புகழடையா

விட்டாலும் – இந்திய சினிமா வரலாற்றில் இடம்பெற்றவர் நிமாய் கோஷ். ரஷியாவில் இப்படம் 188 அரங்குகளில் திரையிடப்பட்டது இந்திய சினிமாவிற்குப் பெருமை. இவர் பொதுவுடமை இயக்கத்தைச் சேர்ந்தவர். ரித்விக் கதக் நடிக ராகத் தன் திரை வாழ்வை இதில்தான் தொடங்கினார் என்ற பெருமையும் பெற்றது இப்படம்.

எழுபதுகளில் தமிழ்த் திரையுலகில் நட்சத்திரங்களின் ஆதிக்கம் மறைய ஆரம்பித்தபோது, பல புதிய இளம் இயக்கு நர்கள், புதிய நடிகர்களை வைத்துத் தங்கள் பாணியில் படங் களை உருவாக்கினர். அவர்கள் யதார்த்த பாணியை நோக்கி நகர்வது மிகவும் அழுத்தமாக வெளிப்பட்டது. பாரதிராஜா, ருத்ரையா, பாலுமகேந்திரா, மகேந்திரன், துரை, ஜெயபாரதி போன்றோரின் படைப்புகளைச் சுட்டிக்காட்டலாம். படங் களின் உள்ளடக்கத்தில் சில சமரசங்களைச் செய்துகொண் டார்கள் என்றாலும் இவர்கள் படப்பிடிப்பு அரங்குகளை விட்டு, நிஜத் தெருக்கள், கிராமப்புற வீடுகள் ஆகியவற்றில் படம் பிடித்து நம்பகத்தன்மையைக் கூட்டினார்கள்.

குறுக்கீடாக வரும் பாட்டு

16 வயதினிலே (1977), முள்ளும் மலரும் (1978) போன்ற படங்களில் யதார்த்தத் தன்மையை நிலைநாட்ட இயக்குநர் கள் பாரதிராஜாவும் மகேந்திரனும் மிகுந்த முயற்சி எடுத்துக் கொண்டது தெரிகிறது. எனினும் பாட்டுகள், கதாநாயகியின் நடை, உடை, பாவனை, உடல் மொழி இவை கிராமத்து யதார்த்தத்திலிருந்து விலகியிருந்தன. அதிலும் ஒரு திரைப்படத் தில் கதை சொல்லலில் குறுக்கே வரும் பாடல் காட்சி அப் படத்தின் இயல்புத் தன்மையைச் சிதைக்கிறது. தமிழ் சினிமா வில் இன்று வந்துகொண்டிருக்கும் பல படங்களில் யதார்த் தத்தைப் பாடல் காட்சிகள் சிதைக்கின்றன. குறுக்கீடுகளாகவே அவை வருகின்றன.

பாடல் மட்டுமல்ல, இடைவேளையும் சினிமா அனுபவத் தில் வேண்டாத குறுக்கீடுதான். சென்ற வாரம் *Life of Pi* பார்த்தோம். படம் ஆரம்பித்து ஒரு மணிநேரம் கழிந்து, பரந்த கடல், பறக்கும் மீன்கள், ஓங்கில் கூட்டம், திமிங்கலம் என்று சமுத்திர உலகில் ஆழ்ந்து சஞ்சரித்துக்கொண்டிருந்த போது திடீரென Intervel என்னும் சொல் திரையில் தோன் றியது. இது நம்மூர்த் திரையரங்கினர் செய்த வேலை. 10 நிமிட இடைவேளை முடிந்தபின், இது சினிமாக் கொட் டகையா ரெஸ்டாரண்ட்டா எனச் சந்தேகம் எழும்படி ஒவ் வொருவரும் அட்டைப்பெட்டி நிறைய மக்காச்சோளம்,

சமோசா, பேப்பர் கப்பில் காபி என உள்ளே நுழைய ஆரம்பித்தனர்.

புதிய அலை

பத்தாண்டுகளுக்கு முன் தமிழ்த் திரையில் புதிய அலை உருவானது. பல படங்கள் – அதிலும் கிராமப்புறப் பின்புலத்தில் – யதார்த்த பாணிக் காட்சிகளுடன் உருவாக்கப்பட்டன. பல திரைப்பட விழாக்கள் நாட்டில் நடக்க ஆரம்பித்தன. இந்தப் பாதிப்பிற்குப் பன்னாட்டுப் படங்கள் டிவிடி உருவில் கிடைக்க ஆரம்பித்ததும் காரணமாக இருக்கலாம். லத்தீன் அமெரிக்க – முக்கியமாக அர்ஜன்டினிய படமான நான்கு ஆஸ்கார் விருதுகளுக்குப் பரிந்துரைக்கப்பட்ட பெர்னாந்தோ மெரியல் (Fernando Merielles) இயக்கிய *City of God* போன்ற – படங்களின் தாக்கத்தைப் பல தமிழ்ப் படங்களில் பார்க்க முடிந்தது. 2008இல் வெளிவந்த *சுப்ரமணியபுரம்* இந்த யதார்த்த பாணி அலையின் உச்சகட்டமெனக் கூறலாம். இதில் பல காட்சிகள், பேருந்து நிலையம், சிறைக்கூடம், மீன் மார்கெட், காவல் நிலையம், கோர்ட் சார்ந்த காட்சிகள் யதார்த்த பாணியிலுள்ளன. ஸ்டாண்டில் பொருத்தாமல் காமிராவைக் கையில் பிடித்துக்கொண்டு படம் பிடிக்கப்பட்ட பல காட்சிகள் இந்த யதார்த்த அணுகுமுறைக்கு அழுத்தம் கொடுக்கின்றன. இம்முறையிலான படமாக்கலை நிஜசினிமா (Cinema verite) என்று திரையியலாளர்கள் குறிப்பிடுகிறார்கள். *அவள் அப்படித்தான்* படத்தில் சென்னைக் கிறிஸ்தவ மகளிர் கல்லூரி மாணவர்களை ஒரு ஆவணப் படத்திற்காகக் கதாநாயகன் நேர்காண்பது போன்ற காட்சி படமாக்கப்பட்டிருக்கும் விதம் நிஜ சினிமாவிற்கு எடுத்துக்காட்டு. இன்று யதார்த்த பாணிப் படங்கள் பல வருவதும் அதற்கு மக்களிடையே பெரும் வரவேற்பு இருப்பதும் நல்ல அறிகுறிகள். சென்ற ஆண்டு வெளிவந்த அழகர்சாமியின் *குதிரை* (2011) யதார்த்தத்தில் துல்லிய கவனம் செலுத்தியதுடன் மதநம்பிக்கை பற்றிய ஒரு நோக்கை அடக்கமாகக் கூறியது சீரிய கலையனுபவமாக அமைந்தது. இந்த ஆண்டில் (2012இல்) தமிழ் சினிமாவின் ஒரு முக்கிய நிகழ்வாகப் பாலாஜி சக்திவேலின் *வழக்கு எண் 18/9* நகர்ப்புறப் பின்புலத்தில் யதார்த்த பாணிக் கதையாக வெளிவந்து கவனிக்கப்பட்டது. சம்பந்தமில்லாத குறுக்கீடுகள் ஏதுமின்றி, சக்தி மிக்க காட்சிப் படிமங்களுடன்கூடிய கதைசொல்லலில் உள்ள தரம் மட்டுமே பார்வையாளர்களின் கவனத்தை ஈர்க்கிறது.

யதார்த்த சினிமாவைத் தாண்டி, வேறொரு பாணியில் படமெடுத்துப் புகழ்பெற்ற இயக்குநர்கள் உண்டு. நம் நாட்டில்

மணிகௌளலைச் சுட்டிக்காட்டலாம். இவரது படங்களில் கதா பாத்திரங்கள் முகபாவங்களை மாற்றாமல் ரோபோக்கள்போல நடமாடுவர். எடுத்துக்காட்டு *ஆஷாத் கா ஏக் தின் (1971)*. மலையாளத்தில் டி.வி. சந்திரனும் ஒரு உதாரணம். இவர் இயக்கிய தமிழ்ப் படம் *ஹேமாவின் காதலர்கள்* 1985இல் வெளிவந்தது. அத்தகைய இயக்குநர்களும் யதார்த்த சினிமா வில் பரிச்சயம் அடைந்த பின்னரே அதிலிருந்து வேறுவகை யான படமாக்கலுக்குச் சென்றனர். இலக்கணங்களை மீறும் கவிபோல. அங்கதத்தை அடிப்படையாகக் கொண்டு வெற்றி பெற்ற படம் *இம்சை அரசன் 23ஆம் புலிகேசி (2006)*.

எந்த மொழிச் சினிமாவிலும் பொழுதுபோக்குப் படங் களுக்கு இடம் உண்டு. ஆனால் அந்த அளவில் மட்டும் சினிமா நின்றுவிட்டால்தான் ஆபத்து. உலகெங்கும் சினிமாவின் எல்லை கள் விரிந்த வண்ணம் இருக்கின்றன. தமிழ் சினிமா உயிர்ப் போடு வளர வேண்டுமானால் நாம் கேளிக்கை என்னும் ஒற்றைத் தளத்தில் நின்று சினிமாவின் எண்ணற்ற சாத்தியக் கூறுகளைக் கட்டிப்போட்டுவிடக் கூடாது. அப்போதுதான் அரசியல் சினிமா மலர முடியும்.

***காலச்சுவடு*, 2013**

தமிழ்த்திரையில் காட்டுயிர்

அண்மையில் காலை நேரம் முகநூலைத் திறந்தபோது ஒரு நண்பர் தமிழ்த் திரைப்பட மொன்றில் தான் கண்டதைப் பற்றி அங்கலாய்த் திருந்தார். ஒரு காட்சியில் 'உடும்புக்கறி தின்னவன் நூறு பேரை அடிப்பாண்டா' என்று ஒரு பாத்திரம் சொல்வதாக வருகிறது. முதலாவது, உடும்பு பாதுகாக்கப்படும் அரிய உயிரினம். அதைக் கொல்வதோ பிடிப்பதோ சட்டப்படி குற்றம். முன்பெல்லாம் கஞ்சிராவுக்கு உடும்புத் தோலைத் தான் பயன்படுத்தினார்கள். இப்போது உடும்பைக் கொல்லக் கூடாதென்பதால் அதற்குப் பதிலியாக ஒரு வகையான ப்ளாஸ்டிக் புழக்கத்தில் வந்திருக் கிறது. இரண்டாவது, எல்லா இறைச்சிகளிலும் இருக்கும் புரதச் சத்து ஒரே மாதிரியானதுதான். உடும்புக்கறி ஒன்றும் ஸ்பெஷலான சக்தியைக் கொடுப்பதில்லை. நிலைமை இப்படி இருக்க உடும்புக்கறி தின்றால் பலம் வரும் போன்ற தவறான தகவல்களைப் பரப்பக் கூடாது.

இம்மாதிரியான ஆதாரமற்ற நம்பிக்கைகள் பலவும் நம் காட்டுயிர்கள் அழியக் காரணமாய் இருந்திருக்கின்றன. காட்டுயிர்க்கென்றே பெரிய கள்ளச் சந்தையே பன்னாட்டளவில் இயங்கிவரு கிறது. வேங்கை வேட்டையாடப்படுவதற்கு இத்த கைய நம்பிக்கைகளே காரணம். அதன் உடலின் ஒவ்வொரு அங்கமும் வெவ்வேறு நோய்களுக்கு மருந்தாகும் என்ற லட்சக்கணக்கான சீனாக்காரர் களின் நம்பிக்கை நம்மூர் புலிக்கு எமனாகிக்கொண் டிருக்கிறது. தேவாங்குக் கறியைச் சோகை பிடித்த

குழந்தைக்குக் கொடுப்பார்கள். கக்குவான் இருமல் கொண்ட சிறுவர்களுக்கு முதலைக் கறி (எல்லாம் காய வைத்த உப்புக் கண்டங்களாகத்தான்) கொடுக்கப்பட்டது. நான் சிறுவனாக இருந்தபோது, எங்களூர்க் கடையொன்றில் 'மந்தித் தோப்பு மணிக்கட்டி சுவாமிகள் கருமந்தித் தைலம்' என்று கருமந்திப் படம் தாங்கிய லேபில் ஒட்டிய பாட்டில்களைப் பார்த்த நினைவு இருக்கிறது. அந்தத் தைலம் தோல் வியாதிகளைக் குணப்படுத்துவதாக விளம்பரம் செய்யப்பட்டிருந்தது.

தமிழ் சினிமா – காட்டுயிர் ஊடாட்டம் இரு தளங்களில் நடக்கிறது. ஒன்று, படங்களில் காட்டுயிர் பற்றி விவரங்களைத் தருவது. இரண்டாவது, சில உயிரினங்களைப் படப்பிடிப் பிற்குப் பயன்படுத்துவது. இதை ஆரம்ப காலப் படங்களி லேயே பார்க்கலாம். அதிலும் அடிக்கடி திரையில் தோன்றும் உயிரி பாம்பு. *நாகபஞ்சமி (1956)* போன்ற படங்களில் அது ஏறக்குறைய ஒரு மனித அறிவுடன் செயல்படுவதுபோல் காண் பிப்பார்கள். நல்லபாம்பு பால் குடிப்பதைப் போன்று காட்சி கள் இருக்கும். மகுடி ஊதினால் பாம்பு வரும். ஒரு படத்தில் கொத்திய பாம்பு திரும்பி வந்து விஷத்தை உறிஞ்சி எடுப்பது போன்ற காட்சி இருந்தது. பாம்பால் பாலைக் குடிக்கவோ முட்டையை உடைத்துக் குடிக்கவோ முடியாது. அதற்குக் காதும் கிடையாது. மகுடி இசை கேட்ட நாகம் என்பதெல் லாம் கதைதான். நாகத்திற்கு மனிதருக்கு இருக்கும் ஆறறிவு இருப்பதுபோலக் காட்சிகள் அமைத்து, மக்களிடையே ஊறிப் போயிருக்கும் பல பாரம்பரிய, தவறான, அறிவியலுக்கு அப் பாற்பட்ட நம்பிக்கைகளை இப்படங்கள் உறுதிப்படுத்தின. புலி, சிறுத்தை, கரடி போன்ற விலங்குகள் கொடூரமானவை என்றும் மக்களுக்குத் தீங்கு விளைவிப்பவை போலவுமே படங்களில் சித்திரிக்கப்பட்டன. *குலேபகாவலி (1955)* படத்தில் கதாநாயகன் (எம்.ஜி.ஆர்.) ஒரு புலியுடன் போரிட்டுத் தனது வீரத்தை நிரூபிக்கும் காட்சி ஒன்று இடம்பெற்றிருந்தது.

மேற்கத்திய சினிமாவில் மௌனப்படக் காலத்திலேயே விலங்குகளைப் படங்களில் புகுத்திவிட்டார்கள். டாக்கி வந்த பிறகு முப்பதுகளில் பிரபலமான டார்சான் படங்களில் சிம்பன்சி என்னும் வாலில்லாக்குரங்கு ஒன்று கதாநாயகன் கூடவே வரும். இதற்கெனப் பல சிம்பன்சிக் குட்டிகள் பிடிக்கப் பட்டுப் பயிற்சி என்ற பெயரில் வதைக்கப்பட்டன. குட்டியாக இருக்கும்போதுதான் அவற்றைப் படத்தில் பயன்படுத்த முடியும். வளர்ந்து பெரிதாகிவிட்டால் அடக்க முடியாது. ஜானி வைஸ் முல்லர், டார்சானாக நடித்த படங்களில் தோன்றிய சீட்டா என்னும் பிரபல சிம்பன்சிக்கு இன்று 75 வயது. கலிபோர்னி

யாவில் குரங்குகள் காப்பகம் ஒன்றில் அது இன்றும் இருக்கிறது. நம்மூர் ஜெமினி ஸ்டுடியோ தயாரித்த *இன்சானியாத்* (1955) என்ற இந்திப் படத்தில் சிப்பி என்ற சிம்பன்சியை வாசன் தோன்றவைத்தார். இன்று அப்படிப் படம் எடுக்க முடியாது. மனிதர் ஒருவர் குரங்கு வேடம் தாங்கி நடித்தால்தான் உண்டு. *இம்சை அரசன்* படத்தில் தோன்றும் கரடிபோல.

அறுபதுகளில் அமெரிக்காவில் விலங்குகள் உரிமை இயக்கம் தோன்றிய பிறகு சினிமாப் படப்பிடிப்பில் விலங்குகள் நடத்தப்படும் விதம் குறித்துப் பலர் கவனம் திரும்பியது. அவை பயிற்சி என்ற பெயரில் துன்புறுத்தப்படுகின்றனவா எனக் கவனிக்க ஆரம்பித்தனர் ஆர்வலர்கள். விலங்குகளைப் படப்பிடிப்பில் பராமரிக்க வேண்டியது தொடர்பாகப் பல விதிகள் புழக்கத்திற்கு வந்தன. ஹாலிவுட்டில் இருந்த Animal trainers என்ற கூட்டம் குறைய ஆரம்பித்தது.

சென்னையிலும் விலங்குகளைப் பழக்குவோர் பலர் இருந்தனர். 1950, 60களில் வந்த பல படங்களில் [*கொங்கு நாட்டு தங்கம்* (1961)] விலங்குகள் பயன்படுத்தப்பட்டன. தேவர் எடுத்த பல படங்களில் சிங்கம், யானை, சிறுத்தை எனப் பல விலங்குகள் சர்க்கஸில் வருவதுபோலத் தோன்றின. இந்தச் சமயத்தில் சிறுத்தைப்புலியின் வாயைத் தைப்பது, பாம்பின் வாயைத் தைப்பது போன்ற கொடூரமான பழக்கங்கள் இருந்தன. பல படங்களில் ஆங்கிலப் படங்களில் வரும் காட்டுயிர் காட்சிகளை வெட்டி ஒட்டினார்கள். காட்டில் போய்க்கொண்டிருக்கும் நம்மூர்க் கதாநாயகன் ஆப்ரிக்க யானைத்திரளைப் பார்ப்பதுபோல் காட்சி வரும். அன்றெல்லாம் அதை யாரும் பொருட்படுத்தவில்லை.

யானை பல தமிழ்த் திரைப்படங்களில் காட்சியளித்தது. *ஸ்ரீ வள்ளி* (1944) படத்தில் விநாயகர் யானை உருவெடுத்து வள்ளியைப் பயமுறுத்துவார். *சந்திரலேகா* (1948)வில் யானைகள் பாறையை உருட்டிக் கதாநாயகனை மீட்கும் காட்சி பிரபலமானது. ஆனால் வேழங்கள் அதிகமாகத் திரையை வியாபித்திருந்தது *ஔவையாரில்*(1953)தான். மூவேந்தர்களை ஒடுக்க விநாயகரின் தயவை ஔவையார் நாடுகிறார். யானை உருவெடுக்கும் கணேசர் பெரும் யானைத்திரளைக் கூட்டுகிறார். கோட்டைகள் இடிக்கப்படுகின்றன. இந்தக் காட்சியைப் பார்க்கும்போது எப்படி இத்தனை யானைகளைத் திரட்டினார்கள், அவற்றுக்கு எப்படிப் பயிற்சியளித்தார்கள் என்று வியப்பு மேலிடுகிறது. லண்டன் பல்கலைக்கழகத்தைச் சேர்ந்த பேராசிரியர் ரேச்சல் டயர் இந்திய சினிமா பற்றிப் பல

நூல்கள் எழுதியுள்ளார். இப்போது இந்திய சினிமாவில் யானைகள் என்ற தலைப்பில் ஒரு புத்தகம் எழுதிக்கொண்டிருப்பதாக அண்மையில் பெங்களூர் வந்திருந்தபோது சொன்னார்.

1965இல் ஒரு சம்பவம். சென்னையில் *காட்டு மல்லிகை* என்ற மலையாளப் படத்தில் ஸ்டண்ட் நடிகர் ஒருவர் வேங்கையுடன் சண்டை போடுவதுபோல் ஒரு காட்சியில் நடிக்க வேண்டியிருந்தது. புலி அவரைத் தாக்கிக் காயங்கள் புரையோடி அவர் உயிரிழந்தார். இதில் வியப்பு என்னவென்றால் அவர் பெயர் கே.ஏ. புலிகேசி. அவரது உடலை எரியூட்ட மயானத்திற்கு வந்திருந்தவர்களில் ஒருவர் இயக்குநர் விட்டலாசார்யா. இவ்வாறான ஆபத்தான பணியில் ஈடுபட்டிருக்கும் தொழிலாளர்களுக்கு ஒரு யூனியன் ஏற்படுத்த வேண்டும் என்ற முடிவு மயானத்திலேயே அங்கு வந்திருந்தவர்கள் யோசனைப்படி எடுக்கப்பட்டது. அதே ஆண்டு செப்டம்பர் மாதம் சங்கம் பதிவுசெய்யப்பட்டது. இவ்வாறு பிறந்ததுதான் தென்னிந்திய ஸ்டண்ட் இயக்குநர் & ஸ்டண்ட் நடிகர் சங்கம் South Indian Stunt Directors and Stunt Artistes Union. இது பல திரைப்படப் பணியாளர் சங்கங்களுக்கு முன்னோடியாக அமைந்தது.

1972இல் அமலாக்கப்பட்ட காட்டுயிர்ப் பாதுகாப்புச் சட்டம் திரையில் விலங்குகளைப் பயன்படுத்துவதை வெகுவாகக் குறைத்தது. சில ஆண்டுகளில் ஏறக்குறைய நின்றேவிட்டது. *அன்னை ஓர் ஆலயம்* (1976) என்ற படத்தில் வனவிலங்குகளைப் படாதபாடு படுத்தியிருப்பார்கள். வாலைப் பிடித்து ஒரு சிறுத்தையை கதாநாயகன் (ரஜினிகாந்த்) சுழற்றுவார். விலங்கு நேயக் கரிசனம் பல தளங்களில் நம் நாட்டில் வளர ஆரம்பித்தது. திரைப்படத் தணிக்கை வாரியமும் இந்த அம்சத்தில் தன் கண்களைத் திறந்து வைத்துக்கொண்டது. இன்று ஒரு விலங்கு திரைப்படத்தில் பயன்படுத்தப்பட்டால், அது நன்றாகப் பராமரிக்கப்பட்டதற்கு விலங்கு மருத்துவர் சான்றிதழைக் காட்ட வேண்டும். இன்று செயல்பட்டுக் கொண்டிருக்கும் பல விலங்குரிமைக் குழுக்கள் சினிமாவைக் கூர்ந்து கவனித்துக் கொண்டிருக்கின்றன. *பம்மல் சம்பந்தம்* (2002) படத்தில் கதாநாயகன் (கமல்) சிவன் வேடத்தில் பார்வதியுடன் கைலாசத்தில் ரிஷப வாஹனமான மாட்டின் மேல் அமர்ந்திருப்பது போல் ஒரு காட்சி படமாக்கப்பட்டுக் கொண்டிருக்கும்போது, விலங்கு உரிமை ஆர்வலரான கதாநாயகி (சிம்ரன்) 'வாயில்லாப் பிராணியை வதைக்காதே' என்ற வாசகம் கொண்ட அட்டைகள் ஏந்தியபடி வந்து

ஆர்ப்பாட்டம் செய்யும் காட்சி ஒன்று இடம்பெற்றது இந்தக் கவனிப்பைக் குறித்து தான். காவல் துறை இன்ஸ்பெக்டர் ஒருவர் சிவனிடம் (கமல்) 'பாம்பு வாய் தைக்கப்பட்டிருக்கிறதா?' என்று கேட்பார்.

பல படங்களில் செல்லப் பிராணிகளும் பாத்திரங்களாக வருகின்றன. ரிதுபர்னா கோஷ் இயக்கிய *சுபோ முகுரத்* (2003) என்ற வங்கமொழிப் படத்தில் தனியாக வாழும் வயதான பெண்மணியின் செல்லப் பிராணியாகத் தோன்றும் ஒரு பூனை ஒரு கொலையின் மர்மத்தை அவிழ்ப்பதில் உதவுகிறது. தமிழ்த் திரையில் பல நாய்கள் தோன்றியிருந்தாலும் அவற்றை சர்க்கஸ் மிருகம்போல்தான் – ஓடிப்போய் வைத்தியரைக் கூட்டிக்கொண்டு வருவது, கயிற்றை அவிழ்ப்பது போன்று – பயன்படுத்தினார்கள். மனிதருக்கும் நாய்க்கும் உள்ள அற்புதப் பிணைப்பைத் தொட்டுப் படம் ஏதும் வந்ததாகத் தெரியவில்லை. அரிதாக *ஃபைவ் ஸ்டார்* (2002) படத்தில் ஒரு பாத்திரத்திற்கும் (விஜயன்) அவரது நாய்க்கும் உள்ள பந்தம் காட்டப்படுகிறது. *நண்பா... நண்பா* (2002) படத்தில் வாழ்க்கையே வெறுத்து ஊரைவிட்டு ஓடும் ஒரு பாத்திரம் (சார்லி) சாலையின் ஓரத்திலிருந்து கத்திக்கொண்டிருக்கும் நாய்க் குட்டியைக் கண்டு, தூக்கித் தன் மனத்தை மாற்றிக் கொண்டு, வாழ்வில் ஈடுபாடு கொள்கிறார். அந்த ஜென் கணத்தை அருமையாகக் காட்சிப்படுத்தியுள்ளார் இயக்குநர் ஜெயபாரதி.

நான் பார்த்த திரை நாய்களில் எனக்கு மிகவும் பிடித்தது அண்மையில் வந்த, ஆஸ்கார் விருது பெற்ற The Artist படத்தில் தோன்றும் உக்கி என்னும் பெயர் கொண்ட ஜாக் ரசல் (Jack Russel terrier) ஜாதி நாய். அன்பில்லா மணவாழ்க்கையில் சிக்குண்ட கதாநாயகனுக்குப் பாசத்தைப் பொழியும் உற்ற துணையாக வருகிறது இந்த நாய். The Artist சிறந்த படமாக ஆஸ்கார் விருது பெற்றபோது, உக்கியும் மேடையில் தோன்றியதைக் கண்டு உலகமே கைதட்டி மகிழ்ந்தது. முன்னர் The Mask படத்தில் வந்ததும் இந்த இன நாய்தான்.

திரையுலக வரலாற்றிலேயே பிரசித்தி பெற்ற நாய் ரின் டின் டின் என்ற பெயர் தாங்கிய அல்சேஷன் ஜாதி நாய் தான். மௌனப்படக் காலத்திலேயே திரையில் தோன்ற ஆரம்பித்த இந்த நாயைப் பற்றிய புத்தகங்களும் திரைப்படங்களும் வர ஆரம்பித்தன. பின் இதே பெயர் கொண்ட பல நாய்கள் சினிமாவில் பிரகாசித்தன.

நாய்க்கும் மனிதருக்கும் உள்ள உறவைப் போற்றி *Marley and Me* (2008) போலச் சில அமெரிக்கத் திரைப்படங்கள்

வந்துள்ளன. அவற்றுள் தனித்து நிற்பது Hachiko (2009). 1930களில் ஜப்பானில் நடந்த ஒரு நிஜக்கதை அருமையாகப் படமாக்கப் பட்டிருக்கிறது. டோக்கியோவில் ஒரு பல்கலைக்கழகப் பேராசிரியரின் செல்லம் ஹச்சிகோ எனப் பெயர் கொண்ட அகிடா ஜாதி நாய். தினமும் அவருடன் ஷிபுயா தொடர் வண்டி நிலையம்வரை சென்று வழியனுப்பும். பின்னர் மாலை அவர் திரும்பி வரும் சமயம் அவரை வரவேற்கக் காத்துக் கொண்டிருக்கும். ஒரு நாள் பேராசிரியர் கல்லூரியில் மாரடைப்பால் காலமாகிறார். ஆனால் ஹச்சிகோ நாள் தவறாமல் ரயில்வே ஸ்டேஷனுக்கு வந்து 4 மணி வண்டிக்குக் காத்திருக்கிறது. ஒன்பது ஆண்டுகளாக இந்தக் காத்திருப்பு தினமும் தொடர்ந்தது. ஹச்சிகே மறைந்தபிறகு அந்தப் பகுதி மக்கள் அதன் நினைவைப் போற்றி பிளாட்பாரத்தில் வெண்கலச் சிலை எழுப்பினார்கள். இன்றும் அது இறந்த நாளான ஏப்ரல் 8ஆம் தேதியன்று மக்கள் அச்சிலைக்கு முன்னால் கூடி மரியாதை செலுத்துகிறார்கள். பயிற்சிக்காக ஒருமுறை நான் டோக்கியோ சென்றிருந்தபோது, எனக்குக் கிடைத்த முதல் வாய்ப்பில் ரயிலைப் பிடித்துப் புறநகர் ஷிபுயா ஸ்டேஷனுக்குச் சென்று, அங்கு நடைமேடையிலிருந்த ஹச்சிகோவின் சிலைக்கு முன் சில வினாடிகள் நின்றேன்.

உயிர்மை, 2013

தமிழ்த் திரையியல் ஆய்வுக்கு மேலை ஆய்வாளர்களின் பங்கு

1960களில் தமிழ்நாட்டில் சினிமா வெகுமக்கள் பொழுதுபோக்குச் சாதனமாக உருவாகி, மக்களின் வாழ்வில் ஓர் அங்கமாகி ஐம்பது ஆண்டுகள் ஆகியிருந்தாலும், கல்வியாளர்களிடையேயும் படித்தவர்களிடையேயும் சினிமா பற்றிய அக்கறை ஒன்றும் தோன்றவில்லை. இசை, நடனம் போன்ற பாரம்பரியக் கலைகளுக்கு இடமளித்த கல்விக் கூடங்கள் சினிமாவைக் கண்டுகொள்ளவேயில்லை. சினிமா பண்பாட்டு, சமூக, அரசியல் ஆற்றலாக அசுர வேகத்தில் வளர்ந்துகொண்டிருந்தபோதும் அது பாமரர்களின் பொழுதுபோக்கு என்று உதாசீனப்படுத்தப்பட்டது.

அதே காலகட்டத்தில் ஐரோப்பியாவில் ஆய்வாளர்கள், திரையியலைப் பல்கலைக்கழகங்களில் தனித் துறையாக அறிமுகப்படுத்தியிருந்தார்கள். 1968இல் திரைப்படங்களும் வரலாற்றாசிரியர்களும் என்ற தலைப்பில் யுனிவர்சிடி காலேஜ், லண்டனில் நடந்த மாநாடுதான் திரையியலின் ஆரம்பம் எனலாம். சினிமா வரலாறு, திரைப்படங்கள், பார்வையாளர்கள் உருவாக்கம் இவை யாவற்றையும் உள்ளடக்க இந்தத் துறை புதிய, சவால்கள் மிக்க துறையாக அடையாளம் காணப்பட்டது.

தமிழியலும் திரையியலும்

முந்தைய ஆண்டுகளில் மேலைநாட்டு ஆய்வாளர்களின் தமிழியல் ஆர்வம், சங்க இலக்கியம், கல்வெட்டு, கோவில் கட்டடக்கலை போன்ற துறைகளிலேயே இருந்தது. 60களில், அமெரிக்காவில் தமிழியலில் ஆர்வம் அலையெனப் பரவியிருந்த காலத்தில் தமிழ்நாட்டில் திரைக்கும் அரசியலுக்கும் ஏற்பட்டிருந்த ஊடாட்டம் சில ஆய்வாளர்களை ஈர்த்தது. தமிழியலில் அப்போது இருந்த ஆர்வத்தின் ஒரு பரிமாணமே இது. இதை ஆய்வுத் துறையாக முதலில் சுட்டிக்காட்டியது அமெரிக்காவைச் சேர்ந்த சார்லஸ் ரையெர்சன் (Charles Ryerson) மற்றும் இங்கிலாந்தைச் சேர்ந்த டங்கன் பாரஸ்டர் (Duncan Forrester) என்பவரும்தாம்.

தமிழ்த் திரை பற்றிய ஆய்வுகளின் முன்னோடிகளில் நம் கவனத்துக்குரியவர் சிகாகோ பல்கலைக்கழகத்திலிருந்த ஏ.கே. ராமானுஜனின் மாணவரான ராபர்ட் ஹார்ட்க்ரேவ் (Robert Hardgrave). இவர் தனது முதுகலைப் பட்டத்திற்குத் திராவிட முன்னேற்றக்கழகத்தின் தோற்றம், வளர்ச்சி பற்றிய ஆய்வை மேற்கொண்டார். தமிழ்நாட்டில் களப்பணியில் ஈடுபட்டிருந்தபோது, கழகத் தலைவர்களுக்கு சினிமாவில் இருந்த ஈடுபாட்டைக் கவனித்தார். 1969இல் இவர் இந்தியாவிற்குத் திரும்பித் 'தமிழ்நாட்டில் சினிமாவும் சமுதாயமும்' என்ற தலைப்பில் ஆய்வைத் தொடங்கினார்.

Economic and Political Weekly, South Asian Review போன்ற ஆய்வு இதழ்களில் இவர் வெளியிட்ட பல கட்டுரைகள் இந்தத் துறையை வெளியுலகிற்கு அறிமுகப்படுத்தின. இந்தப் பொருளின் முக்கியத்துவத்தை ஆய்வாளர்கள் சிலர் உணர ஆரம்பித்தனர். ஹார்ட்க்ரேவ்வின் ஆய்வு சினிமாவின் தாக்கம் பற்றியதே. திரைப்படங்களைப் பற்றியல்ல என்பதை நாம் நினைவில் கொள்ள வேண்டும்.

சில ஆண்டுகள் கழித்து இவரைத் தொடர்ந்து சில ஆய்வாளர்கள் தமிழ் சினிமாவின் மீது கவனத்தைச் செலுத்த ஆரம்பித்தனர். அந்த ஆண்டுகளில் திரையியல் புதிய துறையாகப் பல பல்கலைக்கழகங்களில் பரிணமித்துப் பல ஆய்வாளர்களை ஈர்த்தது. விளிம்பு நிலை மக்களைச் சார்ந்த ஆய்வு பரவிக்கொண்டிருந்த காலம் அது. ஆய்வாளர்கள் சினிமாவை வரலாற்றின் ஒரு வெளிப்பாடாகப் பார்க்க ஆரம்பித்தனர். தொடர்புத் துறைகளிலிருந்தவர்கள், அத்துறைகளின் பாரம்பரிய ஆய்வு முறைகளில் தேர்ச்சி பெற்றிருந்தார்கள். முற்றிலும் புதிதான சினிமாத் துறைக்கு அவர்கள் ஆயத்தம் ஏதும் இன்றியே

நுழைந்தனர். அவர்களுக்கு சினிமா வரலாற்றிலோ சினிமா அழகியலிலோ பரிச்சயம் இல்லை. இதற்கு விதிவிலக்காகச் சில ஆய்வாளர்கள் உண்டு. எஸ். கிருஷ்ணசாமியுடன் இணைந்து Indian Cinema என்ற முன்னோடி நூலை எழுதிய எரிக் பர்னோவ் மாதிரி (Eric Barnouw) ஆய்வாளர்கள் அவர்களுக்குப் பரிச்சயமாயிருந்த கோட்பாடுகளையே சினிமா பற்றிய ஆய்விற்கும் பயன்படுத்தினர். தங்கள் நிலையை நியாயப்படுத்த சினிமா பற்றிய ஆராய்ச்சிக்கு சினிமா இயல்பு, அழகியல் பற்றிய தேவையில்லை என்று வாதிட்டனர்.

ஆனால் உலகெங்கும் சினிமா விற்பன்னர்கள் கூற்று வேறு. இலக்கணம், தொடரியல் இவை எல்லா சினிமாவிற்கும் பொதுவானவை என்கின்றனர். இந்த இலக்கணம் ஏறக்குறைய முப்பது ஆண்டுகள் நீடித்த மௌன சகாப்தத்தில் உருவானது. சினிமா இலக்கணம், கோட்பாடுகள் அப்போதே ஏறக்குறைய முழு உருக்கொண்டுவிட்டன எனலாம். பின்னர் ஒலி, பேச்சு மொழி, வண்ணம் இவை வந்தபிறகும் இந்தக் கோட்பாடுகளில் அடிப்படை மாற்றம் ஏதும் இல்லை. ஒவ்வொரு மொழி சார்ந்த கலாச்சாரமும் அதனதன் திரைப்படங்களில் வெளிப் படலாம். அந்த சினிமாவிற்கென்ற தனிக் குணாதிசயங்களும் இருக்கலாம். ஆயினும் அடிப்படை இலக்கணம் பொதுவானது என்கின்றனர்.

உள்நாட்டு ஆய்வாளர்களுக்கு இல்லாத அனுகூலம் ஒன்று மேலைநாட்டு ஆராய்ச்சியாளர்களுக்கு இருந்தது. நல்கைகள் மூலம் கிட்டும் நிதி வசதியைப் பற்றிக் கூறவில்லை. தமிழ்நாட்டில் சினிமாத் துறையில் பணியாற்றிக்கொண்டிருந்தவர்கள் அளித்த ஒத்துழைப்பைச் சொல்கிறேன். முன்னணி நடிகர்களும் அரசியல் தலைவர்களும் அவர்களுக்குக் கேட்டவுடனேயே நேரம் ஒதுக்கிப் பேட்டி தந்தனர். ஆய்வாளர்கள் தங்களைச் சந்தித்தது குறித்து மறுநாளில் தங்கள் கட்சி இதழ்களில் பெருமையுடன் எழுதினார்கள். தரவுகள் திரட்டுவது மேலை நாட்டு ஆய்வாளர்களுக்கு எளிதாக இருந்தது.

மொழி சார்ந்த கலாச்சாரம்

தமிழ் சினிமாவில் ஆர்வம் காட்டிய மேலை நாட்டு ஆய்வாளர்கள் பலருக்கும் தமிழ்மொழியில் புலமை இல்லாமலிருந்தது. மொழி சார்ந்த பண்பாட்டுடனும் பரிச்சயம் இல்லை. அவர்களது ஆய்விற்கு இது ஒரு குறையாக அமைந்தது. ஓரளவு மொழியறிவை மட்டும் அடிப்படையாகக் கொண்டு ஒரு சமுதாயத்தின் சினிமாவை ஆராயப் புகுவது கடினம் என்று நினைக்கிறேன். ஏனென்றால் கட்புல ஊடகமான சினிமா

வில் நாம் பிம்பங்களை எதிர்கொள்கிறோம். இவை மொழி சார்ந்த கலாசாரத்துடன் இணைந்திருக்கின்றன. மனித நாகரிகத்தின் வரலாற்றில் மொழி, எழுத்து இவை உருவானதற்கு அடுத்த மைல் கல்லாக நிழற்படத்தின் வருகை அமைந்தது. பிம்பங்கள் மூலம் – அதிலும் அசையும் பிம்பங்கள் மூலமாகப் – பல நுணுக்கமான சமிக்ஞைகளைக் கொடுக்கலாம். இதையெல்லாம் பேச்சு மொழியை எதிர்கொள்வதுபோல மொழி பெயர்ப்பாளரின் உதவியால் புரிந்துகொள்வது கடினம். இந்தப் பிரச்னைகளைச் சமாளிக்கத் திரைப்படங்களைப் பற்றி ஆராயாமல் அதன் தாக்கத்தைப் பற்றியும் பார்வையாளர்களைப் பற்றியும் சிலர் ஆராய்ந்தனர். திரைப்படங்களில் தலித்துகள் எவ்வாறு சித்தரிக்கப்படுகிறார்கள் என்றோ சாதிப் பிரச்னைகள் எவ்வாறு கையாளப்படுகின்றன என்றோ மேலை நாட்டு ஆய்வாளர்களின் கவனம் செல்லவில்லை.

மேலை நாட்டு ஆய்வாளர்களின் ஆய்வுகளின் மற்றொரு அம்சத்தையும் காணலாம். வெகுசன இதழ்களையும் பிரசுரங்களையும் கவனிப்பில் எடுத்துக்கொள்ளாமலிருப்பது. தமிழ் சினிமா பற்றிய விவரங்கள் பெருவாரியாக இத்தகைய இதழ்களில்தாம் வெளியாகின்றன. அவற்றைக் கணிப்பில் சேர்க்காமல் விட்டால் அந்த ஆய்வு முக்கியப் பரிமாணத்தை இழந்துவிடும்.

இத்தகைய ஆய்வுக்கு ஒரு எடுத்துக்காட்டு அமெரிக்க ஆய்வாளர் சாரா டிக்கி (Sarah Dicky) எழுதிய *தென்னிந்தியாவில் சினிமாவும் நகர்ப்புற ஏழைகளும் (Cinema and the Urban Poor in South India, 1993)* என்ற நூல். இதில் இவர் மூன்று படங்களைக் கவனிக்கிறார். *சிந்து பைரவி (1985), அம்மன் கோவில் கிழக்காலே (1986), படிக்காதவன் (1985)* ஆகிய மூன்று திரைப் படங்களின் கதைகளை நாவல்களின் கதைச்சுருக்கம்போலச் சொல்லிச் செல்கிறார். இது சினிமாவிற்கு உகந்த அணுகுமுறை அல்ல. சினிமா எனும் கட்புலம் காட்சிப் படிமங்களாலும் குறியீடுகளாலும் ஆனது. இந்தத் திசையிலிருந்துதான் (குறியியல்) இதை அணுக வேண்டும். இதை ஒரு ஒப்பீட்டின் மூலம் விளக்க முயல்கிறேன். எம். எஸ். எஸ். பாண்டியன் எம். ஜி. ஆர். பற்றி எழுதிய *The Image Trap* நூலில் திரைப்படங்களில் பயன்படுத்தப்படும் குறியீடுகளைப் பற்றிக் கூறுகிறார். சி. எஸ். லட்சுமி தமிழ் சினிமா பற்றிய வெளியிட்ட கட்டுரைகளும் – முக்கியமாகப் *பராசக்தி* படம் பற்றிய கட்டுரை – அண்மையில் வெங்கடேஷ் சக்ரவர்த்தி *ஹே ராம்* திரைப்படத்தைப் பற்றி எழுதியுள்ள கட்டுரையும் பொருளை சினிமாரீதியாக அணுகியிருந்தன.

சினிமாவின் இலக்கணம், தர்க்கம் இவை பொதுவான – காட்சியமைப்பு, ஒளியமைப்பு, காமிராக் கோணம், படக் கோர்வை – போன்ற சில அம்சங்களால் ஆனது. இவற்றில் கவனம் செலுத்தினால்தான் படத்தின் உட்பொருளைப் பற்றி அறிய முடியும்.

பல இந்திய ஆய்வாளர்கள் – அதிலும் தமிழ்மொழியுடன் பரிச்சயம் குறைவாக ஆனால் தமிழ் சினிமாவைக் கவனிக்க முற்படும் ஆய்வாளர்கள் – இந்த மேலைநாட்டு ஆய்வாளர்களின் அணுகுமுறையைப் பின்பற்றுகிறார்கள். சினிமா மொழியின் பொது இலக்கணத்தை வைத்துத் தமிழ் சனரஞ்சகத் திரைப் படங்களை எடைபோடக் கூடாது என்கின்றனர். இத்தகைய வாதம் தமிழ் சினிமா பற்றிய நம் புரிதலுக்குத் தடையாக இருக்கிறது என்பது என் நிலைப்பாடு. சனரஞ்சக சினிமாவை உற்று நோக்க சினிமா இலக்கணத்தைக் கற்றுக்கொள்வது முக்கியப் பயிற்சி என நான் கருதுகிறேன். திரைப்படத்தைக் கட்புல ஊடகமாகத்தான் நாம் சீர்தூக்கிப் பார்க்க வேண்டும். அதற்கு சினிமாவின் ஆதாரப் பண்புகள், இயல்புகள், சாத்தியக் கூறுகள், நியமங்கள் இவற்றுடன் ஆய்வாளருக்குப் பரிச்சயம் வேண்டும். அப்போதுதான் திரையில் சூசகமாகக் கூறப்படும் கருத்துகளை அடையாளம் கண்டுகொள்ள முடியும்.

சினிமா வரலாற்றுத் துறைக்குச் சில மேலைநாட்டு ஆய் வாளரின் பங்களிப்பு முக்கியமானது. முதலில் நினைவிற்கு வருவது சிகாகோ பல்கலைக்கழக மாணவராக இருந்தபோது, தமிழ் சினிமா பற்றிய தனது ஆய்வைத் தொடக்கிய ஸ்டீவன் ஹியூஸ். மௌன சகாப்தத்தைப் பற்றியும் திரைப்படப் பார்வை யாளர்கள் உருவானது பற்றியும் ஆரம்ப காலப் பேசும்படங்கள் பற்றியும் இவர் எழுதியிருக்கும் ஆராய்ச்சிக் கட்டுரைகள் இந்தியப் பண்பாட்டு வரலாற்றுத் துறைக்கு முக்கியப் பங்களிப்புகள்.

ரோஜா இதழ், ஆடி 2013

(Newsletter of Roja Muthiah Research Library)

தமிழ் சினிமாவும் பாட்டுப் புத்தகங்களும்

சினிமாவின் எந்தப் பரிமாணத்தைப் பற்றிப் பேச முயன்றாலும் அது நம்மை சினிமா அழகியலுக்கு இட்டுச் செல்லும். அதாவது சினிமா என்னும் ஊடகத்தின் இயல்புகள், சாத்தியக்கூறுகள், நியதிகள், கோட்பாடுகள், தனித்துவங்கள் இவை கண்டிப்பாகப் பேசப்பட வேண்டும். அந்தப் பகைப்புலத்தில் தான் நாம் சினிமாவின் வெவ்வேறு கூறுகளையும் புரிந்துகொள்ள முடியும். சினிமாவின் அடிப்படை இயல்பு என்ன? காட்சிப் படிமம். இது பற்றிப் பேச வேண்டும்.

தமிழ் பேசும்படம் தோன்றியது முதல் ஏறத்தாழ ஐம்பதாண்டுகளாகத் தமிழ் சினிமாக் கலாச்சாரத்தின் முக்கிய அங்கமாக சினிமாப் பாட்டுப் புத்தகம் நிலைத்திருந்தது. எந்த அரங்குகளில் தமிழ்ப் படம் திரையிடப்பட்டதோ அங்கே இந்தச் சிறு அச்சுப் பிரதியும் இடம் பிடித்துக்கொண்டது. அரங்குகளில் இடைவேளையின்போது ‘பாட்டுப் புஸ்தகேம்’ என்ற அறைகூவல் கேட்டது. முதல் தமிழ் பேசும்படமான *காளிதாஸ்* (1931) திரையிடப்பட்டபோது அங்கே இந்தச் சிறு வெளியீடும் தோன்றிவிட்டது. கடைசியாக நான் பார்த்த பாட்டுப் புத்தகம் மணிரத்தினத்தின் *திருடா . . . திருடா* (1992) படத்தின் ஒலிப்பேழைக்குள் வைக்கப்பட்டிருந்த பாட்டுப் புத்தகம்தான்.

குஜிலிக்கடைப் பாட்டுப் புத்தகம்

தொடக்க காலத் தமிழ் சினிமாவின் பல கூறுகள் அதற்கு முந்தைய நிகழ்கலைகள் சிலவற்றிலிருந்து உள்வாங்கிக்கொள்ளப் பட்டவை. பாடல்களைச் சிறு புத்தகங்களாகப் பதிப்பிக்கும் மரபு கிராமஃபோன் தட்டுகள் வெளியிடப்பட்ட காலத்தி லேயே ஆரம்பித்துவிட்டது. இது கிராமஃபோன் சார்ந்த வணிக முயற்சியாக அமைந்திருந்தது. ஆனால் சினிமாப் பாட்டுப் புத்தகத்தின் முன்னோடி சென்னையிலிருந்து வெளியான குஜிலிக்கடைப் பாட்டுப் புத்தகங்கள்தாம்.

இருபதாம் நூற்றாண்டுத் தொடக்கத்தில் தமிழகத்தில் நாட்டுப்பாடல்கள், கதைப்பாடல்கள் அச்சிடப்பட்டு எட்டு அல்லது பத்துப் பக்கப் புத்தகங்களாகக் காலணா அரையணா வெளியீடுகளாக வந்தன. (காண்க: ஆ.இரா.வேங்கடாசலபதி யின் *முச்சந்தி இலக்கியம்*) சைனா பஜாருக்கு அருகில் இருந்த 'தீவிங் பஜார்' என்றறியப்பட்ட தெருவில்தான் இந்த அச்சகங்கள் இருந்தன. மு. மாதவய்யா அவர்கள்தான் அன்று முனிசிபல் கமிஷனராக இருந்த தன்னுடைய நண்பர் ஜே.ஆர்.மலோனி (J.R. Maloney) துரைக்கு எழுதி அத்தெருவின் பெயரைக் குஜிலித் தெரு என மாற்றச் செய்தார். அதன் பின்னர் இந்தப் பாட்டுப் புத்தகங்களுக்குக் 'குஜிலிக்கடைப் புத்தகங்கள்' என்று பெயர். இந்த வெளியீடுகளின் புது அவதாரமே சினிமாப் பாட்டுப் புத்தகம்.

உள்ளடக்கம்

முதல் தமிழ் பேசும்படமான *காளிதாஸ்* பாட்டுப் புத்தகத்தின் விலை காலணாதான். Kalidas - Song and story book என்று அட்டையில் ஆங்கிலத்திலும் தலைப்பு இருந்தது. இந்தப் படத்தில் ஏறக்குறைய ஐம்பது பாடல்கள் இடம்பெற்றிருந்தன. அதனால்தான் இந்தப் படத்தை விமர்சித்த கல்கி, 'இது தமிழ் டாக்கி அல்ல... தமிழ்ப் பாட்டி' என்று எழுதி னார். அறுபதுகள்வரை தயாரிப்பு நிறுவனங்களே பாட்டுப் புத்தகங்களையும் அச்சிட்டு வெளியிட்டன. படத்தை உருவாக் கியவர்கள் பட்டியல், கதைச் சுருக்கம், பின்னர் பாடல்கள், விளம்பரங்கள் என அவற்றின் உள்ளடக்கம் அமைந்திருந்தது. பாடலை எழுதியவர், பாடியவர்கள், இசை அமைத்தவர் போன்ற பாடல் சம்பந்தப்பட்ட பல விவரங்களும் தரப்பட் டன. சில படங்களின் பாட்டுப் புத்தகங்களில் பாட்டு வரும் காட்சியும் விவரிக்கப்பட்டிருந்தது. 'கணவன் இன்றாவது வரமாட்டாரா என்று கல்யாணி கடவுளைப் பிரார்த்திக்கின் றாள்' என்பதுபோல அல்லது 'ரேடியோ பாட்டு' என்றிருக்கும்.

படங்களுக்கு விளம்பரமாகவும் இந்தப் புத்தகங்கள் இயங்கின. சில வெளியீடுகள் கண்ணைக் கவரும்வண்ணம் வடிவமைக்கப்பட்டிருந்தன. ஒரு பாட்டுப் புத்தகம் இதய வடிவில் இருந்தது. மற்றொன்று அம்பு வடிவில் வந்தது. பள பளக்கும் ஆர்ட் காகிதத்தில் பல நிலைப்படங்களுடன் பாட்டுப் புத்தகங்கள் அச்சிடப்பட்டன. சில பதிப்புகளில் பல விளம்பரங்களும் இடம்பெற்றிருந்தன. அந்தப் படத்தின் பாடல்கள் கொண்ட கிராமஃபோன் தட்டுகள், அத்தயாரிப்பு நிறுவனத்தின் புதிய படங்கள், அந்தப் பட வினியோகஸ்தர் வெளியிடும் பிற படங்கள் ஆகியவற்றின் விளம்பரங்களும் அந்தப் பாட்டுப் புத்தகங்களில் இடம்பெற்றிருந்தன. சில சமயம் இந்திப் பட விளம்பரங்களும் இடம்பெற்றிருக்கலாம். சரஸ்வதி ஸ்டோர்ஸ் தனது கிராமஃபோன் தட்டுகளை, உரிய எண்களுடன் இப் புத்தகங்களில் விளம்பரப்படுத்தியது. சினிமாவிற்குச் சிறிதும் சம்பந்தமேயில்லாத தேயிலை, ஆடைகள் சார்ந்த விளம்பரங்களையும் சில சமயம் காண முடிகின்றது.

சில பாட்டுப் புத்தகங்களில் கதைச்சுருக்கம் தமிழிலும் ஆங்கிலத்திலும் இருந்தது. இந்தப் பகுதி சராசரியாக ஐந்து அல்லது ஆறு பக்கங்கள் நீண்டிருந்தன. *துக்காராம்* (1938) படப் பாட்டுப் புத்தகத்தில் கதைச்சுருக்கம் ஆறு பக்கங்கள் இருந்தது. *திகம்பரசாமியார்* (1950) பாட்டுப் புத்தகத்தில் கதைச் சுருக்கத்தின் முடிவில் சில கேள்விகள்: 'வடிவாம்பாளைத் தன் தம்பிக்கு மணமுடிக்க சட்டநாதன் ஏன் அவ்வளவு கஷ்டப் பட்டார்? திகம்பரசாமியார் யார்? திருட்டுப்போன குழந்தை திரும்பக் கிடைத்ததா? அலங்காரத்தின் கதி என்ன?' தொடர்ந்து, 'இவற்றிற்கு விடை வெள்ளித்திரையில் காண்க' என்றிருந்தது. சில சமயம் படத்தின் முக்கியக் கருத்து கதைச் சுருக்கத்தில் சுட்டிக்காட்டப்பட்டது.

வானரதம் (1956) படத்தின் பாட்டுப் புத்தகத்தில் கதைச் சுருக்கத்தின் கடைசி வரி: 'அதிகாரத்தால் அன்பைப் பெற முயற்சி செய்தாள் ஒரு ராணி. முடிந்ததா?' *1000 தலைவாங்கிய அபூர்வ சிந்தாமணி* (1947) படப் பாட்டுப் புத்தகத்தில் கதைச் சுருக்கத்தின் முடிவில் உள்ள பல கேள்விகளில் ஒன்று: 'சுதாமதி என்ன கதி?'

கர்நாடக இசை

கர்நாடக இசையைச் சாமான்ய மக்களிடையே பரப்பியதில் திரைப்படங்களுக்குப் பெரும் பங்கு உண்டு. ஒரு பாட்டு மூன்று அல்லது நான்கு நிமிடங்களுக்கு – 78 rpm கிராமஃபோன் தட்டின் ஓட்ட நேரத்திற்கு ஏற்ப – குறைத்து மறு உருவாக்கம்

செய்யப்பட்டது. செவ்வியல் இசைக்கு வெகுதூரத்தில் இருந்த மக்கள் இந்தப் பாடல்களைக் கேட்கவும் பாடவும் ஆரம்பித் தனர். இந்த ஜனநாயக இசை இயக்கத்திற்குப் பாட்டுப் புத்தகம் ஊன்றுகோலாக அமைந்தது. பாட்டைப் பாடியவர், எழுதி யவர் இவர்களுடைய பெயர்களுடன் பாட்டின் ராகம், தாளம் இவை குறிப்பிடப்பட்டிருக்கும். ராகம்: பிலஹரி, தாளம்: திஸ்ரம் என்பதுபோல. பல்லவி, அனுபல்லவி, சரணம் எனப் பகுதி களின்படி பாடல்கள் அச்சிடப்பட்டிருந்தன. தமிழ் பேசும்படத் தின் ஆரம்ப ஆண்டுகளில் பாட்டை எழுதியவரே இசையை யும் அமைத்தார் என்பதை நாம் நினைவில் கொள்ள வேண்டும். பாஸ்கரதாஸ், பாபநாசம் சிவன் ஆகியவர்கள்போல. ஒருவர் மட்டுமே ஒரு படம் முழுவதிற்கும் இசை அமைக்கும் வழக்கம் நிலைகொண்டது நாற்பதுகளின் பிற்பாதியில்தான்.

சமகாலப் பத்திரிகைகளைக் காணும்போது நமது சினிமாக் கலாச்சாரத்தின் முக்கியப் பகுதியாக, மக்களுடன் நெருங்கிய கலாச்சாரக் கூறாகப் பாட்டுப் புத்தகம் இருந்திருப்பதைக் காண முடிகிறது. கதைச் சுருக்கம் தமிழிலும் ஆங்கிலத்திலும் இருப்பதற்குப் பதிலாகத் தமிழிலும் தெலுங்கிலும் இருக்க வேண்டுமென ஒரு வாசகர் எழுதியிருந்தார். பாடல்களின் ராகங்களையும் மெட்டுகளையும் சில தயாரிப்பாளர்கள் அச்சிடு வதில்லை என மற்றொரு வாசகர் குறைபட்டுக்கொண்டார். திரைப்படத்தில் பணியாற்றியவர்கள் பட்டியல் முழுமையாக இருப்பதில்லை என்று ஒருவர் சுட்டிக்காட்டியிருந்தார். இந்தப் புத்தகங்களை வாங்கி பைண்ட்செய்து பாதுகாத்து வைப்பது தமிழ் சினிமா ரசிகர்களிடையே பழக்கமாக இருந்திருக்கிறது. திருநெல்வேலி பழைய புத்தகக் கடை ஒன்றில் பைண்ட்செய்த இத்தகைய சேகரிப்புகள் இரண்டு எனக்குக் கிடைத்தன.

நான் சில படங்களின் பாட்டுப் புத்தகங்களில் கதைச் சுருக்கத்தைப் படித்துவிட்டுப் படத்தைப் பார்த்தேன். எடுத்துக் காட்டாக *1000 தலைவாங்கிய அபூர்வ சிந்தாமணி*. அப்போது தான் கதைச் சுருக்கத்தின் மகிமையை நான் புரிந்துகொள்ள முடிந்தது. அதைப் படித்திருக்காவிட்டால் அந்தப் படத்தின் கதை புரிந்திருக்காது. ஆரம்பகாலப் பேசும்படங்களைப் பார்க்கும்போது காட்சிப் படிமங்கள்மூலம் கதையை நகர்த்தும் திறமை வளர்த்துக்கொள்ளப்படவில்லை எனப் படுகின்றது. ஆகவே எழுத்தறிவு பெற்றவர்கள் குறைவாக இருந்தாலும் படம் பார்க்கும் அனுபவத்தின் முக்கிய அம்சமாக இந்தக் கதைச்சுருக்கம் அமைந்திருந்தது.

காட்சிப் படிமங்கள்மூலம் கதைசொல்லும் திறனை நாம் ஏன் வளர்த்துக்கொள்ளவில்லை? 1916இல் *கீசகவதம்* என்னும்

படத்தில் தொடங்கி 18 ஆண்டுகளாக இயங்கிய தமிழ் மௌனப் படக் காலத்தில் கோவலன் கண்ணகி, நல்லதங்காள் போன்ற மக்களுக்குத் தெரிந்த கதைகளே படமாக்கப்பட்டன. ஆகவே, கதையைப் பிம்பங்கள் மூலம் சொல்ல வேண்டிய நிர்ப்பந்தம் அவர்களுக்கு இல்லை. சீதைக்கு முன் தோன்றும் மான், மாரீசனின் மாயத்தோற்றமே என்பதும் சீதை அதைத் தொடர்ந்து போவாள் என்பதும் படம் பார்ப்பவர்களுக்குத் தெரிந்திருந் தது. ஆகவே பிம்பங்கள்மூலம் கதை சொல்ல வேண்டிய நிர்ப்பந்தம் பல இயக்குநர்களுக்கு அன்று எழவில்லை. அதனால் சினிமா இலக்கணம், மொழி இங்கு வளரவில்லை.

புதிய கதைகளைப் படமாக்க ஆரம்பித்தபின், பிம்பங்கள் மூலம் கதை சொல்ல இயலாமையை நம் இயக்குநர்கள் எவ்வாறு எதிர்கொண்டார்கள்? வார்த்தைகளால் கதையைச் சொல்கிறார்கள். ஒரு கதாபாத்திரத்தைப் பேசவைத்துக் கதையைச் சொல்லிவிடுகிறார்கள். இந்தப் பழக்கத்தை அண்மையில் வந்த *சந்திரமுகி* படத்தில்கூடக் காணலாம். படத்தின் இறுதியில் கதையின் முடிச்சுகளை அவிழ்க்கும் காட்சியில் கதாநாயகன் ஒரு நீண்ட பிரசங்கமே செய்து கதையைப் பாத்திரப் பேச்சால் விளக்கும் குறுக்கு வழியை இயக்குநர் கையாண்டுள்ளார்.

அரசியல் பிரச்சாரமும் பாட்டுப் புத்தகமும்

சுதந்திரப் போராட்டக்காரர்களும் பின்னர் திராவிட இயக்கத்தினரும் இடதுசாரியினரும் தங்கள் கருத்துகளை மக்களிடையே பரப்பத் திரைப்படப் பாடல்களையும் பாட்டுப் புத்தகங்களையும் பயன்படுத்திக்கொண்டார்கள். நாடு சுதந்திரம் பெற்ற காலகட்டத்தில் *நாம் இருவர்* (1947) படத்தில் வந்த 'கருணாமூர்த்தி காந்தி மகாத்மா' பாடலும், பாரதியின் 'கொட்டு முரசே' பாடலும், பள்ளிகளில் பாடப்பட்டன. உடுமலை நாராயண கவி எழுதிய 'ஆகும் நெறி எது? ஆகா நெறி எது' என்ற பாடல் (சொர்க்கவாசல்) திராவிட இயக்கத்தின் நாத்திக கொள்கையை பறைசாற்றியது. கவிராயர் எண்பதுகள் வரை தமிழ்த்திரையுலகின் திராவிட இயக்கத்தின் குரலாக விளங்கினார். பட்டுக்கோட்டை கல்யாணசுந்தரம் பொதுவுடமைக் கருத்துகளை பாடல்களில் பொதிந்து வைத்தார். அரசிளங்குமரி படத்தில் வரும் 'சின்னப் பயலே' பாடலில் தனியுடமைக் கொடுமைகள் தீர/தொண்டு செய்யடா என்று எழுதினார். பாடல் திராவிட இயக்கத்தின் நாத்திகக் கொள்கையைப் பறைசாற்றியது.

தமிழ்நாட்டில் கல்விப்புலத்தில் அண்மையில் திரையியல் ஆய்வு அதிகரித்துள்ளது. திரைப்பட வரலாறு போன்ற துறை களில் ஆர்வம் கொண்டவர்களை நாம் இன்று காண முடிகிறது. ஆனால் முதல் இருபது ஆண்டுகளில் வந்த தமிழ் பேசும் படங்களில் வெகு சிலவே எஞ்சியுள்ளன. நாம் பார்ப்பதற்குப் படங்கள் கிடைக்காத நிலையில் அந்த ஆண்டுகளின் திரைப் பட வரலாறு பற்றி நமக்கிருக்கும் முக்கிய விவரக் களஞ்சியம் பாட்டுப் புத்தகமே. ஆனால் அச்சுப் பிரதிகளை ஆதாரமாக வைத்துத் திரைப்பட வரலாறு எழுதுவதில் உள்ள சிக்கல்களை நாம் மனத்தில் கொள்ள வேண்டும். எடுத்துக்காட்டாக நந்தனார் படத்தைப் பற்றி அறிந்துகொள்ளப் பாட்டுப் புத்தகத்தை மட்டுமே ஆதாரமாகக் கொண்டு பார்த்தால், படம் தலித் மேம்பாடு பற்றியதாகத் தோன்றும். ஆனால் படத்தைத் திரை யிட்டுப் பார்த்தால், காட்சிப் படிமங்கள் சொல்வது வேறாக இருக்கிறது. சேரியைக் காட்டும் போதெல்லாம் அங்கிருக்கும் மக்கள் யாவரும் குடிபோதையிலிருப்பதுபோல் காட்டப்படு கிறது. வேதியர், நந்தனார் பாத்திரங்களின் உடல்மொழிகள் பாரம்பரிய உயர்வு தாழ்வு நோக்கை உறுதிப்படுத்தும் வகை யில் அமைந்திருக்கின்றன.

கல்விப்புலத்தைச் சேர்ந்த பல ஆய்வாளர்கள் சினிமா பற்றிய ஆராய்ச்சிக்குப் பாட்டுப் புத்தகங்களை மூலாதாரமாகப் பயன்படுத்தியிருக்கிறார்கள். அவற்றில் பெருவாரியான ஆய்வுகள் சினிமாரீதியாக இருப்பதில்லை. இலக்கியரீதியில் அமைந்துவிடு கின்றன. 'கண்ணதாசனின் திரைப்படப் பாடல்களில் சமூகச் சீர்திருத்தம்' என்று எழுதும்போது அது இலக்கியம் சார்ந்த ஆய்வாகவே இருப்பதைக் காணலாம். சினிமா இலக்கியமல் லவே? தமிழ் சினிமா பற்றிய கல்விப்புல ஆய்வுகள் தமிழ்த் துறையிலிருந்து வருவதைக் கவனியுங்கள். சினிமாப் பாட்டை ஆராயும்போது, ஆய்வாளர் கேட்க வேண்டிய பல வேள்விகள் உண்டு. திரைப்படத்தில் பாட்டு எந்தக் கட்டத்தில் வருகின்றது? காட்சிப் படிமங்கள் அந்தப் பாட்டின் கருத்திற்குத் துணை போகின்றனவா அதை நீர்த்துப்போகச் செய்கின்றனவா? போன்ற கேள்விகள் எழுப்பப்பட வேண்டும். திரை இசை ஒரு applied art. அது தனியாகக் கேட்பதற்கென்று மட்டும் உருவாக்கப் படுவதில்லை.

பாட்டுப் புத்தகம் போன்ற அச்சுப் பிரதியை வைத்துக் கொண்டு பாடல்களை ஆராய முற்படுவதில் பிரச்னைகள் உண்டு. பாட்டை அது இடம்பெறும் காட்சிப் படிமத்திலிருந்து பிரித்துப் பார்த்து ஆராய முடியாது. அப்படித் தனியாகப்

பாடல்களை ஆய்விற்குட்படுத்தினால் அது சினிமா சார்ந்த தாக இல்லாமல் இலக்கிய ஆய்வாக மட்டுமே உருவெடுக்கும். இப்படித்தான் பல ஆய்வுகள் கல்விப்புலத்தில் இன்று நடத்தப் படுகின்றன. திரைப்படப் பாடல்கள் காட்சிப் படிமங்களுக்குத் துணைபோகத்தான் எழுதப்படுகின்றன. திரைக்கதையில் குறிப் பிட்ட கட்டங்களுக்காக எழுதப்படுபவை. திரைப்படப் பாடல் பார்க்கும் கேட்கும் அனுபவம். நாம் திரையில் பார்க்கும் காட்சி நாம் கேட்பதையும் பாதிக்கின்றது. 'பறவையைக் கண் டான் விமானம் படைத்தான்... எதனைக் கண்டான்..? மதங்களைப் படைத்தான்' என்னும் வரிகளைப் படிக்கும் போது, திரையில் அது இஸ்லாமிய இளைஞன் ஒருவனால் பாடப்படுவது என்பதை நினைவில்கொள்ள வேண்டும். அப்போதுதான் அப்பாட்டின் முழுத்தாக்கத்தையும் ஆய்வாளர் உணர முடியும்.

(4.3.2010 சென்னைப் பல்கலைக்கழகத் தமிழ் இலக்கியத் துறைக் கருத்தரங்கில் வாசித்த கட்டுரை. ரோஜா முத்தையா ஆராய்ச்சி நூலகத்தில் 2000 தமிழ் சினிமாப் பாட்டுப் புத்தகங்கள் பாதுகாக்கப்படுகின்றன.)

தமிழ் சினிமாவின் மௌனப்படக் காலம்

இருபதாம் நூற்றாண்டின் தொடக்க ஆண்டுகளில் தமிழ்ச் சமுதாயம் பெரும் மாற்றங்களைக் கண்டுகொண்டிருந்தபோது சென்னை போன்ற நகரங்களில் தொழிலாளர் வர்க்கம் உருவாகிக் கொண்டிருந்தது. பின்னி துணி ஆலை போன்ற தொழிற்சாலைகள் நிறுவப்பட்டிருந்தன. ராஜதானியின் பல நகரங்களைத் தொடர்வண்டி இணைக்கத் தொடங்கியிருந்தது. கிராமஃபோன் கர்நாடக இசையைச் சாமான்ய மக்களிடம் பரப்ப ஆரம்பித்திருந்தது. சில நகரங்களில் ஆங்காங்கே கார்களின் நடமாட்டம் தென்பட்டது. தமிழில் நாளிதழ் ஒன்று வெளிவர ஆரம்பித்திருந்தது. தந்தியும் தொலைபேசியும் இயங்கிக்கொண்டிருந்தன. இந்தக் காலகட்டத்தில்தான் முற்றிலும் தொழில்நுட்பத்தைச் சார்ந்த சினிமா என்னும் புதிய கலைவடிவம் தோன்றியது.

ஆரம்ப ஆண்டுகள்

சினிமா தமிழகத்திற்கு வருவதற்கு முன்னரே தோல்பாவைக் கூத்தின் மூலம் திரையில் தோன்றும் பிம்பங்கள் மக்களிடையே பரிச்சயமாகியிருந்தாலும் அசையும் பிம்பங்கள் புதிய சகாப்தத்தைத் தொடக்கின. சினிமா கண்டுபிடிக்கப்பட்டு, பாரிஸில் லூமியே சகோதரர்கள் சலனப்படத்தை

1895ஆம் ஆண்டு திரையில் காட்டியபின் இரண்டே வருடங்களில் அந்த அதிசயம் சென்னைக்கு வந்துவிட்டது. சென்ட்ரல் தொடர்வண்டி நிலையத்துக்கு அருகே உள்ள விக்டோரிய பப்ளிக் ஹாலில் 1897ஆம் ஆண்டு எட்வர்ட்ஸ் என்ற வெள்ளைக்காரர் சில நிமிடங்களே ஓடக்கூடிய துண்டுப்படங்கள் சிலவற்றைத் திரையிட்டுச் சலனப்படத்தைத் தென்னிந்தியாவிற்கு அறிமுகப்படுத்தினார். அன்று அந்தக் காட்சி கினிமாஸ்கோப் என்று விளம்பரம் செய்யப்பட்டிருந்தது. இம்மாதிரியான பல பெயர்கள் சூட்டப்பட்டுச் சில ஆண்டுகள் கழித்தே சினிமா என்னும் பெயர் நிலைகொண்டது.

தொடர்ந்த சில ஆண்டுகளில், சில படங்காட்டிகள் – எல்லோரும் வெள்ளைக்காரர்களே – பூங்காக்களிலோ சாலையோரங்களில் உள்ள திறந்த வெளிகளிலோ துண்டுப் படங்களைத் திரையிட்டனர். அன்று லைசென்ஸ், மின்சாரம் முதலிய பிரச்னைகள் இல்லை. ஆரம்பகாலத்தில் கையால் சுழற்றப்பட்ட புரொஜக்டர்களில் மக்னீசிய விளக்குகளே ஒளியெறிதலுக்குப் பயன்பட்டன. மின்சாரம் தேவையில்லை. மக்கள் அசையும் படங்களை ஒரு அதிசயமாகக் காணச் சென்றனர். அது தனித்துவம் மிக்க கலை வடிவாக, கலாச்சார சக்தியாக உருவாகும் என்பதற்கு அறிகுறிகள் அன்று காணப் படவில்லை. இந்தத் திரைக்காட்சிகளுக்கு மக்களிடையே நல்ல வரவேற்பிருந்ததைக் கண்ட வார்விக் மேஜர் என்ற ஆங்கிலேயர் நிரந்தர சினிமாக் கொட்டகை ஒன்றை அன்று நரசிம்மபுரம் என்றறியப்பட்ட இடத்தில் கட்டினார். இந்தக் கட்டடம் இன்றும் அதே உருவத்தில் அண்ணாசாலை அஞ்சலக வளாகத்தில் இருக்கின்றது.

பின்புலம்

ஏறக்குறைய கால் நூற்றாண்டிற்கு மேல் நீடித்த தமிழ் சினிமாவின் மௌன சகாப்தத்தில் சென்னையிலிருந்த ஸ்டுடியோக்களிலிருந்து நூற்றுக்கும் மேற்பட்ட முழுநீளக் கதைப்படங்கள் தயாரிக்கப்பட்டுச் சென்னை ராஜதானியிலும் அதற்கு வெளியிலும் திரையிடப்பட்டன. இருப்பினும் இந்த வரலாறு சரியாகப் பதிவுசெய்யப்படவில்லை. அங்கொன்றும் இங்கொன்றுமாகக் கிடைக்கும் தகவல் துளிகளை வைத்து என்ன நடந்தது என்பதை அறிய முயல வேண்டியிருக்கிறது. அந்தக் காலகட்டத்தைச் சார்ந்த ஒரே ஒரு படம்தான் எஞ்சியுள்ளது. இந்த நிலைமையில் இந்திய சினிமாஸ்டொக்ராப் கமிட்டியின் (1927) அறிக்கை மூலம்தான் மௌனப்படக் கால விவரங்களை அறிய முடிகிறது.

சாமிக்கண்ணு வின்சென்ட்

சினிமாத் தொழிலுக்கு மூன்று பரிமாணங்கள் உண்டு. தயாரிப்பு, வினியோகம், படங்காட்டுதல். தமிழ் சினிமாத் தொழில் படங்காட்டுதலில்தான் ஆரம்பித்தது. 1905இல் திருச்சி ரயில்வேயில் டிராஃப்ட்ஸ்மேனாகப் பணியாற்றிக் கொண்டிருந்த சாமிக்கண்ணு வின்சென்ட், இலங்கையி லிருந்து பிரான்ஸுக்குத் திரும்பிக்கொண்டிருந்த டுபான் (Dupont) என்ற ப்ரெஞ்சுகாரரைச் சந்தித்தார். அவரிடமிருந்த படங்காட்டும் கருவிகளையும் சில துண்டுப் படங்களையும் வாங்கித் திருச்சியில் துண்டுப் படக் காட்சிகளை நடத்தினார். வசூல் நன்றாக இருக்க, அங்கிருந்து சென்னை, விஜயவாடா, லக்னவ் போன்ற நகரங்களில் காட்சிகளை நடத்திப் பெஷாவர் வரை சென்று திரும்பினார். இவர்தான் தென்னிந்தியாவின் முதல் இந்தியப் படக்காட்சியாளர். இவர்தான் டாக்கி யுகத்தில் கோவையில் வெரைட்டி ஹால், லைட் ஹவுஸ் முதலிய திரையரங்குகளைக் கட்டிப் பின்னர் சில தமிழ்ப் படங்களையும் கல்கத்தாவில் தயாரித்தார்.

வின்சென்ட் மாதிரி மற்ற சில படங்காட்டிகளும் ஊர் ஊராகச் சென்று ஊமைப்படக் காட்சிகளை நடத்தினர். அவர்களில் ஒருவர் வெங்கையா. இவர் தான் சேர்த்த பணத்தைக் கொண்டு கெயிட்டி திரையரங்கை 1913இல் கட்டினார். தென் னிந்தியாவில் இந்தியர் ஒருவர் கட்டிய முதல் சினிமாக் கொட்டகை இது. இந்தப் படங்காட்டிகள்தாம் தமிழ் சினிமாத் தொழிலுக்கு அடித்தளமிட்ட முன்னோடிகள்.

துண்டுப் படங்கள்

தமிழ்நாட்டில் பேசாப்படங்கள் பல ஊர்களில் திரை யிடப்பட்ட ஆரம்ப காலகட்டத்தில், வெளிநாட்டிலிருந்து இறக்குமதி செய்யப்பட்ட 10 அல்லது 20 நிமிடங்களே ஓடக் கூடிய துண்டுப் படங்களே காட்டப்பட்டன. கையால் சுழற்றப் பட்ட புரொஜக்டர்கள் சீக்கிரமே சூடானதால் பல இடை வெளிகளுடன் படங்கள் திரையிடப்பட்டன. இந்த நேரங் களில், நடனம், குத்துச்சண்டை, ஜிம்னாஸ்டிக்ஸ் போன்ற நிகழ்ச்சிகள் திரைக்கு முன் நடத்தப்பட்டு அந்த இடைவெளி கள் நிரப்பப்பட்டன. சில அரங்குகளில் நடனக் கச்சேரியும் நடத்தப்பட்டது. இப்படி ஊர் ஊராகச் சென்று நடனமாடிய சில பெண்கள் பேசும்படம் வந்தபிறகு நடிகைகளாகத் திரை யுலகிற்குள் நுழைந்தனர். ரத்னாபாய் சகோதரிகள் என்று பிரபலமான நடிகைகள் இவ்வழியில் வந்தவர்களே. துண்டுப்

படங்களின் சகாப்தம் 1910 வாக்கில் முடிய ஆரம்பித்தபின்னர் சுமார் 1 மணி நேரம் ஓடக்கூடிய கதைப் படங்கள் வெளிவர ஆரம்பித்தன. இவற்றிற்கு அன்றைய பெயர் drama films. முதலில் இறக்குமதி செய்யப்பட்ட அமெரிக்க, பிரித்தானியக் கதைப் படங்கள் காட்டப்பட்டன. பின்னர் பம்பாயில் தயாரான *ஹரிஷ்சந்திரா* போன்ற இந்தியப் படங்கள் சிலவும் திரையிடப் பட்டன.

நடராஜ முதலியார்

வின்சென்டும் வெங்கையாவும் சலனப்படங்களைத் திரை யிடுவதில் ஈடுபட்டிருந்த சமயம், சென்னை ஆயிரம் விளக்கில் மோட்டார் வியாபாரம் செய்துகொண்டிருந்த ஆர். நடராஜ முதலியாரின் எண்ணம் வேறு திசையில் போயிற்று. தாமே படம் தயாரித்தால் என்ன என்று எண்ணிய முதலியார், தனது மோட்டார் கம்பெனியை அப்போதுதான் சென்னை யில் காலூன்றி இருந்த சிம்சன் கம்பெனிக்கு விற்றுவிட்டுப் படத்தயாரிப்பில் இறங்கினார். பம்பாயில் தாதா சாஹேப் பால்கே போன்றோர் இதற்கு முன்னுதாரணமாகப் படங்கள் தயாரித்து வெளியிட்டிருந்தனர்.

மோட்டார் துறையிலிருந்த ஒரு நண்பர் மூலம் கவர்னர் ஜெனரல் கர்சன் பிரபுவிடம் பணியாற்றிக்கொண்டிருந்த ஒளிப்பதிவாளர் ஸ்டுவர்ட் ஸ்மித்தின் அறிமுகம் முதலியா ருக்குக் கிடைத்தது. ஸ்மித் பூனாவிற்கு வருகிறார் எனக் கேள்விப் பட்டு, அடுத்த ரயிலைப் பிடித்து முதலியார் அங்கே போய் விட்டார். இவரது ஆர்வத்தைக் கண்ட ஸ்மித், தயக்கமின்றி உடனே பாடங்களை ஆரம்பித்தார். முதல் நாளே காமிராவைக் கையால் சுழற்றும் திறனை விளக்கிக் கூறிவிட்டுச் சிறிய துண்டுப் படங்களைத் தயாரிக்கும்படி முதலியாரிடம் சொன்னார்.

காமிராவைக் கையாளுவதைப் பூரணமாகக் கற்ற முதலியார் சென்னை திரும்பியவுடன் படத் தயாரிப்பு கம்பெனி ஒன்றைத் தோற்றுவித்தார். ஸ்மித்திடம் இருந்தே காமிரா போன்ற உப கரணங்களை வாங்கிவந்திருந்தார். மோட்டார் வியாபாரத் தில் கூட்டாளியாக இருந்த தர்மலிங்கம் முதலியாரும் தஞ்சா வூரில் இருந்து லண்டன் சென்று காமிரா வித்தையைக் கற்றுக் கொண்டு வந்திருந்த மருதப்ப மூப்பனாரும் இந்த நிறுவனத் தில் சேர்ந்துகொண்டனர். கீழ்ப்பாக்கம் மில்லர் ரோடில், எண் 10, டவர் ஹௌஸ் என்ற பங்களாவில் 1916இல் தோன்றி யது இந்தியா ஃபிலிம் கம்பெனி. இதுதான் தென்னிந்தியாவின் முதல் ஸ்டுடியோ. அன்றைய ஸ்டுடியோக்களில் தொழில்நுட்ப வசதி மிகக் குறைவாகவே இருந்தது. படமெடுக்கும் தளத்தி

லிருந்த கண்ணாடிக் கூரையின் மேல் கறுப்புத்துணி போர்த்தப் பட்டிருக்கும். அதை இழுத்து நீக்கியோ அல்லது மூடியோ வெளிச்சத்தைக் கட்டுப்படுத்திப் படமெடுப்பார்கள்.

முப்பத்தைந்து நாட்களில் தென்னிந்தியாவின் முதல் சலனப்படம் 1916இல் கீசகவதம் தயாராயிற்று. இதுதான் முதல் தமிழ்ப் படம். பாத்திரங்கள் தமிழில்தான் பேசினார்கள். ஆனால் ஒலி இல்லாததால் வசனங்கள் விவரணை அட்டைகள் மூலம் காட்டப்பட்டன. அகில உலகத் திரைப்படத்துறையில் சென்னையின் பிரவேசம் இந்தப் படத்துடன் ஆரம்பமாயிற்று. முதல் படமே புராணப்படம். பிறகு வந்த பல படங்களும் இம்மாதிரியே. ஆனால் ஐரோப்பாவிலும் அமெரிக்காவிலும் இதே நேரத்தில் தயாரிக்கப்பட்ட படங்கள் அன்றைய சமூகப் பிரச்னைகளில் அக்கறையைப் பிரதிபலித்தன என்பதை நாம் கவனத்தில்கொள்ள வேண்டும்.

நடராஜ முதலியார் புராணக் கதையொன்றைத் தேர்ந் தெடுக்கக் காரணம் இருந்தது. அது மகாபாரதக் கதை. திரௌபதி யின் மானத்தைக் காக்கப் பீமன் கீசகனைக் கொல்வதுதான் கதை. அதனால் படத்தை இந்தியா முழுவதும் காட்டலாமே! அவர் கணிப்பு சரியாக இருந்தது. பம்பாயிலும் கல்கத்தா விலும் அது திரையிடப்பட்டது. தமிழ்நாட்டில் திரையிட்ட போது கதாபாத்திரங்கள் திரையில் தோன்றியதும் தெய்வமே வந்துவிட்டதுபோல் மக்கள் பக்திப் பரவசத்தில் திளைத்தனர். தேங்காய் உடைத்துச் சூடம் ஏற்றிக் கும்பிட்டவர்களும் உண்டு. ஆறு படங்கள் தயாரித்தபின் முதலியார் சினிமாத் துறைக்கு முழுக்குப் போட்டுவிட்டார்.

அவருக்குப் பின் வந்தவர் வெங்கையாவின் மகன் பிரகாசா. லண்டனில் பயிற்சிபெற்றிருந்த இவர், கீழ்ப்பாக்கத்தில் ஸ்டார் ஆஃப் தெ ஈஸ்ட் என்ற ஸ்டுடியோவை நிறுவிப் படத் தயாரிப்பில் ஈடுபட்டார். கஜேந்திர மோட்சம் போன்ற பல புராணப் படங்களை எடுத்த பிரகாசா சில ஆவணப் படங்களையும் தயாரித்தார். அதில் ஒன்று 1927இல் இவர் எடுத்த *Indian National Congress at Gauhati* என்னும் படம். சுதந்திர இயக் கத்தைப் பற்றிய மகத்தான பதிவான இப்படம் அழிந்துவிட்டது ஒரு வரலாற்று அநீதியே. பிரகாசா டாக்கி காலத்திலும் இயங்கினார். 1957இல் *மூன்று பெண்கள்* என்ற படத்தில் பணியாற்றிக்கொண்டிருந்தபோது காலமானார்.

ஜெனரல் பிக்சர்ஸ் கார்ப்பரேஷன்

தமிழ்நாட்டின் மௌனப்பட சகாப்தத்தில் நிலைபெற்று, அதிகமான படங்களைத் தயாரித்தவர் ஏ.நாராயணன். சிவ

சொப்பனவாழ்வில் மகிழ்ந்தே

கங்கையைச் சேர்ந்த பட்டதாரியான இவர் பட வினியோகஸ்த ராகத் தொடங்கி அதன் நிமித்தம் ஹாலிவுட் சென்றார். இந்தப் பயணம் அவரது வாழ்விலும் தென்னிந்திய சினிமாவின் வரலாற்றிலும் திருப்பு முனையாக அமைந்தது. அங்குதான் அவருக்கு சினிமா தயாரிக்கும் ஆசை துளிர்விட்டது. அங்குக் கொடியோச்சிக்கொண்டிருந்த சிசில் டி மில்லி (Cecil de Mille), கார்ல் லேம்லே (Carl Laemmle) போன்ற சினிமாவுலகப் பிர பலங்களை இவர் சந்தித்தார். அன்று பெரும் புகழுடன் விளங்கிய ஜான் பேரிமூரின் (John Barrymoore) நட்பு இவருக்குக் கிடைத் தது. பின்னர், பேரிமூர் சென்னைக்கு வந்து, நாராயணனுடன் பாலக்காடு சென்று தனது மூட்டுவாத நோய்க்கு ஆயுர்வேதச் சிகிச்சை பெற்றுக்கொண்டது வெகு சிலருக்கே தெரியும். இந்தப் பேரிமூரின் பேத்திதான் இன்று புகழ்பெற்று விளங்கும் அமெரிக்க நடிகை டுரூ பேரிமூர் (Drew Barrymore).

அமெரிக்காவிலிருந்து திரும்பிச் சீக்கிரமே நாராயணன் ஜெனரல் பிக்சர்ஸ் கார்ப்பரேஷன் (ஜி. பி. சி.) என்ற ஸ்டுடி யோவை நிறுவினார். சலனப்படத் துறையின் வளர்ச்சியில் ஜி. பி. சியின் பங்களிப்புத் தனித்துவம் வாய்ந்தது. முந்தைய கம்பெனிகள் சலனப்படத் தொழில் வளர வழிவகுத்துக் கொடுத் தன என்றால், ஜி. பி. சி. அதை நிலைபெறச் செய்தது எனலாம். இந்த நிறுவனம்தான் அதிகமான சலனப்படங்களைத் தயா ரித்து சினிமாத் தொழிலுக்கே பலமான அடித்தளத்தைத் தென் னிந்தியாவில் அமைத்துக் கொடுத்தது.

புராணப்படங்கள் மட்டுமல்லாது *தர்மபத்தினி* (1929) போன்ற சமூகப் படங்களையும் நாராயணன் எடுத்தார். மொத்தம் 24 படங்களை ஜி.பி.சி. வெளியிட்டது. இவற்றின் சிகரமாக விளங்கியது திரைக்காவியம் என்று புகழப்பட்ட, இரண்டு பகுதிகளாக வெளியிடப்பட்ட *ஸ்டார் ஆஃப் மங்ரேலியா* (1931) படம். படத்தின் கதை ஆங்கில நாவலாசிரியர் ரெயி னால்ட்ஸின் (Reynolds) கதையொன்றின் தழுவலாக இருந்தா லும், அராபியப் பின்னணியில் அமைக்கப்பட்டிருந்தது.

தானே எல்லாப் படங்களையும் இயக்காமல் அவர் திறமைசாலிகளுக்குச் சந்தர்ப்பம் அளித்து ஊக்குவித்தார். ஜி.பி.சியின் சில படங்களைப் பிரகாசாவும் இயக்கினார். பிற்காலத்தில் தென்னிந்தியாவில் பல இடங்களில் திரைப்படத் தொழிலை ஆரம்பித்த முன்னோடிகள் பலருக்கு இதுதான் ஆரம்பப் பள்ளிக்கூடமாக அமைந்தது. ஒய். வி. ராவ், சுந்தர் ராவ் நட்கர்னி, ஜித்தன் பானெர்ஜி, செருகளத்தூர் சாமா ஆகியோர் தங்களது திரையுலக வாழ்க்கையை ஆரம்பித்தது இந்த ஸ்டுடி

யோவில்தான். நாகர்கோவிலில்கூட ஒரு ஸ்டுடியோ இயங்கியது. இங்கு 1931இல் உருவான படம் *மார்த்தாண்டவர்மன்* தான் இப்போது எஞ்சியிருக்கும் ஒரே தென்னிந்தியச் சலனப் படம். இது மலையாள விவரண அட்டைகளைக் கொண்டிருந்தது. பேசும்படம் வந்த பின்னர், சென்னையின் முதல் ஒலி வசதி பெற்ற சீனிவாசா சினிடோன் ஸ்டுடியோவை, நாராயணன் அமைத்தார். அதில் அவருடைய மனைவி மீனாட்சி ஒலிப்பதிவாளராகப் பணியாற்றினார்.

சென்னையில் அன்று இயங்கிய மற்றொரு ஸ்டுடியோ ஆர். பத்மனாபன் தொடங்கிய அஸோசியேட் ஃபிலிம்ஸ். இதில் தான் கே. சுப்ரமணியம் தனது திரையுலகப் பயிற்சியைத் தொடங்கினார். இதே கம்பெனியில்தான் இந்தியச் சலனப்பட வரலாற்றில் முக்கிய ஆளுமையான ராஜா ஸாண்டோவும் இணைந்திருந்தார். இந்த நிறுவனத்திற்காக இவர் *பேயும் பெண்ணும்* (1930) என்ற படத்தையும் சில சமகாலத்திய கதைகளையும் – அதாவது சமூகக் கதைகளையும் – படமாக்கினார். ஸாண்டோ எடுத்த *அநாதைப்பெண்* (1931) வை.மு. கோதைநாயகியம்மாள் எழுதிய நாவலின் தழுவல். தனக்குப் பிடித்தமான வாலிபனொருவனை மணக்க விரும்பிய பெண் அவளுடைய தந்தையால் அடித்து விரட்டப்பட்டுப் பல இன்னல்களுக்குப் பிறகு தான் நேசித்தவனிடமே சேரும் கதி. இலக்கியம் – சினிமா ஊடாட்டத்தின் ஆரம்பம் இது.

அந்த ஆண்டுகளில் படங்களில் நடிப்பதற்கு ஆட்கள் கிடைப்பதே சிரமம். அதிலும் பெண்கள் நடிக்க வரத் தயங்கினார்கள். அதைச் சமாளிக்கச் சில இயக்குநர்கள் தங்கள் படங்களில் பெண் பாத்திரங்களில் ஆண்களையே நடிக்கவைத்தனர். இந்தப் பழக்கம் பேசும்படக் காலத்திலும் நீடித்தது. *மேனகா* (1935) படத்தில் பெருந்தேவி என்னும் பெண்ணாக டி. கே. எஸ். சகோதரர்களில் ஒருவரான டி. கே. முத்துசாமி நடித்தார். அல்லது ஒரே நடிகை பல படங்களில் பல வேடங்கள் ஏற்பார். இந்தியாவிற்கே உரித்தான 'டபுள் ஆக்டிங்' பழக்கத்தின் ஆரம்பம் இதுதான்.

ஆரம்ப காலத்தில் நடிகர் என்னும் தனிப்பிரிவு இருக்கவில்லை. ஒரு படக்கம்பெனியில் வேலை பார்த்த அனைவரும் – எலெக்ட்ரீஷியன் உட்பட – நடித்தார்கள். நடிக்க வேண்டிய சமயத்தில் நடித்துவிட்டுப் பிறகு தத்தம் வேலையைப் பார்க்கப் போய்விடுவார்கள். ஜி. பி. சியில் கணக்கராக வேலை பார்த்தவர்தான் பின்னர் நடிகராகப் புகழ்பெற்ற செருகளத்தூர் சாமா. ஸ்டண்ட் படங்களுக்கு உற்சாகமான வரவேற்பு இருந்த

தால் பயில்வான்களுக்குக் கிராக்கி ஏற்பட்டது. இந்த வழியில்தான் ராஜா ஸாண்டோவும் திரையுலகில் இடம்பெற்றார். இது போன்று உருவாக்கப்பட்ட மௌனப்படக் கால நடிகர்கள் Battling மணி, ஸ்டண்ட் ராஜூ போன்றோர். மாதச் சம்பளத்தில் வேலைக்கு அமர்த்தப்பட்டிருந்த இவர்கள் படத் தயாரிப்பின் மற்ற வேலைகளையும் பழகிக்கொண்டனர். எல்லோரும் எல்லா வேலைகளையும் செய்தனர். இதனால்தான் சலனப்படங்களில் நடிகர்களாயிருந்த ஒய்.வி. ராவ், பி.வி. ராவ் போன்றோர் பிறகு இயக்குநர்களாகிப் படம் தயாரித்தார்கள்.

பொழுதுபோக்கு அம்சங்கள்

பேசாப்படக் காலத்தில் நமது திரைப்படங்களில் ஏற்பட்ட சில சினிமாப் பழக்கங்கள் டாக்கி யுகத்திலும் வேறு உருவத்தில் நீடித்து, நமது படங்களுக்குச் சில தனி இயல்புகளைக் கொடுத்தன. மௌனப்படக் காலத்தில் அதிகக் கூட்டத்தை ஈர்க்கப் படத்துடன் சம்பந்தமில்லாத வேறு நிகழ்ச்சிகளையும் சேர்த்து நடத்தும் பழக்கம் தென்னிந்தியாவில் பல நகரங்களில் இருந்தது. படம் மோசமானதாக இருந்தால் இந்தக் கேளிக்கை அம்சங்கள் அதிகமாகத் தரப்பட்டன. பாதிப் படம் திரையிட்ட பின் கோஷ்டி நடனம் இடம்பெறும். சினிமாக் கொட்டகையில் ஆடுவதற்கென்றே சில நடனக் குழுக்கள் பயணித்த வண்ணம் இருந்தன. சிறு நாடகங்களும் திரைக்கு முன் உள்ள மேடையில் நடத்தப்பட்டன. சென்னையில், ஒரு திரையரங்கில் அன்று பிரபலக் குத்துச்சண்டை வீரர்களின் சண்டைகளை நடத்தினார்கள்.

படத்தின் ஈர்ப்பை அதிகரிக்கக் கதைக்குச் சம்பந்தமில்லாத இதர கேளிக்கையொன்றைச் சேர்க்கும் இந்த வழக்கம் பேசும்படக் காலத்திலும் தொடர்ந்தது. இன்றும் நீடிக்கிறது. அநாவசியமான நடனங்கள், பாடல் காட்சிகள், சண்டைகள் ஆகியவை மௌனப்படக் காலத்தில்தான் தொடங்கின. இன்றும் இவை கதைசொல்லலில் பெரும் தொய்வை ஏற்படுத்துகின்றன.

ஒலித்தடம் கண்டுபிடிக்கப்படாத அந்தக் காலகட்டத்தில் சலனப்படத்தில் வரும் உரையாடல்களை, அத்தியாவசியமான பகுதியை மட்டும் எழுத்து ரூபத்தில், திரையில் விவரண அட்டைமூலம் காட்டினார்கள். ஓரிரு காட்சிகளுக்குப் பின் வரும் இந்த வாசகங்களைப் படிக்கத் தெரிந்தோர் மற்றவர்களுக்காகச் சத்தமாகப் படிப்பார்கள். இந்த அட்டைகள் திரையில் தோன்றும்போதெல்லாம் அரங்கில் இந்தச் சத்தம் அலைபோல் எழும். எழுத்தறிவற்றவர்கள் அதிகமாக உள்ள கிராமப்புறங்களில் இந்த அட்டைகளைச் சத்தமாக வாசிப்

பதற்கென ஒவ்வொரு சினிமாக் கொட்டகையிலும் ஒருவர் வேலைக்கு அமர்த்தப்பட்டார். அவர் திரையருகே நின்று கொண்டு திரையில் காட்டப்படும் அட்டையிலுள்ள வசனங் களைப் படிக்கவோ பின்னணி வர்ணனையோ செய்வதுண்டு.

ஆவணப் படங்கள்

கதைப் படங்கள் தயாரிக்கப்பட்ட காலத்திலேயே பல டாகுமெண்டரிப் படங்களும் எடுக்கப்பட்டன. நமக்கு 38 தலைப்புகள் கிடைத்திருக்கின்றன. ஆனால் எல்லாப் படங் களுமே அழிந்துவிட்டன. தென்னிந்தியாவின் சலனப்பட ஜாம்பவான்களாகிய நாராயணனும் பிரகாசாவும்கூடப் பல டாகுமெண்டரிப் படங்களைத் தயாரித்தார்கள். அரசாங் கத்திற்காகக் *காலராவைத் தடுப்பது எப்படி?* என்ற படத்தைப் பிரகாசா தயாரித்தார். நாராயணனும் சுகாதாரத் துறைக்காகத் *தாய்மையும் குழந்தை பராமரிப்பும், பாலியல் நோய்கள்* முதலிய டாகுமெண்டரிப் படங்களை எடுத்தார். 1921இல் பிரிட்டீஷ் அரசிற்கு எதிராக எழுந்த மாப்ளா புரட்சி பற்றி அரசே ஒரு ஆவணப்படம் தயாரித்தது. ராணுவ அதிகாரி மேஜர் ராபின்சன் அதை இயக்கினார். இரண்டு ரீல் கொண்ட அதன் முக்கிய நோக்கம் பிரச்சாரமே.

விளம்பரப் படங்கள்

இதே சமயத்தில் வியாபாரத்தைப் பெருக்குவதற்கும் சினிமா பயன்படுத்தப்படலாம் என்பது உணரப்பட்டுச் சில கம்பெ னிகள் விளம்பரப் படங்களை உருவாக்கின. அடிசன் கம்பெனி யார் கார்களைப் பற்றிய படமொன்றைத் தயாரித்தனர். இம்பீரி யல் கெமிகல் இன்டஸ்ட்ரிஸ் வேதியல் பொருட்களை விவசாயத் தில் எவ்வாறு பயன்படுத்தலாம் என்பதை விளக்கும் பட மொன்றை நாராயணனைக் கொண்டு தயாரித்தனர்.

ஆரம்ப காலத்தில் தமிழ் சினிமா பல இன்னல்களை எதிர்கொள்ள வேண்டியிருந்ததை இங்கே நாம் மனங்கொள்ள வேண்டும். சென்னையில் படம் தயாரித்தவர்களுக்குத் திரை யிட அரங்குகள் கிடைக்கவில்லை. பெரிய கம்பெனிகளின் பிடியில் இருந்த அரங்குகள் உள்ளூர்ப் படங்களைத் திரையிட வாய்ப்பு தர மறுத்தனர். சலனப்படத் தொழிலை வளரவிடா மல் வைப்பதற்கு வேறு பல இடர்ப்பாடுகளும் இருந்தன. அன்றைய பிரிட்டீஷ் அரசாங்கம் உள்நாட்டுக் கம்பெனிகளுக்கு ஊக்கமளிக்காததோடு அவற்றை நசுக்கவும் முயன்றது. இதில் வணிக நோக்கே மேலோங்கியிருந்தது. இங்கிலாந்தில் தயா ரிக்கப்பட்ட படங்களுக்கு Empire films என்று பெயர். இந்தி

யாவை மட்டுமல்லாமல் மற்ற எல்லாக் காலனிகளையும் இந்தப் படங்களுக்கான சந்தைகளாகவே கருதியது பிரிட்டீஷ் அரசு.

மௌன சகாப்தத்தின் முடிவு

அன்றிருந்த படித்தவர்களின் நோக்கம் சினிமாவின் வளர்ச்சிக்கு உதவுவதாக இல்லை. இந்த உதாசீனத்திற்குச் சமூகவியல் ரீதியான காரணம் ஒன்றிருந்தது. ஒன்றன் கீழ் ஒன்றாய், அடுக்கடுக்காய் அமைந்திருந்த நம் சமுதாயக் கட்டமைப்பிற்கு ஒவ்வொரு தளத்திற்கும் பிரத்தியேகமான சில பொழுதுபோக்குச் சாதனங்கள் இருந்தன. கீழ்த்தட்டிலிருந்தவன் ரசித்த கலை அமைப்பை மேல் தளத்திலிருந்தவர் கண்டுகொள்ளவே மாட்டார். ஆனால் சலனப்படம் யாவரும் பாகுபாடின்றிப் பார்த்து அனுபவிக்கக்கூடிய வெகுசன ஊடகமாகப் பரிணமித்தது. இது அந்தக் காலத்து மேட்டுக்குடியினருக்குச் சகிக்கவில்லை. கூலிக்காரனும் ரிக்ஷாக்காரனும் கண்டு மகிழும் ஊடகத்தை ஊக்குவிப்பதா என்ற மனோபாவம் வளர்ந்தது. சினிமாவையும் அதன் சாத்தியக்கூறுகளையும் அவர்கள் உணரவேயில்லை. ஆகவே படித்தவர்களும் எழுத்தாளர்களும் சினிமாவின் வரவையோ வளர்ச்சியையோ கண்டுகொள்ளவேயில்லை.

அன்று படமாக்கப்பட்ட பெருவாரியான கதைகள் புராணங்களிலிருந்து எடுக்கப்பட்டவையே. அக்கதைகள் அன்றைய சினிமா பார்ப்போருக்கு நன்கு பரிச்சயமான கதைகள்தாம். அவற்றைக் காட்சிப் படிமங்கள் மூலம் மக்களுக்கு விளக்கும் நிர்ப்பந்தம் இயக்குநர்களுக்கு இல்லை. தெரியாத கதை ஒன்றைத் திரையில் காட்ட வரும்போது, காட்சிப் படிமங்கள் மூலம் கதை சொல்லும் தேவை ஏற்பட்டுச் சினிமா மொழி வளர வழி பிறந்திருக்கும். புராணப்படங்களே எடுக்கப் பட்டதால் அப்படிப்பட்ட வளர்ச்சி தடைபட்டது. அன்றைய படைப்பாளிகளுக்குக் கதையைக் காட்சிப் படிமங்கள் மூலம் விளக்கும் தேவையே இல்லாமல் போய்விட்டது. சினிமா இலக்கணம் ஒன்று உருவாகும் சூழ்நிலை வராமலேபோயிற்று. இந்தக் கோணத்தில் பார்த்தால்தான் ராஜா ஸாண்டோ சமூகப் படங்கள் எடுத்ததின் முக்கியத்துவம் நமக்குப் புரியும். ஹிந்தித் திரையுலகிற்கும் தமிழ் சினிமாவிற்கும் உள்ள ஊடாட்டத்தைத் தொடங்கிய இவர் தமிழ், தெலுங்கு, ஹிந்தி, மராத்தி மொழிகளை அறிந்திருந்தார். பேசாப்படக் காலத்திலும் பேசும் பட ஆண்டுகளிலும் பம்பாயிலும் தமிழகத்திலும் சினிமா விற்குத் தன் பங்களிப்பைத் தந்த ராஜா ஸாண்டோவின் கலையுலக வாழ்வு ஆராயப்பட வேண்டிய தளம். அது

மட்டுமல்ல. தமிழ்நாட்டில் சினிமா – அரசியல் ஊடாட்டம் ஊமைப்படக் காலத்திலேயே தொடங்கிவிட்டது. தேசபக்திப் பிரச்சாரம் பல படங்களில் புகுத்தப்பட்டது. காங்கிரஸ் ஆதர வாளராக ராஜா ஸாண்டோ கல்கத்தா காங்கிரஸ் மாநாட் டிற்குச் சென்றார்.

ஏறக்குறைய முப்பது ஆண்டுகள் நீடித்த மௌன சகாப்தம், ஆர். சேலிஸ்பரி (R. Salisburry) என்ற படங்காட்டி சென்னையில் கார்சன் சர்க்கஸ் என்னும் டெண்ட் கொட் டகையில் ஜனவரி 1930இல் இங்கிலாந்திலிருந்து இறக்குமதி செய்யப்பட்ட பேசும் குறும்படங்கள் சிலவற்றைத் திரை யிட்டபோது அஸ்தமிக்க ஆரம்பித்தது. ரஷ்ய சினிமா மேதை ஐசன்ஸ்டீன் (Eisenstein) கூறியதுபோல ராட்சத ஊமை பேசத் தொடங்கியது. *Melody of Love* என்ற முழுநீள ஆங்கிலப் படம் எல்ஃபிஸ்டன் டாக்கீஸில் திரையிடப்பட்டது. ஒன்றன் பின் ஒன்றாகத் திரையரங்குகளில் ஒலி வசதி பொருத்தப்பட்டது. அதுவரை பல அரங்குகளில் சலனப்படங்கள் தொடர்ந்து திரையிடப்பட்டன. 1932இல் மைசூரில் தயாரிக்கப்பட்ட *பாக்யசக்ரா*தான் தென்னகத்தின் கடைசி மௌனப்படம்.

தமிழ் சினிமாவின் சலனப்படக் காலத்தைப் பற்றி இளம் இயக்குநர் செந்தமிழன் 2008இல் *பேசாமொழி* என ஆவணப் படம் எடுத்திருக்கிறார். கோவையிலுள்ள சாமிக்கண்ணு வின்சென்டுவின் கல்லறைக்கு அன்பர்கள் சிலர் மலர் அஞ்சலி செலுத்தும் காட்சியுடன் படம் முடிகிறது.

மனோரமா இயர் புக், 2013

பின்னர் ஒலி வந்தது...

இயற்கையின் அளப்பரிய அழகை ஆன்மா வின் சாளரம் என்றறியப்படும் கண்மூலம்தான் நாம் உணர முடியும். இரண்டாவதுதான் செவி. ஏனென் றால் கண் பார்த்துவிட்டதை அது கேட்பதனால்தான் காதிற்கு முக்கியத்துவம் கிடைக்கிறது.

– லியனார்டோ டா வின்ச்சி

முதல் தமிழ் மௌனப்படம் *கீசகவதம்* (1916) வந்து பதினைந்து ஆண்டுகளுக்குப் பிறகு 1931இல் தமிழ்த் திரைக்கு ஒலி வந்தது. அதன் வரவு தமிழ் சினிமாவின் வளர்ச்சியை எவ்வாறு பாதித்தது?

சினிமா இலக்கணம்

சினிமாவின் இலக்கணம் அதன் மௌனப் படக் காலத்திலேயே உருவாகிவிட்டது. ஏனெனில், அப்போது பிம்பங்கள்மூலம் மட்டுமே கதைசொல்ல வேண்டிய நிர்ப்பந்தம் இருந்தது. இந்தக் கட்டா யத்தில்தான் சினிமா மொழி பிறந்தது. சினிமாவின் உத்திகள் உருவாயின. சினிமாவின் பைபிள் எனக் கருதக்கூடிய *The Film Sense* நூல் ரஷிய சினிமா மேதை செர்ஜி ஐசன்ஸ்டீனால் பேசாப்படக் காலத்து அவதானிப்புகளை ஆதாரமாகக் கொண்டு எழுதப் பட்டது. சினிமா இலக்கணத்திற்கு இன்றும் அது தான் அடிப்படை நூல். இவர்தான் ரஷியப் புரட்சி யின் ஒரு நிகழ்வை *Battleship Potemkin* (1925) என அழியாக் காவியமாகப் படைத்தவர்.

அமெரிக்க, ஐரோப்பிய, ரஷ்ய சினிமாக்கள் அதனதன் மௌனப்படங்களிலிருந்து வளர்ந்து பரிணாம வளர்ச்சிபெற்றன. ஆனால் தமிழ் சினிமாவின் வளர்ச்சி வேறுவிதமாக அமைந்து விட்டது. ஏறக்குறையப் பதினாறு ஆண்டுகளாக இயங்கிக்கொண் டிருந்த மௌன சகாப்தத்தில் நூற்றிருபதிற்கும் மேலே படங் கள் உருவாக்கப்பட்டன. ஆனால் ஒலி வந்ததும், அந்தப் பேசாப் படப் பாரம்பரியத்தை விட்டுவிட்டு அந்தக் காலகட்டத்தில் வெகுமக்கள் கலாச்சாரத் தளத்திலிருந்த நாடகத்தை அப்படியே உள்வாங்கித் தனதாக்கிக்கொண்டது. இதனால் சினிமாவின் தனிப்பட்ட வளர்ச்சி பாதிக்கப்பட்டது. ஒலிதான் சினிமாவின் முக்கியப் பரிமாணம் என்றாகிவிட்டது. ஏனென்றால் கம்பெனி நாடகங்களில் ஆரம்பம்முதல் கடைசிவரை ஒலி நிறைந்திருந் தது. படமாக்கப்பட்ட நாடகமே சினிமா என்னும் தவறான நோக்கு உருவானது.

இது சினிமா வளர்ச்சியின் முக்கியமான காலகட்டத்தில் நிகழ்ந்தது. தமிழ்நாட்டில் மௌனப்படம் வளர்ந்துகொண் டிருந்த காலம். 1916இல் தொடங்கிய மௌனப்படத் தயாரிப்பு 1932 வரை தொடர்ந்தது. ஆரம்ப காலப் படங்கள் எல்லாமே புராணப் படங்களாக இருந்தன. ராமாயண, மகாபாரதக் கதைகளே படமாக்கப்பட்டன. மக்களுக்கு முன்னரே நன்கு பரிச்சயமாகியிருந்த கதைகளே திரைமூலம் சொல்லப்பட்டன. அதாவது கதைப் போக்கைப் பிம்பங்கள்மூலம் சொல்லும் கட்டாயம் அன்றைய இயக்குநர்களுக்கு இருக்கவில்லை. ஏற் கனவே தெரிந்திருந்த கதைகள்தாமே! பேசாப்படக் காலத்தின் இறுதியில் சில சமூகப் படங்கள் உருவாக்கப்பட்டன. நாராய ணன் இயக்கிய *தர்மபத்தினி* (1929), ராஜா ஸாண்டோ இயக்கிய *பேயும் பெண்ணும்* (1930) போன்ற சமகாலக் கதைகளை அடிப்படையாகக் கொண்ட படங்கள் வர ஆரம்பித்தன. இவை மக்களுக்குப் புதிய கதைகளைக் கூறின. நம்மிடையே தமிழ் சலனப்படம் எதுவும் மிஞ்சாததால், இந்தப் புதிய கதைகள் எவ்வாறு காட்சிப் படிமங்களால் சொல்லப்பட்டன, எவ்வகை இலக்கணம் உருவாக ஆரம்பித்திருந்தது என நமக்குத் தெரியாது. ஆனால் நிச்சயம் புதிய கதை சொல்லும் முறை ஒன்று ஆரம்பித்திருக்க வேண்டும் என நம்பலாம். அந்தக் காலகட்டத்தில்தான் திரைக்கு ஒலி வந்தது. வந்தவுடன் தயாரிப் பாளர்கள் கதையை நகர்த்தப் பேச்சு மொழியை நாட ஆரம்பித்தனர். முதல் தமிழ்த் திரை முயற்சியே *குறவன் குறத்தி டான்ஸ்* என்னும் தலைப்பு கொண்ட நான்கு ரீல் குறும்படம் தான். இது ஒலியை அடிப்படையாகக் கொண்ட பாட்டு – நடனக் கதம்பம் என்றறிகிறோம்.

தமிழ்ப் பாட்டி

தொடக்க காலத்திலேயே கதை சொல்லப் பிம்பங்களைக் காட்டிலும் பாத்திரப் பேச்சு, பாட்டு போன்ற ஒலி வடிவங்களையே இயக்குநர்கள் சார்ந்திருந்தனர். அதிலும் பாட்டு மிகுந்திருந்தது. ஒரு படத்தில் 40 அல்லது 50 பாட்டுகள் இருந்தன. நாடகங்களும் பாட்டுகள் மிகுந்த இசை நாடகங்களாகவே இருந்தன. இவைதாம் திரைக்கு வந்தன. இத்தகைய புலம் பெயர்தலால் இசை நாடகம் எனும் கலை வடிவம் சிதைந்து மறைய ஆரம்பித்தது தனிக்கதை.

திரையில் ஒலியின் வரவிற்கு முன்பு கம்பெனி நாடகம்தான் ஜனரஞ்சகமான பொழுதுபோக்கு அம்சமாகத் தமிழகத்தில் செயல்பட்டுக்கொண்டிருந்தது. 250 நாடகக் குழுக்கள் இயங்கிக்கொண்டிருந்தன என்று ஆய்வாளர் அரிமளம் பத்மனாபன் பதிவுசெய்திருக்கிறார். மேடை நடிகர்களுக்கு வருமானம் ஓரளவு சீராக இருந்ததால் திரையுலகு அவர்களை ஈர்க்கவில்லை. அது மட்டுமல்ல. பேசாப்படங்களுக்கு ஸ்டண்ட், குதிரையேற்றம் ஆகியவற்றில் பயிற்சிபெற்ற நடிகர்களே தேவைப்பட்டார்கள். இந்த வித்தைகளைக் காட்டக்கூடிய பாட்லிங் மணி, ஸ்டண்ட் ராஜூ போன்ற நடிகர்கள் சலனப் பட உலகில் பிரகாசித்தனர். இசைக் கலைஞர்கள், பாடும் நடிகர்கள் நாடகக் கம்பெனிகளிலேயே இருந்தனர். ஆனால் ஒலி வந்த பின்னர் – அதிலும் பேசும்படங்களுக்கு மக்களிடையே கிடைத்த வரவேற்பைப் பார்த்து – நாடகக் கலைஞர்கள் , நடிகர்கள், இசைக் கலைஞர்கள், வசனம் பாட்டெழுதி இசையமைத்த வாத்தியார்கள் என யாவரும் மேடையிலிருந்து புலம்பெயர்ந்து திரையுலகில் இடம்பிடித்தனர். அன்றிலிருந்து இன்றுவரை நாடகத்தின் தாக்கம் தமிழ்த் திரையுலகில் நிலைத்துவிட்டது.

ஒலித்தடம் வந்த 1931 காலகட்டத்தில், தமிழ் நாட்டில் திரையிடப்பட்ட படங்கள் பம்பாயில் தயாரிக்கப்பட்ட ஹிந்திப் படங்களும் வெளிநாடுகளிலிருந்து வந்த ஆங்கிலப் படங்களும்தாம். தமிழ்ப்படங்கள் வெளியிடப்பட்டால் பெரும் வரவேற்பு கிடைக்கும் என்று படத் தயாரிப்பாளர்கள் பலர் கணித்தனர். ஆனால் சென்னையில் ஒலிப்பதிவு வசதி கொண்ட ஸ்டுடியோ எதுவுமில்லை (1934இல்தான் முதல் ஒலி ஸ்டுடியோ நிறுவப்பட்டது. படமெடுக்க வேண்டுமானால் பம்பாய் அல்லது கல்கத்தா செல்ல வேண்டியிருந்தது. நடிகர்களையும் மற்றவர்களையும் அங்குக் கூட்டிச்செல்ல வேண்டும். ஒரு நாடகக் குழுவைச் கூட்டிச்சென்றால், கதை, வசனம், முக்கியமாகப் பாட்டு எல்லாமே ‘ரெடிமேடாகக்’ கிடைக்குமே! நடிப்பு

சொல்லித்தரவோ ரிகர்சலுக்கோ அவசியமிருக்காது. அங்குத் தங்கும் செலவைக் குறைத்து, வேலையைச் சீக்கிரம் முடித்து விட்டு வந்துவிடலாம். அவர்கள் ஒரு நாடகக்குழுவை ஒப்பந்தம் செய்து, கல்கத்தாவிற்கோ பம்பாய்க்கோ கூட்டிச் சென்று மேடை போன்ற செட்கள் போட்டு நாடகத்தை நடிக்கச் செய்து, காமிராவை முன்புறம் நிறுத்திவைத்துப் படம் பிடித்து வெளியிட்டனர். Frontal shot என்றறியப்படும் இந்த முன்கோண உத்தி இன்றும் நம் திரைப்படங்களில் நிலையூன்றி இருப்பதைக் காணலாம். எல்லாக் கதாபாத்திரங்களும் முன்னோக்கியே – அதாவது காமிராவை நோக்கி – மேடை நடிகர்கள்போல ரசிகர்களைப் பார்த்துப் பேசுகின்றன. (கடந்த சில ஆண்டு களாக இந்தப் பழக்கம் மறைந்துவருவது நல்ல அறிகுறி.) அந்தக் காலத்தில் நாடகத்தில் ஒலி எவ்வாறு பயன்படுத்தப்பட்டதோ அதே போல் திரைப்படத்திலும் பயன்படுத்தப்பட்டது. ஆகவே சினிமா சினிமாவாகப் பரிணாம வளர்ச்சி அடையாமல் படமாக்கப்பட்ட நாடகமாக உருவானது.

இருவகை ஒலிகள்

சினிமாவில் ஒலி இரண்டு வகையாக அறியப்படுகிறது. ஒன்று திரையில் தெரியும் ஒன்றிலிருந்து நேரடியாகப் புறப் படும் ஒலி. கதாபாத்திரங்கள் பேசுவது, பாடுவது, அறையி லிருக்கும் ரேடியோ ஒலிப்பது, திரையில் தோன்றும் ஒரு நாய் குலைப்பது என. இரண்டாவது வகை திரையில் இல் லாமல் உருவாவது. பின்னணி இசை, அசரீரிக் குரல் போன் றவை இந்த வகையைச் சேர்ந்தவை. வெண்ணிலா கபடி குழு படத்தின் ஆரம்பத்தில் கதாபாத்திரங்களை அறிமுகப்படுத் தும் குரல் இரண்டாவது வகையைச் சேர்ந்தது. இந்த வேறு பாடு அறியப்பட்டால்தான் ஒலியை சினிமாவில் சரியான முறையில் பயன்படுத்த முடியும்.

ஆனால் ஆரம்ப காலம் முதலே, தமிழ் சினிமாவில் திரையொலி குறுகிய பொருளில்தான் உணரப்பட்டது. பாத்திரப்பேச்சு, பாட்டு என்ற அளவில் மட்டும் ஒலித்தடத் தில் அவை இடம் பெறுகின்றன. அதிலும் பாத்திரப்பேச்சு மூலம் கதையை நகர்த்துவதால், பிம்பங்களின் பங்களிப்பு குறைக்கப்பட்டது. நாடகத்தில் இடையறாது ஒலித்துக்கொண் டிருக்கும் பின்னணி இசை, காட்டப்படும் காட்சிக்குச் சம்பந் தம் இல்லாவிட்டாலும், திரையிலும் வந்து நிலைகொண்டுவிட் டது. சுற்றுப்புற ஒலி, நிசப்தம் இவை புறக்கணிக்கப்படுகின்றன. திரையில் சில கட்டங்களில் உணர்வைக் கோடிட்டு காட்ட பின்னணி இசையைவிட நிசப்தம் பயனுள்ளதாக இருக்கும்.

படப்பெட்டி, அக்டோபர் 2012

மறக்கப்பட்ட முன்னோடி:
டி.பி. ராஜலட்சுமி

தமிழ் சினிமா உலகில் சில முன்னோடிகளின் வாரிசுகள் நல்ல வசதியான நிலைமையிலிருந்தால், தங்கள் தந்தையின் அல்லது தாயின் நினைவைப் போற்றி எழுதிவைக்கிறார்கள். அதே சமயம் அவர்கள்தான் தமிழ் சினிமாவை வளர்த்ததுபோலவும் இத்துறையில் பல சாகசங்களைச் செய்ததுபோலவும் பல தொழில்நுட்ப உத்திகளை அவர்களே முதன்முதலில் பயன்படுத்தியவர்கள் என்றும் வரலாற்றிற்கு முற்றிலும் புறம்பான விவரங்களை எழுதிவிடுகிறார்கள். ஒருமுறை இம்மாதிரியான தவறான தகவல்கள் அச்சேறிவிட்டால், அவை எளிதாகப் பரவிவிடுகின்றன. இத்தகைய விவரங்கள் ஆவணப்படங்களிலும் பதிவுசெய்யப்படுகின்றன. இந்தப் பின்புலத்தில் உண்மையிலேயே முன்னோடிகளாய் ஒளிர்ந்த பலர் மறக்கப்படுகின்றனர். அதில் ஒருவர் டி.பி. ராஜலட்சுமி (1911 – 1964).

சென்னையில் சலனப்படத் தயாரிப்பு தோன்றிய காலத்தில் அவற்றில் நடிப்பதற்குப் பெண்கள் முன்வரவில்லை. இது முற்றிலும் புதிய, தொழில்நுட்பம் சார்ந்த கலையானதால் ஏற்பட்ட அச்சம் மட்டுமல்ல, மக்களிடையே திரைப்படம் பற்றி இருந்த உதாசீனமும் ஒரு காரணம். கிராமஃபோன் தட்டுகளில் இசை பதிவுசெய்யப்பட்டபோதுகூடக் குரல் கெட்டுவிடும் என அஞ்சிப் பல கலைஞர்கள் தங்கள் இசையைப் பதிவுசெய்ய மறுத்ததுபோலத்தான் இதுவும். ஏழ்மைப்பட்ட குடும்பங்களிலிருந்து

சில பெண்கள் நடிக்க வந்தனர். நாடக உலகிலிருந்தும் வெகுசிலர் வந்தனர். அப்படி வந்தவர்களில் ஒருவர்தான் ராஜலட்சுமி.

சாலியமங்கலம் கிராமத்தில் பிராமணக் குடும்பம் ஒன்றில் பிறந்த திருவையாறு பஞ்சாபகேசன் ராஜலட்சுமி ஏழு வயதி லேயே திருமணம்செய்து கொடுக்கப்பட்டார். ஆனால் அவர் சீக்கிரமே தாய்வீடு திரும்ப வேண்டிவந்தது. நன்றாகப் பாடக் கூடிய சிறுமியாக, தனது பத்தாவது வயதிலேயே, முதலில் சி. எஸ்.சாமண்ணாவின் குழுவில் சேர்ந்து கம்பெனி நாடகத் துறையில் நுழைந்தார். பின்னர் கன்னையா நாடகக் கம்பெனி யில் நடித்தார். பல ஆண்டுகளாகப் புகழ்பெற்று விளங்கினார். பால பார்ட்டில் தொடங்கி, கதாநாயகன், கதாநாயகி எனப் பல வேடங்களை ஏற்று மேடையில் பாடிப் பிரசித்திபெற்றார். அவர் பணியாற்றிய கம்பெனியுடன் பர்மா, இலங்கை, மலேயா முதலிய நாடுகளுக்குச் சென்றார். தமிழ்நாட்டில் பல ஸ்பெஷல் நாடகங்களில் பங்கேற்று மேடையில் சிறந்து விளங்கினார். கம்பெனி நாடகக் காலத்தில் மேடை நட்சத்திரங்கள் ஜோடி ஜோடியாக அறியப்பட்டார்கள். கே.பி. சுந்தராம்பாள் – கிட்டப்பா, வேலு நாயர் – வேலம்மா என்று. அந்த மாதிரி, ராஜலட்சுமி, கிட்டப்பாவின் உறவினரான பிரபல மேடை நடிகர் வி.ஏ. செல்லப்பாவுடன் பல நாடகங்களில் நடித்தார்.

அந்தக் காலகட்டத்தில்தான் சென்னையில் ஏ. நாராயணன் ஜெனரல் பிக்சர்ஸ் கார்ப்பொரேஷன் என்ற திரைப்படத் தயாரிப்புக் கம்பெனியை நிறுவிப் பல வெற்றிகரமான தமிழ் சலனப்படங்களைத் தயாரித்தார். சலனப்படம் எவ்வாறு தமிழ்ப் படமாகக் கருத முடியும் என்ற கேள்வி சிலருக்கு எழலாம். அந்தப் படங்களின் கதாபாத்திரங்கள் தமிழில்தான் பேசினார் கள். ஆனால் ஒலி இல்லாததால், அவர்கள் பேச்சு எழுத்து வடிவில் ஒவ்வொரு காட்சியைத் தொடர்ந்தும் திரையில் காட்டப்பட்டது. இன்றைய திரைப்படங்களில்கூட ‘முப்பது ஆண்டுகள் கழித்து’ என்பன போன்ற சொற்களைத் திரையில் காட்டுகிறார்களே அதுபோல. சார்லி சாப்ளினின் *Gold Rush* (1925) போன்ற படங்களைப் பார்த்தவர்களுக்கு இது எளிதில் விளங்கும். இதற்கு விவரண அட்டை (title cards) என்று பெயர். 1916 தொடங்கி 1934வரை சென்னையில் 120 சலனப்படங்கள் தமிழ், தெலுங்கு விவரண அட்டைகளுடன் தயாரிக்கப்பட்டன. பெருவாரியான மக்கள் எழுத்தறிவற்றவர்களாக இருந்ததால், ஒவ்வொரு அரங்கிலும் திரையருகே ஒருவர் நின்று இந்த விவரண அட்டைகளில் உள்ளதை உரத்த குரலில் வாசிப்பார். உலகின் ஒவ்வொரு சினிமாவும் மௌன சகாப்தத்தைத் தனது வரலாற்றின் ஒரு பகுதியாகத்தான் கருதுகிறது. சார்லி சாப்ளின்

படங்கள் பிரிட்டீஷ் சினிமாவின் ஒரு பகுதி. மௌனப்படமான *Battleship Potemkin* (1925) ரஷிய சினிமாவின் குறியீடாக உலகில் அறியப்படுகிறது. ஒரு சினிமாவின் பால பருவம்தான் மௌன சகாப்தம். ஒரு சினிமாவின் வேர்கள் அதன் மௌனப்படக் காலத்தில்தான் ஊன்றி இருக்கின்றன.

1929இல் சிலப்பதிகாரக் கதையைக் *கோவலன் அல்லது The Story of the Anklet* என்ற பெயரில் ஏ. நாராயணன் சலனப் படமாகத் தயாரிக்க முற்பட்டபோது 18 வயதான ராஜலட்சுமியை நடிக்கவைத்து, அவருடைய சினிமா சகாப்தத்தைத் தொடக்கிவைத்தார். ராஜலட்சுமியின் இரண்டாம் படமும் மௌனப்படம்தான். அது புகழ்பெற்ற ராஜா சாண்டோ இயக்கிய *ராஜேஸ்வரி* (1931). அது நல்லதங்காள் கதையை மூலமாகக் கொண்டது. சாண்டோ இயக்கிய இன்னொரு படமான *உஷாசுந்தரியி*லும் ராஜலட்சுமி நடித்தார்.

ஒலி வந்து திரைப்படம் பேச ஆரம்பித்தபோது, பம்பாயைச் சேர்ந்த சாகர் மூவிடோன் *குறத்தி பாட்டும் நடனமும்* என்ற நான்கு ரீல் தமிழ்க் குறும்படத்தை 1931இல் தயாரித்தது. இதில் ராஜலட்சுமிதான் குறத்தியாகப் பாடி ஆடியிருந்தார். அதே ஆண்டு இம்பீரியல் டாக்கீஸார் தயாரித்த ஹெச்.எம். ரெட்டி இயக்கிய *காளிதாஸ்* படத்தில் கதாநாயகியாக நடித்தார். அதில் மதுரகவி பாஸ்கரதாஸ் இயற்றி, நாடக மேடைகளிலும் அரசியல் மேடைகளிலும் பிரபலமாயிருந்த *காந்தியின் கைராட்டினமே* என்ற பாடலைப் பாடி ராஜலட்சுமி சினிமாப் பாட்டு என்ற ஒரு புதிய கலாசாரக் கூறைத் தமிழ் மக்களுக்கு அறிமுகப்படுத்தினார். காளிதாசர் கதைக்கும் காந்திஜிக்கும் துளிகூடச் சம்பந்தம் இல்லையென்றாலும், தேசிய உணர்வு மிகுந்திருந்த நாட்களில் அதைப் பற்றி யாரும் கவலைப்பட்டதாகத் தெரியவில்லை. காந்திஜியின் தண்டி யாத்திரை மக்களிடையே புதிய உத்வேகத்தை ஊட்டியிருந்தது. 1931 ஒத்துழையாமை இயக்கம் தோன்றிப் பிரிட்டீஷ் அரசை உலுக்கிக் கொண்டிருந்த சமயம் அது. எல்லா ஊடகங்களும் அந்த இயக்கத்தின் தாக்கத்தைக் கொண்டிருந்தன.

*காளிதாஸி*லிருந்து பல படங்களில், பல பிரபலக் கதா நாயகர்களுடன் ராஜலட்சுமி நடித்தார். ராயல் டாக்கீஸார் தயாரித்த *கோவலனி*ல் வி.ஏ. செல்லப்பாவுடனும் *சாவித்திரி*யில் டி.எஸ். மணியுடனும் வின்சென்ட் தயாரித்த *வள்ளி திருமணத்தி*ல் சி.எம். துரைசாமியுடனும் நடித்தார். இந்தப் படங்கள் எல்லாமே கல்கத்தா ஸ்டுடியோக்களில் தயாரிக்கப் பட்டவை.

சென்னையில் தயாரிக்கப்பட்ட, அமெரிக்க இயக்குநர் எல்லிஸ் ஆர். டங்கன் இயக்கிய *சீமந்தினி (1939)* படத்தில் கதாநாயகியாக ராஜலட்சுமி தோன்றினார். கடந்த ஜனவரி மாதம், சென்னை ரோஜா முத்தையா ஆராய்ச்சி நூலகம் நடத்திய 'முப்பதுகளில் தமிழ் சினிமா' என்ற கருத்தரங்கில் டங்கன் பற்றிய குறும்படம் ஒன்று திரையிடப்பட்டது. அதில் *சீமந்தினி* படப்பிடிப்பின்போது ராஜலட்சுமி தோன்றும் காட்சி ஒன்றை டங்கன் படமாக்கும் நிகழ்வு இடம்பெற்றிருந்தது.

டங்கன் தனது சுயசரிதையான A Guide to Adventure: An Autobiography *(2001)*இல் ராஜலட்சுமியைப் பற்றி ஒரு பத்தி எழுதியிருக்கிறார். அவர் தனது இரண்டாம் தமிழ்ப் படமான *சீமந்தினி*யை இயக்கியபோது, ஸ்டுடியோக்களில் மேக்கப்பிற் கென்று தனியாகப் பணியாளர்கள் உருவாகியிருக்கவில்லை. நடிகர்களே தங்களுக்கு மேக்கப் போட்டுக்கொள்ள வேண்டும். அவர்கள் முகத்தில் மாவு பூசியதுபோல் ஒப்பனை செய்துகொள் வதைக் கவனித்த டங்கன் ஹாலிவுட்டிலிருந்து கொண்டுவந் திருந்த Max Factor மேக்கப்பை வைத்துத் தானே கதாநாயகிக்கு செட்டிலேயே ஒப்பனை செய்துவிட்டார். இது மட்டுமல்ல . . . கதாநாயகியின் கையைப்பிடித்துக் காமிராமுன் அவர் நிற்க வேண்டிய இடத்தில் கொண்டுபோய் விட்டுவிடுவார். தான் மொழிபெயர்ப்பாளரிடம் சொல்லி, அவர் அதை நடிகைக்குச் சொல்லி, அவர் தவறான இடத்தில் நிற்பதைவிடத் தானே கையைப் பிடித்துக் கொண்டுபோய்விடுவது எளிது என்று டங்கன் நினைத்தார். இயக்குநர்கள் செட்டில் நடிகைகளைத் தொடாத காலம் அது. ஆகவே டங்கனுக்கும் ராஜலட்சுமிக் கும் ரகசிய உறவு என்று வதந்தி பரவிவிட்டதாக டங்கன் எழுதியிருக்கிறார். ராஜலட்சுமியை an excellent actress என்று அவர் வர்ணித்துள்ளார். *சீமந்தினி* போன்ற படங்கள் அழிந்து விட்டன. இன்று ராஜலட்சுமியின் நடிப்பைப் பார்க்க நம்மிடம் இருப்பது அவர் கதாநாயகியின் தாயாக நடித்திருக்கும் சிட்டாடலின் *இதயகீதம் (1950)* படம் மட்டுமே. டி.ஆர். மகா லிங்கம், டி.ஆர். ராஜகுமாரி நடித்த இந்தப் படம் அவர்கள் இருவரும் பாடிய பாடல்களுக்குப் பெயர்போனது.

ராஜலட்சுமி புகழின் உச்சியில் இருந்தபோது நாவல் எழுத ஆரம்பித்தார். இரு நாவல்கள் அவரது பேனாவில் உருவாயின. முதல் படைப்பு *கமலவல்லி*, இரண்டாவது *விமலா*. அந்தச் சமயம் ஸ்ரீ ராஜம் டாக்கீஸ் என்ற திரைப்படத் தயாரிப்பு நிறுவனத்தையும் வைத்திருந்தார். அதன்மூலம் தனது முதல் நாவலை *மிஸ். கமலா (1936)* எனத் திரைப்படமாக்கித் தென்னிந்தியாவின் முதல் பெண் இயக்குநர் என்னும்

தகுதியைப் பெற்றார். வசனம் எழுதி அவரே அதை இயக்கினார். (அண்மையில் கமலவல்லி நாவல் மறுபதிப்பு செய்யப்பட்டுள்ளது.) பின்னர் வசந்தசேனா படத்தை ராஜா ஸாண்டோ இயக்கத்தில் தயாரித்தார்.

தன்னுடன் *சீமந்தினி*, லலிதாங்கி போன்ற பல படங்களில் நடித்த டி.வி.சுந்தரம் என்ற நடிகரை ராஜலட்சுமி மணந்துகொண்டார். நாடகமேடை, சலனப்படங்கள், பேசும் படங்கள், இலக்கியம் எனப் பல தளங்களில் இயங்கிய இவர் தனது கடைசிக் காலத்தில் வறுமையில் வாடினார் என்று அவருடைய மகள் அண்மையில் ஒரு பத்திரிகைக்குக் கொடுத்த நேர்காணலின் மூலம் அறிகிறோம்.

◯ ◯ ◯

ராஜலட்சுமி நடித்த படங்கள்:

தமிழ் சலனப்படங்கள்:

1. *கோவலன் அல்லது Fatal Anklet*, 2. *ராஜேஸ்வரி*, 3. *உஷா சுந்தரி*.

தமிழ் பேசும்படங்கள்:

1. *காளிதாஸ்*, 2. *சாவித்திரி*, 3. *ராமாயணம்*, 4. *வள்ளி திருமணம்*, 5. *கோவலன்*, 6. *அரிச்சந்திரா*, 7. *திரௌபதி வஸ்திராபரணம்*, 8. *குலேபகாவலி*, 9. *லலிதாங்கி*, 10. *சீமந்தினி*, 11. *பாமா பரிணயம்* 12. *வீர அபிமன்யு*, 13. *மிஸ். கமலா*, 14. *பக்த குமணன்*, 15. *மதுரை வீரன்*, 16. *தமிழ்த் தாய்*, 17. *உத்தமி*, 18. *பரஞ்ஜோதி*, 19. *இதயகீதம்*.

இயக்கிய படம்:

மிஸ். கமலா.

தயாரித்த படங்கள்:

1. *மதுரை வீரன்*, 2. *வசந்தசேனா*.

படப்பெட்டி 2012

ராஜா ஸாண்டோ

பி.கே. நாகலிங்கம் என்ற ராஜா ஸாண்டோ விற்கு (1894 – 1943) வீட்டில் ராஜா பிள்ளை என்று பெயர். புதுக்கோட்டையில் தேகப்பயிற்சி நிபுண ராகவும் மல்யுத்தத்திலும் பயிற்சி பெற்றிருந்ததால் ஸாண்டோ (உருது சொல்) என்றழைக்கப்பட்டார். இப்பெயர் கொண்ட வேறு சிலரும் தமிழ் சினிமா வரலாற்றில் தோன்றுகின்றனர். எஸ்.ஆர். ஸாண்டோ *நீலமலைக் கைதி* (1940) படத்தின் கதாநாயகர். சாண்டோ சின்னப்பதேவரை நாம் எல்லோரும் அறிவோம்.

தமிழ்நாட்டில் பேசாப்படங்கள் பல ஊர்களில் திரையிடப்பட்ட ஆரம்ப காலகட்டத்தில், வெளி நாட்டிலிருந்து இறக்குமதி செய்யப்பட்ட 10 அல்லது 20 நிமிடங்களே ஓடக்கூடிய துண்டுப் படங்களே காட்டப்பட்டன. புரொஜக்டர்கள் சீக்கிரமே சூடானதாலும் பல இடைவெளிகளுடன் படங் கள் திரையிடப்பட்டன. இந்த நேரங்களில், நடனம், குத்துச்சண்டை, ஜிம்னாஸ்டிக்ஸ் போன்ற நிகழ்ச்சி கள் திரைக்கு முன்னால் நடத்தப்பட்டு அந்த இடைவெளிகள் நிரப்பப்பட்டன.

ராஜா ஸாண்டோ ஊர் ஊராகச் சென்று, தனியாகவும் திரையரங்குகளிலும் ஜிம்னாஸ்டிக்ஸ் செய்து பணம் சம்பாதித்தார். பாண்டிச்சேரியில் துண்டுத் திரைப்படக் காட்சிகளை நடத்திக்கொண் டிருந்த செல்லம் செட்டியார் சாண்டோவைத் தனது காட்சியில் உடற்பயிற்சி வித்தைகள் காட்ட

அழைத்தார். பேசாப்பட ஆரம்ப காலத்தில் சாமிக் கண்ணு வின்சென்ட், வெங்கையா போன்ற முன்னோடிகள் ஊர் ஊராகச் சென்று துண்டுப் படங்களைக் காட்டிப் பொரு ளீட்டிப் பின்னர் நிரந்தரத் திரையரங்குகளைக் கட்டினர். இந்தப் படங்காட்டிகள்தாம் தமிழ் சினிமாவின் முன்னோடி கள். திரைப்பட உலகுடன் ஸாண்டோவின் சம்பந்தம் திரை யரங்குகளில் அவர் நடத்திய ஜிம்னாஸ்டிக்ஸ் காட்சிகளுடன் தான் ஆரம்பித்தது.

1920இல் பம்பாய் சலனப்படத் துறையில் ஸ்டண்ட் வேலை செய்யக்கூடிய பயில்வான்களுக்கு ஏகக் கிராக்கி. சென்னையில் அப்போது படத்தயாரிப்பு மிகவும் மந்த நிலை யில் இருந்தது. நடிகனாக வேண்டும் என்ற ஆசையால் உந்தப் பட்ட ஸாண்டோ நேராகப் பம்பாய் போய்ச் சேர்ந்தார். தன் திறமையைக் காட்டி நேஷனல் பிலிம் கம்பெனியில் ஸ்டண்ட் நடிகரானார். 1923இல் வந்த *வீர் பீம்சேன்* போன்ற படங்களில் நடித்து அகில இந்தியப் புகழ்பெற்றார். அன்றைய சிறப்பு மிக்கத் தயாரிப்பகங்களான கோஹினூர் பிலிம்ஸ், இம்பீரியல் பிலிம்ஸ் முதலிய கம்பெனிகளின் படங்களில் நடித்துக் குணசித்திர நடிகரானார். பின்னர் அங்கு ரஞ்சித் ஸ்டுடியோவில் மாதச் சம்பளத்தில் அவர்களது தயாரிப்புகள் சிலவற்றை இயக்கிப் புகழ்பெற்றார்.

ஹிந்திப்பட உலகின் ஜாம்பவானாய் விளங்கிய சந்துலால் ஷா, நடிகை கோஹர், ஸாண்டோ மூவரும் சேர்ந்து கோஹி னூர் கம்பெனியின் சில படங்களில் நடித்தார்கள். 1928இல் வெளிவந்த *விஸ்வமோகினி, கிருஹலக்ஷ்மி* போன்ற பல பேசாப்படங்கள் இவருக்கு வெற்றியையும் புகழையும் தேடித் தந்தன. இந்தச் சமயத்தில்தான் ஆர். பத்மனாபன் தொடங்கிய அசோசியேட்டட் பிலிம்ஸ் கம்பெனியில் சேர்ந்திருந்த கே. சுப்ர மணியம் ஸாண்டோவின் திறமையைக் கண்டு, அவரைச் சென்னைக்கு வரவழைத்துப் படங்களில் நடிக்கச் செய்தார்.

ஒலி வந்தபின் ஸாண்டோவை மறுபடியும் பம்பாய் ஈர்த்தது. அங்குச் சென்று கோஹர் போன்ற நட்சத்திர நடிகை களுடன் இணைந்து நடித்துப் பெயர் பெற்றார். ஸ்ரீ ஷண்முகா னந்த டாக்கீசார் *மேனகா* படத்தைப் பம்பாயில் தயாரிக்க முற்பட்டபோது, அதை இயக்குவதற்கு ராஜா ஸாண்டோவைத் தேர்ந்தெடுத்தனர். பின்னர் அவர் சென்னை வந்து *வசந்தசேனா* (1936), *விஷ்ணு லீலா* (1938) போன்ற பல தமிழ்ப் படங்களை இயக்கினார். இந்த இரண்டு படங்களிலும் அவர் முக்கியப் பாத்திரங்களேற்று நடிக்கவும் செய்தார். *வசந்தசேனா* படம்

காளிதாசரின் சமஸ்கிருதப் படைப்பான *மிருச்சகடிகா*வைத் தழுவியது. 1941இல் ஜானகி பிக்சர்ஸ் என்ற படக் கம்பெனியைத் தொடங்கிச் *சூடாமணி* (1941) என்ற தெலுங்குப் படத்தை ஸாண்டோ தயாரித்தார். இந்தக் காலகட்டத்தில் ஸாண்டோ விற்கு எடுத்த பாராட்டு விழாவிற்குக் காங்கிரஸ் தலைவர் சத்தியமூர்த்தி தலைமை தாங்கினார். கோயம்புத்தூரில் 1943ஆம் வருடம் செப்டம்பர் 24ஆம் தேதி மாரடைப்பில் ராஜா ஸாண்டோ காலமானார். குடிப்பழக்கத்தினால் அவர் உடல் நலிவுற்றிருந்ததாக ஒரு குறிப்பு கூறுகிறது.

நடிகர், இயக்குநர், தயாரிப்பாளர், திரைக்கதை எழுது பவர் எனப் பல பரிமாணங்களில் தமிழ் சினிமாவின் வளர்ச் சிக்குப் பங்களித்தவர் ராஜா ஸாண்டோ. சில ஹிந்திப் படங் களையும் இயக்கினார். ஆனால் இவர் நடித்த, இயக்கிய ஒரு படம்கூட இன்று நம்மிடம் இல்லை. ஹிந்தித் திரையுலகிற்கும் தமிழ் சினிமாவிற்கும் உள்ள ஊடாட்டத்தைத் தொடங்கிய இவர் தமிழ், தெலுங்கு, ஹிந்தி, மராத்தி மொழிகளை அறிந்தி ருந்தார். பேசாப்படக் காலத்திலும் பேசும்பட ஆண்டுகளிலும், பம்பாயிலும் தமிழகத்திலும் சினிமாவிற்குத் தனது பங்களிப் பைத் தந்த ராஜா ஸாண்டோவின் கலையுலக வாழ்வு ஆராயப் பட வேண்டிய தளம்.

இருபதாம் நூற்றாண்டின் ஆரம்ப வருடங்களில் தமிழ் நாட்டின் நிலைமை, அன்றைய சமுதாயத்தின் செயல்பாடுகள் பற்றிய விவரங்களை நமக்கு அளிப்பதுடன் வெகுமக்கள் கலாச்சாரத்தின் தொடக்க காலத்தைப் பற்றிய சாளரமாகவும் 1945இல் வெளியான *ராஜா ஸாண்டோ* என்ற நூல் அமைகிறது. மௌனப்படக் காலத்தில் கதைகள் படமாக்கப்பட்ட முறை கள் பற்றிச் சில அரிய தகவல்களும் நமக்குக் கிடைக்கின்றன. பேசாப்படக் காலத்திலேயே, செல்லம் செட்டியார் போன்ற சிலர் ஊர் ஊராகச் சென்று சலனப்படங்களைத் திரையிட் டது பற்றி அறிகிறோம். தமிழ்நாட்டில் வளர ஆரம்பித்திருக்கும் திரையியல் ஆய்வுகளுக்குப் பயன்படக்கூடிய இந்நூல் 1940 களின் தமிழ் உரைநடைக்கு நல்ல எடுத்துக்காட்டாக அமைந் துள்ளது.

ராஜா ஸாண்டோவின் சில படங்கள்

பேசாப்படங்கள்:

1. *பக்த போடணா,* 2. *வீர் பீம்சேன்,* 3. *விஸ்வமோகினி,* 4. *கிருஹலக்ஷ்மி,* 5. *ரஸியா கேர்ள்,* 6. *அபிசீனிய அடிமை,* 7. *கிருஷ்ணகுமாரி,* 8. *சாம்ராட் சிலதித்ய,* 9. *மைனாகுமாரி,*

10. *படித்த மனைவி*, 11. *குணசுந்தரி*, 12. *வீரகுணாளன்*, 13. *தேவதாசி*, 14. *காலா சோர்*, 15. *நீரா*, 16. *நாகபத்மினி*, 17. *வீர பத்மினி*, 18. *இரவு காதல்*, 19. *பேயும் பெண்ணும்* (1930), 20. *நந்தனார்* (1930), 21. *ஹிந்துஸ்தானின் பெருமை* (1930), 22. *ராஜேஸ்வரி* (1931), 23. *அநாதைப் பெண்* (1931), 24. *உஷா சுந்தரி* (1931), 25. *பக்தவத்சலா* (1931).

(முதல் பதினெட்டுப் படங்களும் பம்பாயில் தயாரிக்கப் பட்டவை).

பேசும்படங்கள்:

1. *பாரிஜாத புஷ்பஹாரம்* (நடிகராக), (1932) 2. *மேனகா* (1935), 3. *சந்திரகாந்தா* (1936), 4. *வசந்தசேனா* (1936), 5. *மைனர் ராஜாமணி* (1937), 6. *விஷ்ணுலீலா* (1938), 7. *திருநீலகண்டர்* (1939), 8. *நந்தகுமார்* (1938) (நடிகராக), 9. *ஆராய்ச்சிமணி* (1942). (முதல் இரண்டு படங்களும் பம்பாயில் தயாரிக்கப்பட்டவை)

(இந்தப் பட்டியல் முழுமையானதல்ல.)

(டி.வி. ராம்நாத் எழுதிய *ராஜா ஸாண்டோ* (1945) என்ற நூலின் புதிய பதிப்பிற்கு முன்னுரை)

கதாபுருஷன்: அடூரின் உலகிற்கு ஒரு சாளரம்

அடூர் கோபாலகிருஷ்ணன் மேடையில் தனியாக அமர்ந்திருந்தார். அவரது படங்கள் – ஒரு கதைப் படம், ஒரு ஆவணப்படம் – திரையிட்டு முடிந்தபின், பார்வையாளர்களுக்கு அவரிடம் கேள்விகள் கேட்க வாய்ப்பளிக்கப்பட்டிருந்தது. ஒருவர் எழுந்தார். 'கலைப்படத்திற்கும் ஆவணப் படத்திற்கும் என்ன வித்தியாசம்?' என்று கேட்டார். அதற்கு அடூர், 'எனக்குத் தெரியாது. நான் கலைப் படம் எடுப்பதில்லை. சினிமா எடுக்கிறேன்' என்றார்.

❍ ❍ ❍

1995ஆம் ஆண்டு நாட்டில் சிறந்த படத்திற்கான தேசிய விருது பெற்ற, அடூர் இயக்கிய கதாபுருஷன் திரைப்படம் சென்னையில் Lights On அமைப்பால் ஜூன் மாதம் ஒரு நாள் திரையிடப்பட்டது. கதைசொல்லி முதியவர் ஒருவர் கூறும் தொன்மக் கதையுடன் படம் தொடங்குகிறது. அக்கதையின் விளக்கமாகத் திரைக்கதை 1940களிலிருந்து 1980கள் என்ற காலகட்டத்தில் வளர்கிறது.

படக்கதை

பெற்றோர் ஒருவரைவிட்டு ஒருவர் பிரிந்து வாழ்ந்ததால், குஞ்சுன்னியின் குழந்தைப் பருவம் சீராக அமையவில்லை. தந்தையின் அன்பை அறியாது, பாட்டி வீட்டில் தாயுடன் வளர்கிறான். வாலிபப் பருவத்தில், சமூகத்தில் எல்லாப் பிரச்சினைகளுக்கும் மார்க்ஸியமே தீர்வு என நம்பி

மாவோயிஸ்டுகள் குழுவில் சேர்ந்து சிறையிலடைக்கப்படுகின்றான். விசாரணைக்குப் பின் விடுவிக்கப்படுகிறான். கேள்விகளுக்கு விடை தேடி அலுத்துத் தன் கிராமத்திற்கு வந்து, தன் இளமைப் பருவத் தோழி மீனாட்சியை மணந்துகொள்கிறான். தன்னால் எழுத முடியும் என்ற உண்மையை உணர்ந்த பின் மனநிறைவுடன் வாழ்க்கையைத் தொடர்கிறான்.

சுதந்திரத்தைக் கட்டுப்படுத்தும் அமைப்புகள், கருத்தாக்கங்கள் ஆகியவற்றுக்கும் மனித உணர்வுகளுக்கும் சதா நடைபெற்றுக்கொண்டிருக்கும் போராட்டம்தான் படத்தின் கருப்பொருள், அதன் அடிநாதம். சமூகத்தின் பல அமைப்புகள் – அரசு, மதம் உட்பட – அடிமைப்படுத்துதல், கட்டுப்படுத்துதல் போன்ற செயல்களில் ஈடுபடுகின்றன. இவற்றுக்கு எதிராக ஒரு தனிமனிதன் நடத்தும் போராட்டமே குஞ்சுன்னியின் கதை. அடிமேல் அடிபட்டாலும், குஞ்சுன்னி தனது வெற்றிகளிலும் தோல்விகளிலும் வளரும் வாய்ப்புகளையே காண்கின்றான். கதைசொல்லி கூறும் கதையின் மையக் கருத்தும் இதுதான்.

கதகளிப் பாரம்பரியத்தில் தோன்றி, நாடகத்தில் ஈடுபாடு கொண்டு, பின்னர் சினிமாக் கலையை முறைப்படி கற்ற கோபாலகிருஷ்ணன், நிகழ்கலைகளின் அழகியலில் ஆழ்ந்த ஈடுபாடு கொண்டவர். சினிமாமீது பரவலாக இருக்கும் உதாசீன நோக்கில், அக்கலை வடிவின் நியாயங்கள், நெறிகள், தனித்தன்மைகள் நீர்த்துப் போய்விடக் கூடாது என்பதில் தீவிர அக்கறை கொண்டவர். கடந்த ஆண்டுகளில் அரசின் சினிமா சார்ந்த கொள்கைகள் பற்றி அவர் எடுத்த பல நிலைப்பாடுகள் இந்தக் கரிசனத்தை அடிப்படையாகக் கொண்டவை. சினிமாவின் கோட்பாடுகள், கருதுகோள்கள், சாத்தியக் கூறுகள் ஆகியவற்றில் நல்ல பரிச்சயம் கொண்டவர். சினிமா எனும் கட்புல ஊடகத்தின் இயல்புகளை நன்கு உணர்ந்தவர். (தனது அணுகுமுறையை அடூர் *சினிமாயுடய லோகம்* என்ற நூலில் விளக்கியிருக்கிறார். 1983இல் சிறந்த சினிமா நூலுக்கான தங்கத் தாமரை விருது பெற்ற இந்நூல் மீரா கதிரவனால் தமிழில் மொழிபெயர்க்கப்பட்டு *சினிமா உலகம்* எனக் கனவுப் பட்டறையால் பதிப்பிக்கப்பட்டுள்ளது.) மேடை, திரை ஆகிய இரண்டு ஊடகங்களிலும் தேர்ந்த ஒருவரால் மட்டுமே அவற்றின் தனித்தன்மைகளை இவ்வளவு துல்லியமாகக் கணிக்க முடியும். பிம்பங்களால் ஆனது சினிமா என்ற உண்மை அவரது படங்களைப் பார்க்கும்போது தெளிவாகிறது.

இயக்குநரின் பாணி

திருவாங்கூர் சமஸ்தானத்தில் சி.பி. ராமசாமி அய்யர் திவானாக இருந்த காலகட்டத்தில் கதை தொடங்குகிறது. காலமாற்றத்தை, வேரூன்றிய நிலபிரபுத்துவ மதிப்பீடுகள் மாறுவதை அர்த்தம் பொதிந்த பிம்பங்களால் விவரிக்கிறார் அடூர். சிறு சிறு உபகரணங்களால் கதை நடக்கும் காலத்தைப் பார்வையாளனுக்கு உணர்த்துகிறார். ஒரு இடத்தில் பழைய மாடல் ஃபோர்டு கார், இன்னொரு இடத்தில் போலீசாரின் சீருடை, மற்றொரு கட்டத்தில் *செம்மீன் (1965)* படத்தில் வரும் '*பெண்ணாளே... பெண்ணாளே... கருமீன் கண்ணாளே*' பாட்டு ஒலித்தடத்தில் – வானொலியில் – லேசாகக் கேட்கிறது. ஒரு காவல் நிலையத்தில் குடியரசுத்தலைவர் பக்ருதீன் அலி அஹமதின் படம் எமெர்ஜென்சியை நினைவூட்டுகிறது. 1980 களைப் பிரதிநிதித்துவப்படுத்த ஒரு அம்பாஸிடர் கார். உடைகள், வீட்டில் பயன்படுத்தும் பாண்டங்கள் போன்றவற்றில் கூர்மை யான கவனம் செலுத்தப்பட்டிருப்பது தெரிகிறது. சிறு கிராமத்தில் நடக்கும் கதையில், ஐம்பது ஆண்டு இந்திய வரலாற்றின் சுவடுகள் பதியும் விதத்தை அடூர் தெளிவாகக் காட்டுகிறார்.

எழுத்தாளர்களுக்கு எப்படித் தனி நடை உண்டோ அதே போல் ஒவ்வொரு இயக்குநருக்கும் ஒரு பாணி உண்டு. அடூரின் பாணி தனித்துவம் கொண்டது. பிம்பங்களை மிகக் கவனமாகத் தயாரிக்கிறார். படத்திலுள்ள பாத்திரங்கள் பேசி, வார்த்தைகளால் கதையை நகர்த்துவதில்லை. அவரது கவித் துவமான காட்சிப் படிமங்கள் கதை சொல்லிப்போகின்றன. படங்கள் பேசுகின்றன. அவரது சினிமா உண்மையிலேயே பேசும்படம். பாத்திரப்பேச்சு குறைவாகவும் இயல்பாகவும் இருக்கிறது.

ஒலித்தடத்தில் பின்னணி இசையை அடூர் மிக அரிதாகவே பயன்படுத்துகிறார். சுற்றுச்சூழல் ஒலிகளையே அதிகம் கேட்க முடிகிறது. மாங்குயிலின் கரைதல், ஆள்காட்டிக்குருவியின் எச்சரிக்கைக் குரல், நெஞ்சைச் சுண்டியிழுக்கும் அக்காகுயிலின் கூவல் போன்றவை பிம்பங்களுக்கு இன்னொரு பரிமாணம் அளித்துக் கேரளத்துப் புறவுலகிற்குப் பார்வையாளர்களை இட்டுச்செல்கின்றன. திரைச் சட்டத்தைச் செடிகொடிகள், மரங்கள் சதா வியாபித்திருக்கின்றன. பச்சைப்பசேலான வயல் வெளிகள், கோயில்கள், குளங்கள், காயல்கள் இவற்றைக் காட்டிக் கேரளத்து வாழ்பனுபவத்தைப் பார்வையாளர்களுக்கு உணர்த்துகிறார்.

காட்சிப் படிமங்கள்

காமிரா அலட்டிக்கொள்ளாமல் குறைந்தபட்ச அசைதல்களுடன் பிம்பங்களைப் பதிவுசெய்கிறது. காமிராவின் அசைவு, கண்களுக்கு இதமாக, மெதுவாக, கேரளத்துக் காயலில் மிதந்து செல்லும் பாய்மரப்படகு போல அமைகிறது. திரைப்படத்தின் பெருவாரியான அசைதல் சட்டத்திற்குள்ளேயே பாத்திரங்களின் நடமாட்டங்களாக நிகழ்கிறது. ஒரு எடுத்துக்காட்டு: காந்தியின் மரணச் செய்தி கிராமத்தில் ஏற்படுத்தும் தாக்கம் பற்றியது. தூரத்துக் காட்சிகள் மிகச் சிலவாகவே உள்ள இப்படத்தில் ஒரு பரந்த வயல் வெளிக்காட்சி தொடுவானம்வரை நீள்கிறது. நட்ட நடுவே திரையின் மேலிருந்து கீழாக ஒரு பாதை. மக்கள் வயல்வெளியின் வெவ்வேறு திசைகளிலிருந்து வரப்புகளின் மீது நடந்து வந்து, பாதையை அடைந்து கிராமம் நோக்கிச் செல்கிறார்கள். அமைதியாக ஆனால் வேகமாக. இந்தக் காட்சியை நான் சிலாகித்து அவரிடம் பேசியபோது, முதலில், மகாத்மா சுடப்பட்ட செய்தி கிராமத்துப் பள்ளிக்கூடத்தில் ஆசிரியர்களால் மாணவர்களுக்குச் சொல்லப்படுவது போல் அமைத்திருந்ததாகவும், பின்னர் கொலை நடந்தது ஒரு விடுமுறை நாளில் என்பதையறிந்து காட்சியை மாற்றியமைத்ததாகவும் அடூர் கூறினார்.

ஒவ்வொரு சட்டமும் ஒரு ஓவியத்தின் ஒழுங்கமைப்பைக் கொண்டிருக்கிறது. யானை ஒன்றைப் பாகன் ஓட்டிக்கொண்டு வரும் காட்சியில், ஒழுங்கமைப்பை மாற்றாமல், காமிரா நகர்த்தப்பட்டு உருவாக்கப்பட்ட காட்சி அற்புதமாக அமைந்துள்ளது. இப்படத்தில் 'வருதல்' – அதாவது காட்சியில் ஒரு பாத்திரம் தோன்றுவது – ஒவ்வொருமுறையும் வெவ்வேறுவிதமாகப் படமாக்கப்பட்டிருக்கிறது. சட்டத்தின் பக்கவாட்டிலிருந்து யாரும் நுழைவதில்லை. அது நாடகத்தின் தன்மையாயிற்றே! படத்தின் இறுதியில் குஞ்சுன்னியுடைய தந்தையின் காதலியின் மகன் வரும் காட்சி சிறந்த எடுத்துக்காட்டு. மரணப்படுக்கையிலிருக்கும் அப்பா, அவனைக் காண விரும்புவதாகச் சொல்கிறார். மனிதாபிமானம் நிறைந்த காட்சி. எழிலார்ந்த காட்சிப் படிமங்கள் நம் உணர்வுகளை உசுப்பிவிடுகின்றன. No image can be more beautiful than its meaning என்ற வரிகள் நினைவிற்கு வருகின்றன.

நல்ல படத்தைப் பார்க்கும் அனுபவம் சிறந்ததொன்றாக அமையப் பல கூறுகள் இணைய வேண்டும். சீரான ஒளிவீச்சு, துல்லியமான ஒலியமைப்பு, இடைவேளை எனும் குறுக்கீடு இல்லாத திரையிடல், அமைதியான சகபார்வையாளர்கள் இவை தேவை. சத்யம் அரங்கில் அன்று இவையாவும்

இருந்தன. கதவுகள் சாத்தப்பட, விளக்குகள் அணைக்கப் பட்டுத் திரைப்படம் நம் முன் விரிகிறது. படைப்பாளி உருவாக்கிய அந்த உலகில் பார்வையாளர் தொந்தரவின்றிச் சஞ்சரிக்க முடிகிறது. பிம்பங்களில் தாக்கத்தை நன்கு உள்வாங்க முடிகிறது. சினிமா அனுபவம் உன்னதமானதா கிறது. இம்மாதிரியான அனுபவம் எனக்கு இதற்கு முன் இரு இடங்களில் ஏற்பட்டதுண்டு. ஒன்று புனே திரைப்பட ஆவணக் காப்பகத்தின் திரையரங்கில் படம் பார்த்தபோது. மற்றது அகமதாபாத் National Institute of Design திரையரங்கில் பல படங்களைப் பார்த்த சமயங்களில். திரைப்பட இயக்குநர் வுடி ஆலன் தன் படங்கள் வெளியாகும் முன் அவரே நியூயார்க்கி லுள்ள திரையரங்குகளுக்குச் சென்று, ஒளிவீச்சு வசதிகள் சீராக உள்ளனவா என்று பார்க்கும் வழக்கமுடையவர். அண்மையில் அவர் இயக்கிய *Blue Jasmine* படம் இந்தியாவில் வெளியாக இருந்தது. சிகரெட் பிடிக்கும் காட்சி படத்தில் வந்தால் 'புகைபிடிப்பது கெடுதல்' என்ற வாசகம் திரையின் ஒரு பகுதியில் காட்டப்படும் என்பதை அறிந்து, இந்தியாவில் அந்தப் பட வெளியீட்டை ரத்து செய்தார், இதனால் மொத்த வருமானத்தில் 8% இழந்தார்.

O O O

'சினிமாப் பார்வையாளர்களை எனக்குப் பிடிக்கும். என் படங்களை அவர்கள் புரிந்துகொள்ள வேண்டுமென்றே நான் விரும்புகிறேன்' என்கிறார் அடூர். முயன்றால் அத்தகைய புரிதல் ஆழமானதாக அமையலாம். எப்படி இலக்கியத்தைப் பற்றிய புரிதலுக்குத் தீவிர வாசிப்பு தேவையோ, அதேபோல சினிமாவைப் புரிந்துகொள்ள, அனுபவிக்கத் தீவிரப் பார்வை தேவை. புலனளவில் மட்டுமே அணுகினால் இந்த அனுபவம் கிட்டுவது கடினம். உன்னதமான சினிமா புலன்களுக்கும் இதமாக இருக்கும்; ஆனால் புலனளவோடு நின்றுவிடாது.

கதாபுருஷன் 1995. மலையாளம். 107 நிமிடங்கள். வண்ணப் படம். தயாரிப்பு, இயக்கம், திரைக்கதை: அடூர் கோபால கிருஷ்ணன். காமிரா ரவிவர்மா. நடிகர்கள்: விஸ்வநாதன், மினி நாயர், ஊர்மிளா உன்னி, பாபு நம்பூதிரி, லலிதா.

காலச்சுவடு, 2012

பாலுமகேந்திராவின் *வீடு*

1970களில் தேசியத் திரைப்பட மேம்பாட்டுக் கழகத்தின் நல்கைகளால் வெளிவந்த சில படங் கள் அக்காலப் பார்வையாளர்களை ஈர்த்தன. நட்சத்திர ஆதிக்கத்தில் உருவான படங்களிலிருந்து அவை வேறுபட்டிருந்தன. நாடெங்கிலும் புதிய திரைப்பட இயக்கத்தின் தாக்கம் வெளிப்பட ஆரம்பித்தது. தேசிய அளவில் ரித்விக் கதக், ஷியாம் பெனகல், கோவிந்த் நிஹலானி, அடூர் கோபால கிருஷ்ணன் போன்றவர்கள் இந்தப் புதிய அலையின் முன்னோடிகளாக இயங்கினார்கள்.

எழுபதில் புதிய அலை

சில தமிழ்ப் படைப்பாளிகளும் இருபது வருடங் களாக நட்சத்திரங்களை மையமாகக் கொண்ட படங்களிலிருந்து மீண்டு, இந்த இயக்கத்தில் வந்து இணைந்தனர். நட்சத்திரங்களின் கட்டுப் பாட்டில் இருந்த பாக்ஸ் ஆபிஸ் வருமானங்களும் ஆயிரக்கணக்கான ரசிகர் மன்றங்களால் தாங்கிப் பிடிக்கப்பட்ட அவர்களின் ஆதிக்கமும் புது முயற்சிப் படங்கள் தோன்ற இடமளிக்கவில்லை. 1970களில் எம்.ஜி.ஆர், சிவாஜி என்ற இரு பெரும் நட்சத்திரங் களின் கோலோச்சு மங்கிய பிறகு, சில பெரிய ஸ்டுடியோக்கள் இழுத்து மூடப்பட்டன. இது இளம் இயக்குநர்களின் திரைப்படங்கள்மூலம் தமிழ் சினிமாவில் நம்பிக்கையூட்டும் மாற்றத்தை உண்டு பண்ணியது. பாரதிராஜாவின் *பதினாறு வயதி னிலே* (1977), ருத்ரையாவின் *அவள் அப்படித்தான்* (1978), மகேந்திரனின் *உதிரிப்பூக்கள்* (1979), ஜான்

ஆபிரஹாமின் *அக்ரஹாரத்தில் கழுதை* (1979), துரையின் *பசி* (1978) போன்ற படங்கள் வெளிவந்தன. இந்தப் படைப்பாளிகள் ஸ்டுடியோவிற்கு வெளியில், நட்சத்திரங்களைச் சாராமல் படமெடுத்தனர். புகழ்பெற்ற எழுத்தாளர்களைத் திரைக்கதை எழுத அழைத்து வந்தனர். ருத்ரையா வண்ண நிலவனோடு இணைந்துகொண்டார். ஜான் ஆபிரஹாம் கலை விமர்சகர் வெங்கட் சாமிநாதனைத் திரைக்கதை எழுதக் கோரினார். புதுமைப்பித்தனின் *சிற்றன்னை* சிறுகதையை அடிப்படையாகக் கொண்டு மகேந்திரன் படம் எடுத்தார். இவர்கள் அனைவரிடத்திலும் இருந்த இன்னோர் ஒற்றுமை இவர்கள் படமாக்குதலின் எல்லா அம்சங்களையும் தங்கள் கட்டுப்பாட்டில் வைத்திருந்ததுதான். ஜான் ஆபிரஹாம் தனது படத்தில் பாடல்களை முற்றிலும் தவிர்த்தார். மற்றவர்கள் பாடல்களைக் கதை சொல்லும் உத்தியாகப் பயன்படுத்த முயன்றனர். சிலர் பாடல்களை வெகுவாகக் குறைத்தனர்.

இந்தப் படங்கள் நட்சத்திரங்களை நம்பியிருக்கவில்லை என்றேன். அதுமட்டுமல்ல. இவற்றின் கதைக் களங்கள் சமூகப் பிரச்னைகளில் கவிந்திருந்தன. ஆனால் இந்தப் புதிய திரைப்பட இயக்கத்தின் மற்ற இந்தியத் திரைப்படங்களில் இருந்த அழகியல் மாற்றம் தமிழ்ப் படங்களில் அவ்வளவாகப் பிரதிபலிக்கவில்லை. இந்தப் படங்களும் பெரும்பாலும் தமிழ் சினிமாவின் பாரம்பரியத்தையே பின்பற்றின. இதுபோன்ற முயற்சிகள் தமிழ் சினிமாவில் நடைபெற்றுக்கொண்டிருந்த காலத்தில்தான் பாலுமகேந்திரா *அழியாத கோலங்கள்* படத்தை உருவாக்கினார்.

கிட்டத்தட்ட பத்து வருடங்களுக்குப் பிறகு அவரது *வீடு* 1988இல் வெளிவந்து சிறந்த தமிழ்ப் படத்திற்கான தேசிய விருது பெற்றது. இதில் நடித்த அர்ச்சனா சிறந்த நடிகைக்கான தேசிய விருதைப் பெற்றார். 2005ஆம் ஆண்டு பாலுமகேந்திரா கூறினார்: 'நான் 18 படங்கள் இயக்கியுள்ளேன். அவற்றில் இரண்டு மட்டும் எனக்குத் திருப்தி அளித்தன. *வீடு, சந்தியா ராகம்*. இந்தப் படங்களில்தான் நான் குறைந்த அளவு தவறுகள் இழைத்துள்ளேன். எந்த வணிக நோக்கங்களுடனும் இவை எடுக்கப்படவில்லை.' இவற்றை இயக்கியபோது கலை நேர்மையுடன் எந்தச் சமரசமும் தான் செய்துகொள்ளவில்லை என்றும் கூறினார்.

சமூகப் பிரச்னை – வசிப்பிடம்

திரைப்பட விமர்சகர் அம்ஷன் குமார், '*வீடு* பாலுமகேந்திராவின் உண்மையான படம். இதில் அழகியலும் தொழில்

நுட்பமும் நேர்த்தியாக இணைந்துள்ளன' என்கிறார். அத னால்தான் இன்றும் அது முக்கியப் படைப்பாகத் திகழ்கிறது. புனேவில் உள்ள தேசியத் திரைப்பட ஆவணக் காப்பகத்தில் இப்படத்தின் புத்தம் புதிய பிரதி ஒன்று பாதுகாக்கப்படுகிறது. சமூகப் பிரச்னைகள் குறித்துப் பேசும் ஒரு படம், தமிழ் சினிமாவில் வணிகரீதியாகவும் வெற்றியடையும் சாத்தியத் தின் அறிகுறியாகவே இப்படம் இருந்தது. இத்தனை காரணங் களினால் வீடு படம் ஒரு ஆழமான ஆய்வுக்குத் தகுதியுடைய தாகிறது.

பணி ஓய்வுபெற்ற சங்கீத வாத்தியாரான தன் தாத்தா முருகேசனுடனும் தங்கை இந்துவுடனும் ஒரு சிறிய வீட்டில் வாழும் இளம் பெண் சுதா பற்றிய கதை *வீடு*. சென்னையில் ஒரு வங்கியில் எழுத்தராகப் பணியாற்றும் இவளின் சம்பளத்தை வைத்தே அந்தக் குடும்பம் சமாளித்துவருகிறது. வீட்டின் உரிமை யாளர் ஒரு மாதத்தில் இவர்களை வெளியேறச் சொல்லி வக்கீல் நோட்டீஸ் அனுப்புகிறார். சுதா வேறு வீடு பார்த்து அலைகிறாள். ஒன்றும் கிடைத்தபாடில்லை. அவளுடன் வேலை பார்ப்பவர்கள் ஒரு வீட்டைக் கட்டிவிடுவதே நல்லது என்று அறிவுரை கூறுகிறார்கள். அவள் வீடு கட்டும் வேலையைத் தொடங்கியதும் பல்வேறு பிரச்னைகளில் உழல்கிறாள். சென்னை மாநகர மேம்பாட்டு ஆணையம், பதிவாளர் அலுவலகம், வங்கி எனப் பலவற்றை அவள் சமாளிக்க வேண்டியிருக்கிறது. அரசு அலுவலர்கள் லஞ்சம் கேட்கிறார் கள், காண்ட்ராக்டர் ஏமாற்றுகிறார், மேலதிகாரி கடன் வாங்கித்தரும் பொருட்டு அவளையே விலையாகப் பேசு கிறார். அவளுடைய காதலன் கோபியும் உடன் வேலை பார்ப்பவரும் வீடு கட்டும் முயற்சிக்குத் துணை நிற்கின்றனர். கோபியுடன் இணைந்து ஒவ்வொரு அலுவலகமாகச் சென்று கட்டடம் கட்டத் தொடங்குவதற்கான அனைத்து வேலை களையும் முடிக்கிறாள். வீடு கட்டி முடிவடையும் தருவாயில் தாத்தா இறந்துபோகிறார். அந்தச் சோகம் தீர்வதற்குள் மாநகரக் குடிநீர் ஆணையத்தினர் அவளது வீடு ஆணையத்துக்குச் சொந்தமான ஒரு கிணற்றை ஒட்டிக் கட்டப்பட்டுள்ளதாக மிரட்டுகிறார்கள். கடைசிக் காட்சியில் கோபியும் சுதாவும் ஒரு பஞ்சாயத்து அலுவலகத்தில் காத்திருக்கிறார்கள். அக் காட்சி உறைந்து அசரீரியாக ஒலிக்கும் குரல் அவள் சட்டப் பூர்வ நடவடிக்கை எடுக்கப்போவதாய்ச் சொல்கிறது.

சமூகப் பிரச்னைகளே இங்கே முன்னிருத்திப் பேசப்படு கின்றன. தொடக்கக் காட்சியிலே இது சர்வதேச உறைவிட வருடம் என்று விவரண அட்டை கூறுகிறது. அடுத்த அட்டை யில் இப்படம் வீடற்றவர்களுக்கு அர்ப்பணிக்கப்படுகிறது.

இக்கதையில் மூன்று முக்கியப் பிரச்னைகள் கையாளப்படு கின்றன. உறைவிடம் என்னும் அடிப்படைத் தேவை, அதிகா ரத்தின் அடக்குமுறை, முதுமையில் எதிர்கொள்ளும் பிரச்னை கள். இவை அத்தனையும் ஒரு நகர்ப்புற, கீழ்மத்தியதரக் குடும்பத்தின் வழியே சொல்லப்படுகிறது. இப்படத்தின் சாரம் ஆர்தர் எல்டன், எட்கர் ஆன்ஸ்டி (Arthur Elton, Edgar Ansty) இயக்கிய *வீட்டு வசதிப் பிரச்னைகள் (1935)* என்னும் பிரிட்ட னின் சேரி வாழ்க்கை நிலைமையை எடுத்துக்கூறும் ஆங்கில ஆவணப்படத்தை நினைவூட்டுகிறது. தமிழ்ப் படைப்பாளி களும் இது போன்ற குடியிருக்குமிடம் சார்ந்த பிரச்னைகள் குறித்து நேரடியாக இல்லாவிடினும் சற்று மறைமுகமாகப் படமாக்கியுள்ளனர். *மிஸ்ஸியம்மா*வில் *(1955)* திருமணமாகாத ஒருவருக்கு யாரும் வாடகைக்கு வீடு கொடுக்காத சூழலில் அதன் பொருட்டு இரண்டு இளம் ஆசிரியர்கள் கணவன் மனைவிபோல் நடிப்பார்கள். கே. பாலச்சந்தரின் *எதிர்நீச்சல் (1968)* படத்தில், கீழ்மத்தியதரக் குடும்பங்கள், ஒரு வீட்டின் சிறு சிறு பகுதிகளில் வசிப்பார்கள். ஆனால் இந்தப் பிரச் சினையை ஆழமாகப் பார்த்த முதல் தமிழ்ப் படம் *வீடு* ஆகும்.

வசிப்பிடம் குறித்தான பிரச்னைகளின் ஊடே, இது வரையில் எந்தத் தமிழ்ப் படமும் காட்டியிராத வகையில், ஒரு மாநகரத்தில் மாதச் சம்பளத்தில் வாழ்வு நடத்தும் ஏழைக் குடும்பத்தின் பல்வேறு இன்னல்களை இப்படம் நம் கண் முன் நிறுத்துகிறது. இதற்கு முன்பு, ஒரு வங்கி எழுத்தரின் பணப் பிரச்னைகள் குறித்துப் பேசிய *முதல் தேதி* படம் 1955இல் வெளிவந்தது. *வீடு* படத்தில், கதைக்குச் சம்பந்தமில்லாத பொழுதுபோக்கு அம்சங்களான நகைச்சுவைக் காட்சிகளையும் ஆட்டபாட்டங்களையும் தள்ளிவிட்டுக் கதை சொல்லலில் மட்டுமே கவனம் செலுத்திப் பாலுமகேந்திரா படத்தின் தாக்கத்தைக் கூட்டுகிறார். குடியிருப்பு பற்றிய பிரச்னைகளைப் பேசிய, சர்ரியலிசக் காட்சிகள் நிறைந்த கிரிஷ் காசரவள்ளியின் *மனே* (கன்னடம், *1990)* படம் பின்னர் வந்தது.

வீடு குறித்த பிரச்னைகளே கதையின் முக்கிய அக்கறை யாக இருந்தபோதிலும் ஒரு நகரத்தில் வாழ்பவரின் மற்ற அல்லல்களைப் பற்றியும் படம் பேசுகிறது. குடிநீர்த் தட்டுப் பாடு, தண்ணீரைத் தனியார்மயப்படுத்தும் பிரச்னை போன் றவை பல வருடங்களாகச் சென்னையில் ஊடகங்களிலும் சட்டமன்றங்களிலும் விவாதிக்கப்பட்டுக்கொண்டிருந்தன. படத்தில் ஒரு காட்சியில் தாத்தா பொன்னும் மண்ணும்தாம்

விலைமதிப்பு மிக்கவை என்று கூறும்போது, 'தண்ணியும்தான்' என்கிறாள் சுதா. தாத்தாவின் நிலத்தின் ஒரு பகுதியை விலைக்கு வாங்கும் வியாபாரி ஒருவன், தான் அந்த நிலத்தில் கிணறு தோண்டி, அதில் வரும் நீரை அருகே உள்ள வீடு களுக்கு விற்கப்போவதாய்க் கூறுகிறான். அவன் அந்தச் சிறு பகுதியை முருகேசனிடமிருந்து விலைக்கு வாங்க வரும் தருணத் தில், ஒரு கிளாஸ் நீரை வாங்கிப் பருகிச் சோதிப்பான். தண்ணீர்ப் பற்றாக்குறை இக்கதையில் முக்கியப் பங்காற்று கிறது. அதில் சுதா சிக்கிக்கொள்வது படத்தின் இறுதியில்தான் அவளுக்கே தெரியவருகிறது.

பிம்பங்களும் ஒலியும்

இப்படம் நகர வாழ்வின் இயல்பைக் காட்சிப் பிம்பங் களாலும் இசையாலும் அழுத்தமாகப் பிரதிபலிக்கிறது. காய் கறிக்கடை, அந்தப் பழைய வீடு, கட்டுமானங்களால் மூச்சு முட்டும் புறநகர்ப் பகுதி, பேருந்துகள், கடற்கரை, அண்ணா சாலைக் காட்சிகள், கட்டடத் தொழிலாளர்கள் பேசும் சென்னைத் தமிழ் இவையும் படத்தின் நம்பகத்தன்மையைக் கூட்டுகின்றன. பின்னணி இசைக்குப் பதிலாக ரயில் ஓடும் ஒலி போன்ற சுற்றுப்புற ஓசைகள் மூலமே, மகேந்திரா படத் தின் முக்கியக் காட்சிகளைக் கோடிட்டுக் காண்பிக்கின்றார்.

ஒரு புத்தகத்தின் முக்கியமான வரிகளை அடிக்கோடு இடுவதைப் போலப் படத்தில் சுற்றுப்புற ஒலிகளையும் இசை யும் தேவைப்படும் இடத்தில் மட்டும் ஆங்காங்கே பயன் படுத்தியுள்ளார் பாலுமகேந்திரா. ஒரு நேர்காணலில் சினிமா வில் இசையின் பங்கை அவர் விளக்கும்போது, ஆற்றின் போக்கை உவமையாக எடுத்துக்கொள்கிறார். நதியின் ஓட் டத்தை அது பாயும் நிலவாகுதான் தீர்மானிக்கிறது. ஆறு சமவெளியில் மெதுவாகவும் கீழ்நோக்கிப் பாயும்போது வேக மாகவும் பாறைகளில் மோதும்போது நுரை ததும்பியும் ஓடு கிறது. இதுபோலவே ஒரு படத்தில் இசையின் தன்மையைத் திரைக்கதை தீர்மானிக்கிறது. வெறும் கோடுகளை ஒலியாக் காமல் தேவையான இடத்தில் அழகாக இசையாக்கிப் பயன் படுத்தியிருப்பார் பாலுமகேந்திரா. *வீடு* படத்தில் பெரும்பா லான இடங்களில் பின்னணி இசையே இல்லை.

இளையராஜாவின் ஆல்பம் How to Name Itஇலிருந்து சில பகுதிகளை எடுத்து இப்படத்தில் தேவையான இடத்திற்குப் பின்னணி இசையாகப் பாலுமகேந்திரா பயன்படுத்தியிருக் கிறார். இவர் இளையராஜாவுடன் *மூடுபனி*யில் (1982) தொடங்கிப் பத்துப் படங்களுக்கும் மேலாகக் கிட்டத்தட்ட 25 வருடங்

களாக இயங்கியுள்ளார். 1981ஆம் ஆண்டு இளையராஜாவுட னான ஒரு கலந்துரையாடலின்போதுதான் படத்தின் இசைக்கு ஆறு பற்றிய உவமையைப் பயன்படுத்தி விளக்கியதாக நினைவு கூர்கிறார். இசையின் எந்தப் பகுதி படத்தின் எந்த இடத்தில் பயன்படுத்தப்பட வேண்டும் என்பதை இயக்குநராகப் பாலு மகேந்திராவே தேர்ந்தெடுக்கிறார். இருந்தபோதிலும், இப்படத் தில் காட்சிகளின் மீது இசை ஆதிக்கம் செய்யாமல் மாறாகப் பிம்பங்களின் தாக்கத்தை அதிகரிக்கவே பயன்படுத்தப்பட்டுள்ளது.

பாரம்பரிய சினிமாவின் நடிகர்களிலிருந்து விலகி பாடல் கள் இன்றிப் படம் உருவாக்கப்பட்டிருக்கிறது. குறிப்பாக முருகேசன் தாத்தா பாத்திரத்திற்குச் சொக்கலிங்க பாகவதரை நடிக்கவைத்ததைச் சுட்டிக்காட்டலாம். தலைப்பு போடும்போது கூடச் சொக்கலிங்க பாகவதரின் நடுங்கும் குரலைக் கேட்க லாம். மேலும் மூன்று இடங்களில் கொஞ்ச நேரம் மட்டும் கம்பெனி நாடக இசையைக் கேட்கலாம். திருஞானசம்பந்தரின் கோளறு பதிகத்தில் வரும் *வேயுறு தோளி பங்கன் விடமுண்ட கண்டன்*, மாயூரம் வேதநாயகம் பிள்ளையின் *நிர்மல சித்தத் தைத் தேடு* ஆகிய புகழ்பெற்ற பாடல்களின் சில முக்கியமான வரிகளையும் பாகவதரே பாடுகிறார். இந்தப் படத்தில்தான் முதன்முதலாகப் பாலுமகேந்திரா பாடல் காட்சிகளை முற்றிலு மாகத் தவிர்த்துவிட்டார். தனக்குப் பிடித்த படமாக இவர் கூறும் *சந்தியாராகத்திலும்* இப்படியான தவிர்த்தலைக் காணலாம்.

எடுத்துக்கொண்ட சமூகத் தெளிவின் அடிப்படைக்கு ஏற்றவாறு, பாதி கட்டப்பட்ட நிலையில் இருக்கும் அந்த வீடு அக்குடும்பத்தின் நிறைவேறாத கனவைப் பிரதிபலிப்ப தாகவே இருக்கிறது. பூமி பூஜைப் போடப்பட்டதிலிருந்து, அவ்வப்போது கட்டடம் கட்டப்படும் காட்சிகள் காட்டப்படு கின்றன. அந்த வீட்டிற்கு அருகிலேயே உள்ள இடத்தில் இருக்கும் சிறு குடிசையில் வசிக்கும் கட்டடத் தொழிலாளி மங்காத் தாவே அங்கிருந்தபடி கட்டடப் பணிகளையும் மேற்பார்வை இடுகிறாள். மாடி கட்டப்பட்டுக்கொண்டிருக்கும் அவ்வேளை யில்தான் முருகேசன் கட்டடத்தைப் பார்வையிட வருகிறார். வீட்டிற்குள் அலைந்தபடி, படிகளில் ஏறிப் பூசப்படாத சுவரை அன்பொழுகக் கைகளால் தடவுவார். இப்படத்தில் முழுமை யடைந்த வீடு காட்டப்படுவதேயில்லை. அங்கு வரும் நீலநிறத் தண்ணீர் லாரி, சுதாவின் வீடு மாநகரத் தண்ணீர் ஆணையத் தால் கைப்பற்றப்பட்டுவிடும் என்பதைப் பார்வையாளனுக்குச் சூசகமாக உணர்த்துகிறது.

இன்னொரு நேர்காணலில் பாலுமகேந்திரா கூறினார், 'பெண்கள் என் வாழ்வில் நேர்மறையாகவும் எதிர்மறையாக

வும் முக்கியப் பங்காற்றியுள்ளனர். அவர்கள் தொடர்ந்து பாதிப்பு ஏற்படுத்துகின்றனர்.' அவருடைய படங்களிலும் பெண் கதாபாத்திரங்கள் அழுத்தமாகப் படைக்கப்பட்டிருப்பர். *மறுபடியும்* (1993) பட நாயகி, *சதிலீலாவதி* (1995) டாக்டரின் மனைவி போன்ற பாத்திரங்களை எடுத்துக்காட்டாகக் காட்டலாம். வீடு படத்திலும் சுதாவிற்காகக் கண்ட்ராக்டரிடத் தில் சண்டையிடும் கட்டடத் தொழிலாளி மங்காத்தா வலு வான பாத்திரமாக, அதிகாரத் திமிர், ஊழல், ஏமாற்றம் இவற்றிற்கிடையே அவள் ஒருத்தி மட்டும் படத்தின் நம்பிக்கைக் கீற்றாக மிளிர்வாள்.

இந்தப் படத்தின் தன்மையும் எடுத்துக்கொண்ட பல்வேறு விஷயங்களும் நல்ல சினிமாவை நோக்கிய தமிழ் சினிமாவின் ஏறுமுகத்தை உணர்த்துகின்றன. மற்ற இயக்குநர்களைப் போலவே, மகேந்திராவும் இளம் வயதிலேயே சினிமாவால் ஈர்க்கப்பட்ட வர். அதே நேரத்தில், மக்களால் எதிர்கொள்ளப்படும் சமூக, பொருளாதாரச் சிக்கல்களில் அவருக்கு அக்கறை இருந்தது.

பாலுமகேந்திராவின் பாதை

பாலுமகேந்திரா 1946இல் ஸ்ரீலங்காவின் மட்டக்களப்பில் உள்ள அமிர்தகலியில் பிறந்தார். அவர் பெயரின் முன்பகுதி யான 'பாலு, கல்லூரியில் இயற்பியல் பேராசிரியராகப் பணி யாற்றிய அவருடைய தந்தையின் பெயரான பாலநாதனி லிருந்து வந்தது. 13ஆம் வயதில் பாலுவிற்கு அவருடைய தந்தை ரூ. 14 மதிப்புள்ள ஒரு கோடக் காமிராவைப் பரிசாகத் தந்தார். அதுதான் அவரது கற்பனை உலகில் விழுந்த முதல் வித்து. விரைவில் ரூ. 500க்கு ஒரு காமிராவை வாங்கிப் புகைப்படப் போட்டியில் பங்கேற்றுப் பரிசும் பெற்றார்.

அவர் கத்தோலிக்கப் பள்ளியில் படித்துக்கொண்டிருந்த போது அங்கிருந்த பாதிரியார் ஒருவர் திரைப்படங்களின் மீது பற்றுமிக்கவராக இருந்தார். வகுப்பு நேரங்களுக்குப் பிறகு மாணவர்களுக்கு 16 மி.மி திரையில் படங்களிட்டுக் காட்டு வார். இங்குதான் பாலுமகேந்திரா *பைசைக்கிள் தீவ்ஸ்* (1948) படத்தைப் பார்த்து சினிமாவின் மீது பித்துகொண்டார். தன் 15ஆம் வயதில் கண்டி அருகே டேவிட் லீன் *தி பிரிட்ஜ் ஆன் தி ரிவர் க்வாய்* (1957) படமெடுத்ததைக் காணும் வாய்ப்பைப் பெற்றார். அதுதான் படமியக்கும் ஆர்வத்தை அவருள் விதைத்தது. (பல வருடங்களுக்குப் பிறகு புனே திரைப்படக் கல்லூரியில் அவர் டேவிட் லீனைச் சந்தித்தார்). யாழ்ப்பாணம் கல்லூரியில், இயற்பியலில் பட்டம் பெற்று ஸ்ரீலங்கா அரசின் சர்வேத் துறையில் புகைப்படக்காரராகப்

பணியாற்றினார். வானத்தில் பறந்து, பல்வேறு நிலத்தின் தன்மைகளைப் பகுப்பு வரைபடத்தில் இடம்பெறச் செய்யும் பொருட்டுப் புகைப்படம் எடுப்பதே அவரின் வேலை. ஆனால் அவரின் எண்ணமெல்லாம் சினிமாவின் மீது குவிந்திருந்தது. தந்தையளித்த ஊக்கத்தின் பயனாய்ப் புனே திரைப்படக் கல்லூரியில் இயக்குநர் பயிற்சிக்கு விண்ணப்பித்தார். ஆனால் அவருக்கு ஒளிப்பதிவுப் பயிற்சியிலேயே இடம் கிடைத்தது. 1969ஆம் ஆண்டு தங்கப் பதக்கத்துடன் பட்டம் பெற்றார்.

1960களிலும் 1970களிலும் ஐரோப்பாவின் சினிமா மேதைகளின் தாக்கம் அந்தக் கல்லூரியில் அதிகமிருந்தது. அவ்வகையில் விட்டோரியா டி சிகாவினான் படைப்புகளால் மகேந்திரா ஈர்க்கப்பட்டார். வங்கத்தில் சத்யஜித் ரே மூலம் இத்தாலிய நியோரியலிசம் நிரந்தரமான பாதிப்பை மகேந்திராவிடம் ஏற்படுத்தியது. மகேந்திரா தன் திரைப்பட நுண்ணறிவைப் பட்டைதீட்டிக்கொள்ளத் திரைப்படப் பேராசிரியர் சதிஷ் பகதூர் உதவினார். பாலுவுடன் படித்த ஏ.கே. பிர் – பிற்காலத்திய ஒரிய சினிமாவின் முக்கிய இயக்குநர் – போன்றவர்களும் மகேந்திராவிடம் தாக்கத்தை ஏற்படுத்தினர். பிற்காலத்தில் மகேந்திரா அமெரிக்க சினிமாவின் பாதிப்புடன் *மூடுபனி*, (*சைக்கோ* படத்தின் பாதிப்பு) பிளேக் எட்வர்சின் *மிக்கி + மாட்* (1984) படத்தைத் தழுவி *ரெட்டைவால் குருவி* போன்ற படங்கள் எடுத்தார். அதே நேரத்தில் இந்தியாவின் இளம் படைப்பாளிகளிடத்தே மகேந்திராவின் பாதிப்பு அதிகம் இருந்ததும் குறிப்பிடத்தக்கது. *வீடு* படத்தில் தபால்காரராக வரும் இயக்குநர் பாலா, பாலு மகேந்திராவிடம் உதவியாளராகப் பணியாற்றியவர். அவர் பிற்காலத்தில் *நந்தா* (2001), *பிதாமகன்* (2003) போன்ற நினைவில் நிற்கும் படங்களை எடுத்துத் தென்னிந்தியாவின் முக்கிய இயக்குநர்களுள் ஒருவராக உருவெடுத்திருக்கிறார்.

மகேந்திரா ஒளிப்பதிவாளராகப் பணியாற்றிய அக்காலத்தில் ஒளிப்பதிவை முறையாகக் கற்றுத் தேறிவந்த வெகுசிலரில் ஒருவராக இருந்தார். மலையாளத்தில் ராமு காரியத் எடுத்த *நெல்லு* திரைப்படமே மகேந்திரா ஒளிப்பதிவாளராக அறிமுகமான முதல் படம். அப்படத்திற்காகச் சிறந்த ஒளிப்பதிவாளருக்கான தேசிய விருது பெற்றார். அது அவர் பெற்ற பத்து விருதுகளில் முதன்மையானது. (சிறந்த ஒளிப்பதிவாளராக அவரது திறமை மூன்றுமுறை அங்கீகரிக்கப்பட்டுள்ளது. விருதுகளை அடிக்கடி பெற்றவர்களே பொதுவாகத் தேர்வுக்குழுவில் இடம்பெறுவர். அவ்வகையில் மகேந்திரா 1992ஆம் ஆண்டு தேசியத் திரைப்பட விருதுக் குழுவின் தலைவராகச் செயல்பட்டார்.) பின்பு அவரே ஒளிப்பதிவாளராகவும் இயக்குநராக

வும் கன்னடம் (*கோகிலா*, 1977), தமிழ் (*முள்ளும் மலரும்*, 1978), மலையாளம் (*யாத்ரா*, 1985) தெலுங்கு (*நிரீக்ஷ்னா*, 1992) போன்ற பல தென்னிந்தியப் படங்களில் பணியாற்றினார். அவர் 1983இல் வெளியான *சத்மா* (1982)வின் மூலம் இந்தி சினிமாவிலும் கால்பதித்தார்.

தன்னுடன் படித்த ஏ.கே. பிர், ஷாஜி கருண், கோவிந்த் நிஹலானி போன்ற ஒளிப்பதிவாளர்களைப் போலவே இவரும் படம் இயக்குவதில் ஈடுபடலானார். ஒரு திரைப் படம் உருவாவதில் ஆணிவேர் இயக்குநரே என்பதையறிந்து அவ்வழி சென்றார். இயக்குநராகப் பாலுமகேந்திராவின் பயணம் கன்னடத்தின் *கோகிலா* படத்தில் ஆரம்பித்தது. அதற்குச் சிறந்த இயக்குநருக்கான தேசிய விருதும் பெற்றார்.

தாயாரின் அனுபவம்

மகேந்திரா ஒரு பேட்டியில் அவரது படங்கள் தன் சொந்த அனுபவங்களையே பிரதிபலிக்கின்றன என்றார். *வீடு* படம்கூட பள்ளி ஒன்றில் தலைமை ஆசிரியராகப் பணியாற்றிய தன்னு டைய தாயாரின் தாக்கத்திலேயே உருவானது என்கிறார். இவருக்குச் சிறு வயதாக இருந்தபோது தாயார் வீடு ஒன்றைக் கட்டத் தொடங்கினார். அதன் பொருட்டு எழுந்த மன அழுத்தம் காரணமாக அவரது இயல்பே மாறியது. புன்ன கைக்கக்கூட மறந்துவிட்டு, எப்போதும் சிடுசிடுப்பாகவே இருந் திருக்கிறார். இது பாலுவிடம் ஆழ்ந்த பாதிப்பை ஏற்படுத்தியிருக் கிறது. அதுவே பிற்காலத்தில் இப்படத்திற்கான கதையாக உருக்கொண்டிருக்கிறது. ‘இவையெல்லாம் உங்களிடமிருந்தும் மற்றவர்களின் அனுபவங்களிலிருந்தும் எடுத்துக்கொண்டவை தாம். எனக்கு ஏழு வயதாக இருந்தபோது என்னுடைய அம்மா ஒரு வீடு கட்டத் தொடங்கினார். அப்போது வீட்டில் சண்டை கள் அதிகமாயின. அவர் தனியாக அழத் தொடங்கியிருந்தார். அவைதாம் என் அம்மாவைப் பற்றிய எனது முதல் ஞாபகங்கள். பிற்காலத்தில் வீடு கட்டுவதன் பொருட்டு எழும் பிரச்னைகளை முன்வைத்து *வீடு* படமாக உருவெடுத்தது.’

லண்டனில் வாழ்ந்த ஸ்ரீலங்காவைச் சேர்ந்த கலா தாஸின் தயாரிப்பில் ரூ. 1,12,000 செலவில் மகேந்திரா இப்படத்தை எடுத்தார். செட்டுகள் போட்டுப் பணம் செலவளிப்பதைத் தவிர்க்க, அந்தந்த இடங்களுக்கே சென்று படம் பிடித்தார். இருபதாம் நூற்றாண்டின் முற்பகுதியில் வழக்கிலிருந்த கற்கள் பதித்த வீடும் புறநகர்ப்பகுதியான வளசரவாக்கத்தில் கட்டப் பட்டுக்கொண்டிருந்த வீடும் இதற்காகத் தேர்ந்தெடுக்கப்பட்டன. இப்படத்தில் பெரும்பாலான காட்சிகள் இயற்கை வெளிச்

சத்தில் எடுக்கப்பட்டன. அதுவே படத்தின் நம்பகத்தன்மைக் கும் உதவியது. வீட்டிற்குள்ளும் அலுவலகத்திற்குள்ளும் எடுக்கப் பட்ட காட்சிகளில் மட்டுமே மின்விளக்குகளால் ஒளியூட்டம் பயன்படுத்தப்பட்டுள்ளது.

மகேந்திராவே இயக்குநராகவும் ஒளிப்பதிவாளராகவும் இருந்ததால், இயக்கம், கதை சொல்லும் உத்தி, இவற்றைவிட ஒளிப்பதிவிற்காகவே அவர் அதிகமாய் விமர்சிக்கப்பட்டார். *Deep Focus* இதழின் விமர்சகர் பாலு சுப்ரமணியன் மட்டுமே அவரிடமிருந்த இயக்குநரைச் சுட்டிக்காட்டினார். முருகேசன் தாத்தாவும் அவருடைய நண்பர் அந்தோணிசாமியும் நடந்து செல்லும் காட்சிகளைப் பற்றி எழுதினார். அவற்றின் அழகியலை விளக்கியிருந்தார். இது போன்ற விமர்சனங்களுக்குப் பதில் சொல்லுமிடத்தில் மகேந்திரா 'நான் படம் எடுக்கும்போது, இயக்குநராகச் சிந்தித்து, ஒளிப்பதிவாளராகச் செயல்படுவேன்' என்று கூறுகிறார்.

வீடு படத்திற்குப் பிறகு *சதிலீலாவதி* (1995), *ஜூலி கணபதி* (2003) ஆகிய படங்களை இயக்கினார். எனினும் முதுமை பற்றிப் பேசும் *சந்தியாராகம்* (1989) படத்தை மட்டுமே வீடு படத்தின் வரிசையில் சேர்த்துக்கொள்கிறார். இதைப் பற்றிக் கூறும்போது தன்னைச் சூழப்போகும் முதுமை குறித்த முன் னெடுத்தல் என்கிறார். பாலுமகேந்திரா 52 குறும்படங்களை இயக்கியுள்ளார். இவையனைத்தும் தொலைக்காட்சியில் தொடர் களாக வந்தன. இவை அதிகாரத்திமிர், சுற்றுச்சூழல் மாசுபாடு போன்ற பல்வேறு கருத்தாக்கங்களை அடிப்படையாகக் கொண்டவை. அதிகாரத்தை எதிர்கொள்ளும் சாதாரண மனிதனின் கையறுநிலை இவருக்குப் பிடித்தமான கருக்களுள் ஒன்று.

1970களில் தமிழ் சினிமாவில் மறுமலர்ச்சிக்கு வாய்ப்புகள் இருந்தபோதும், அக்குறுகிய கால முயற்சிகள் எல்லாம் ரஜினி காந்த், கமலஹாசன், விஜயகாந்த் போன்ற நட்சத்திரங்களின் படங்களாலும் பெரிய பட்ஜெட் படங்களாலும் மறைக்கப்பட்டு விட்டன. மற்றவர்களின் பல முயற்சிகள் எடுபடாவிட்டாலும், பாலுமகேந்திரா பல இளம் படைப்பாளிகளுக்கான பாதையை முன்னெடுத்துச் சென்றார்.

[லலிதா கோபாலன் தொகுத்து 2009இல் லண்டனில் வெளியான *The Cinema of India* என்ற நூலில் *Veedu / The house* என்று தலைப்பிட்ட இயலின் தமிழாக்கம்.

(தமிழில்: கார்த்திக் பாலசுப்பிரமணியன்)]

முதல் தமிழ் சலனப்படம் **கீசகவதத்தை** இயக்கிய முன்னோடி ஆர். நடராஜ முதலியார்

சுகுணவிலாச சபாவைச் சேர்ந்த ரங்கவடிவேலு, ஒரு வழக்கறிஞர், **கீசகவதம்** நடிகர்களுக்கு பயிற்சியளித்தார்.

சு. தியடோர் பாஸ்கரன்

தென்னிந்தியாவின் முதல் திரையரங்கு எலக்ட்ரிக் தியேட்டர்

இயக்குநர் கே. சுப்ரமணியம் சினி டெக்னீஷியன்ஸ் அசோசியேஷனில் பேசுகிறார். நாற்காலியில் கே. ராம்நாத்
(நன்றி: CTA)

சொப்பனவாழ்வில் மகிழ்ந்தே

எஸ்.எஸ். வாசன் நடத்திய ஜெமினி ஸ்டுடியோவில் தொழிற்சங்க ஆரம்ப முயற்சிகள் எடுக்கப்பட்டன.

தென்னிந்திய சினிமாவின் தொழிற்சங்க இயக்க முன்னோடி எம்.பி. சீனிவாசன்

ராம்நாத் இயக்கிய **மார்மயோகி** எம்ஜிஆரின் நட்சத்திர அந்தஸ்தை தக்கவைத்த படம். (நன்றி: ஞானம்)

பராசக்தியில் சிவாஜிகணேசன் தோன்றிய நீதிமன்றக் காட்சி

இயக்குனர் ராம்நாத், நடிகர் நாகையா, இதழாளர் பாபுராவ் படேல்

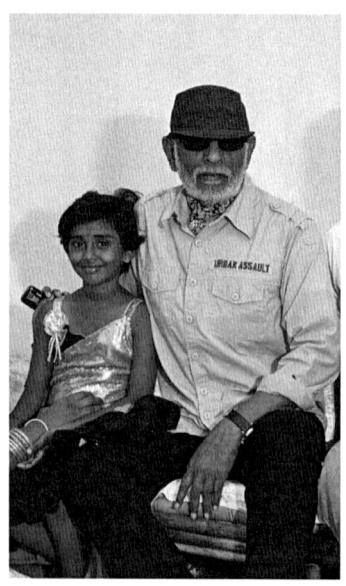

வீடு படம் தன் தாயாரின் தாக்கத்தில் உருவானது என்கிறார் பாலுமகேந்திரா (நன்றி: பவா செல்லதுரை)

கே.பி. சுந்தராம்பாள் 1958இல் மேலவை உறுப்பினராக ஆளுநர் மாளிகையில் பதவியேற்றது. பம்மல் சம்பந்த முதலியார், ஆளுநர் பிஷ்ணுராம் மேதி, அமைச்சர் கக்கன் அவர்களுடன்
(நன்றி: ஞானம்)

வங்கிக் கணக்கர் ஒருவரின் ஏழைக்குடும்பம் பற்றிய **முதல்தேதி** படத்தில் அஞ்சலிதேவியும் சிவாஜி கணேசனும்

பணக்காரி (1953) படத்தில் டி.ஆர். ராஜகுமாரியும் நாகையாவும்

பானுமதியும் சிவாஜிகணேசனும் ரங்கோன் ராதா படத்தில்
(நன்றி: ஞானம்)

ஜெயகாந்தனின் **யாருக்காக அழுதான்** படத்தில் வஹாப் காஷ்மிரி, கே.ஆர். விஜயா, நாகேஷ்

நிமாய் கோஷின் **சின்னமுல்** (புலம் பெயர்ந்தவர்கள்) வங்காளமொழிப் படம் அகதிகளைப் பற்றிப் பேசியது

சொப்பனவாழ்வில் மகிழ்ந்தே

சிலநேரங்களில் சிலமனிதர்கள் படத்தில் ஸ்ரீகாந்த், லக்ஷ்மி

நளினியயும் சிவாஜி கணேசனும் சாதனை படத்தில் (1976)

தமிழ் சினிமா கலாச்சாரத்தின் ஒரு கூறு... பாட்டுப்புத்தகங்கள்

வீடு படத்தில் பானுசந்தரும் அர்ச்சனாவும்

சொப்பனவாழ்வில் மகிழ்ந்தே

ராஜா ஸாண்டோ இயக்கிய **சலக் சோர்** (ஹிந்தி, 1936)
படத்தில் ராஜா ஸாண்டோவும் பத்மாவும் (நன்றி: வீர்சந்த் தரம்சி)

யதார்த்தபாணி சினிமாவிற்கு ஒரு எடுத்துக்காட்டு
அழகர்சாமியின் குதிரை (நன்றி: ஞானம்)

நகர்ப்புற பின்புலத்தில் ஒரு யதார்த்தபாணி கதை **வழக்குஎண் 18/9**
(நன்றி: ஞானம்)

சொப்பனவாழ்வில் மகிழ்ந்தே

ஒரு திரைப்படமும் நொபல் பரிசும்

நொபல் பரிசைத் தீர்மானிப்பதில் ஒரு ஆவணப்படம் கணக்கில் எடுத்துக்கொள்ளப்பட்டது முதன்முதலாக 2009ஆம் ஆண்டு நடந்தது. டாகு மெண்டரி படப்பிரிவில் ஆஸ்கார் பரிசுபெற்ற *தர்மசங்கடமான உண்மை (An Inconvenient Truth-2006)* என்னும் ஒன்றரை மணிநேரப் படம் உள்ளடக்கத்திலும் வடிவமைப்பிலும் சிறந்த படைப்பு. முன்னாள் அமெரிக்கத் துணை அதிபர் அல் கோருக்குச் சமாதானத்திற்கான நொபல் பரிசு கிடைத்ததற்கு இப்படமும் ஒரு காரணம். புவி வெப்பமடைதல் பற்றிய படம் இது. புதுச்சேரி மத்தியப் பல்கலைக் கழகத்திற்குக் காட்டுயிர் வாரம் தொடர்பாகச் சென்றிருந்தபோது இதைப் பார்க்கும் வாய்ப்பு எனக்குக் கிடைத்தது.

ஒருமுறை அல் கோர் தன் ஆறு வயது மகனின் கையைப் பிடித்துக்கொண்டு சாலையைக் கடந்த போது, எதிர்ப்புறத்தில் தன்னுடைய நண்பனைப் பார்த்தவுடன் அப்பாவின் கையை உதறிவிட்டு ஓடிய சிறுவன் வேகமாய் வந்த காரில் அடிபட்டு விழுந்தான். மருத்துவமனையில் தன் மகன் உயிருக்குப் போராடிக்கொண்டிருந்த நாட்களில் அவன் அருகே கண் அயராமல் அமர்ந்திருந்த அல் கோர், எஞ்சிய தன் வாழ்வைத் தான் நம்பும் கருத்தாக்கத்திற்காகச் செலவிடத் தீர்மானித்தார். பூவுலகு வெப்ப

மடைவதைப் பற்றி மக்களுக்கும் அரசுகளுக்கும் சொல்ல முடிவெடுத்தார்.

நிலைப்படங்களுடன் உரை ஒன்றைத் தயாரித்து, பல நாடுகளுக்கும் பல பன்னாட்டு மாநாடுகளுக்கும் சென்று ஒளிச்சித்திரப் படக்காட்சி போலத் தன் உரையை நிகழ்த்தினார். புவிக்கோளத்தின் வெப்பம் அதிகரித்துவருவது குறித்த விழிப்புணர்வை உருவாக்கப் பத்து ஆண்டுகளாகச் செயல்பட்டார். இந்தக் காட்சி – உரையிலிருந்து பிறந்ததுதான் *தர்மசங்கடமான உண்மை* என்னும் ஆவணப்படம். சில புதிய அறிவியல் கருதுகோள்களையும் சுற்றுச்சூழல் பற்றிய கரிசனத்தையும் இதில் கவனம் செலுத்த வேண்டிய அவசியத்தையும் சினிமா என்னும் ஊடகத்தின் மூலம் இப்படம் விளக்குகிறது. உண்மையை விட அச்சந்தருவது வேறெதுவும் இல்லை (Nothing is scarier than the truth) என்பது படத்தின் அடிநாதம்.

ஒரு சினிமாகர்த்தாவின் கையிலிருக்கும் எல்லா உபகரணங்களையும் – விவரண அட்டை, அசரீரிப் பின்குரல், இசை, நிலைப்படம், வரைகலை, கார்ட்டூன், அனிமேஷன், நடிக்கப்பட்ட காட்சி, படமாக்கப்பட்ட நிஜக் காட்சி போன்ற எல்லாவற்றையும் இப்படத்தின் இயக்குநர் டேவிஸ் கூகன்ஹீம் அழுத்தமாகப் பயன்படுத்தியிருக்கிறார். இதனால் வியக்கத்தக்க அளவு விவரங்களை எளிதில் புரியும் வண்ணம் படத்தினுள் அடக்கியிருக்கின்றார்.

படத்தின் ஒளிப்பதிவாளரும் கூகன்ஹீம்தான். சினிமாவின் சிறப்புத் தன்மை காட்சிப்படிமம் என்பதையும் அது கட்புல ஊடகம் என்பதையும் நன்கு உணர்ந்தவர் என்பது படத்தைப் பார்க்கும்போது தெளிவாகத் தெரிகிறது. அசரவைக்கும் பிம்பங்கள். உலகம் வெப்பமடைவதால், துருவப்பிரதேசத்தில் பனிப்பாறைகள் உருகி, அப்பகுதியை வாழிடமாகக் கொண்ட துருவக்கரடிகள் உயிருக்குப் போராடிக்கொண்டிருக்கின்றன. ஒரு காட்சியில், நீலக்கடல் திரை முழுவதையும் வியாபித்திருக்க நடுவிலே ஒரு வெண்புள்ளி. காமிரா அதனருகே செல்லச் செல்ல அது ஒரு துருவக்கரடி என்பதும் மிதக்கும் பனிப்பாறைமேல் அது இருப்பதும் தெரிகின்றன. இந்த விலங்கு இன்று புவி வெப்பமடைதலுக்கு ஒரு குறியீடாக ஆகிவிட்டது. 'முன்பு' 'பின்பு' என்ற தலைப்புகளுடன் பல காட்சிகள் ஒன்றன் பின் ஒன்றாக வருகின்றன. கின்யா நாட்டுக் கிளிமஞ்சாரோ மலை, ஜப்பானின் ஃபூஜியாமா மலை இவற்றின் பனிபோர்த்திய உச்சிகளில் பனி கணிசமாகக் குறைந்திருப்பதைக் காண்கிறோம். எவரெஸ்ட் சிகரத்திற்கருகே உள்ள கும்பு பனிப்பாறை உருகி 5 கி.மீ. பின்வாங்கியிருக்கிறது. இது காலநிலை

மாற்றத்தின் விளைவு. ராட்சதப் பனிமலைகள் வெடித்துப் பிளந்து விழுகின்றன. அறிவியல் தகவல் அற்புதமாகக் காட்சிப் படுத்தப்பட்டிருக்கிறது. வெப்பநிலை கூடிக்கொண்டே போகிறது என்பதைக் காட்ட, முழுத்திரையிலும் பரந்திருக்கும் ஒரு கிராஃப். சிறிய லிஃப்டில் கீழிருந்து நின்றுகொண்டு அல் கோர் விளக்குகிறார். கிராஃப் கோடு உயரப் போவதால் லிஃப்ட் மேலே மேலே போகிறது.

1968இல் விண்கோள் ஒன்றிலிருந்து எடுக்கப்பட்ட பூமியின் வண்ணப்படம் ஒன்று சுற்றுச்சூழல் பற்றிய கரிசனம் உலக அளவில் ஏற்படக் காரணமாயிருந்தது என்கிறார் அல் கோர். இத்துடன் பல விண்கோள் படங்கள் நமக்குக் காட்டப்படு கின்றன. சினிமாவின் பலத்தை இந்தப் படம் நமக்கு உணர்த்து கிறது. போர்க்களத்தில் சிறக்க வேண்டுமானால் ராணுவ வீரன் ஆயுதங்களை நன்றாகக் கையாளத் தெரிந்திருக்க வேண் டும். அதுபோலவே இந்த ஊடகத்தைச் சமுதாய, அரசியல் மாற்றங்களுக்குப் பயன்படுத்த வேண்டுமானால் படமெடுப் பவர் சினிமாவின் சாத்தியக்கூறுகளை அறிந்த நிபுணர்களாக இருக்க வேண்டும். சினிமாவின் மொழியை, அதன் இலக் கணத்தை நன்கு அறிந்திருக்க வேண்டும். கூகன்ஹீம் அப்படிப் பட்ட சிறந்த ஆவணப்பட கர்த்தா. நம் நாட்டு ஆனந்த் பட்வர்தன் போல.

உலகின் பல நாடுகளில் ஆவணப்படங்கள் முழுநேரப் படங்கள்போலத் திரைப்பட அரங்குகளில் காட்டப்படுகின்றன. *March of the Penguin* என்ற ஆவணப்படத்தை அமெரிக்காவில் ஒரு மாலில் நான் பார்த்தேன். அரங்கு நிறைந்திருந்தது நினை விற்கு வருகிறது. நம் நாட்டில் சினிமா என்றால் பொழுதுபோக்கு, நேரம்கொல்லிச் சாதனம் என்ற நோக்கு உறைந்துவிட்டதால் தான் சினிமாவின் இந்த முக்கியப் பரிமாணம் இங்கு வள ராமல் குன்றிப்போய்விட்டது. வெகுகாலமாய் நான் பார்க்க ஆசைப்பட்ட ஆனந்த் பட்வர்த்தனின் *In the Name of God (1992)* என்ற ஆணாதிக்கம் பற்றிய ஆவணப்படத்தைத் தன்னார்வக் குழு ஒன்று சென்னை எலியட்ஸ் பீச்சில் திரையிட்டபோது மணலில் அமர்ந்துதான் பார்த்தேன்.

படப்பெட்டி, ஏப்ரல் 2012

தென்னிந்திய சினிமாவின் தொழிற்சங்க இயக்கம்

எக்ஸ்ட்ராக்கள் என்றழைக்கப்பட்ட ஜூனியர் கலைஞர்கள் – பெண்களும் ஆண்களும் – தினமும் குறிப்பிட்ட இடத்தில் கூடுவார்கள். அங்கு தேவைக்கு மிகுதியான ஆட்கள் கூடிவிடுவார்கள். காண்ட்ராக்டர் அங்கு வந்து தன் கையிலிருக்கும் பிளாஸ்டிக் டோக்கன்களை வீசியடிப்பார். தரையில் நாலாப் பக்கமும் விழும் டோக்கன்களை ஆளுக்கொன்றாக எடுக்க அவர்கள் பறப்பார்கள். யார் யார் கைகளில் டோக்கன்கள் இருக்கின்றனவோ – காயம்பட்டிருந்தாலும் சட்டை கிழிந்திருந்தாலும் – அவர்களுக்கு மட்டுமே அன்று படப்பிடிப்பில் வேலை.

அம்ஷன்குமார் எழுதிய எம்.பி. ஸ்ரீனிவாசன், *இந்தியன் எக்ஸ்ப்ரஸ்,* 28.3.88

ஜனவரி 2004இல் ஒரு நாள் மாலை திரைப்பட நடனக் கலைஞர்கள், நடன மாஸ்டர்கள் சங்கத்தினர் தங்களது முப்பதாம் ஆண்டு விழாவைக் கொண்டாடச் சென்னை ஜவஹர்லால் விளையாட்டரங்கில் STEPS எனப் பெயரிடப்பட்ட கண் கவர் நிகழ்ச்சி ஒன்றை நடத்தினர். தொழிற்சங்க வளர்ச்சிக்கும் இந்தியத் திரைப்படங்களில் ஆட்ட பாட்டத்தின் சிறப்பிடத்திற்கும் குறியீடாக விளங்கியது அன்றைய மாலைப்பொழுது. முன்னணி நட்சத்திரங்கள் சிலர் உட்படப் பல நடிகர்களும் கலைஞர்களும் தங்கள் நடன மாஸ்டர்களுக்கு

மரியாதை செலுத்திப் பிரபலமான சில பாட்டுகளுக்கு மேடையில் நடனமும் ஆடினார்கள். ஹிந்து நாளிதழ் அடுத்த நாள் பின்வருமாறு எழுதியது: 'விழா முடிந்த பின் நடந்தது தான் அன்றைய நிகழ்வின் சிகரமாக அமைந்தது. வந்திருந்த பார்வையாளர்கள் கலைந்து போன பின், நாற்காலிகள் நீக்கப்பட்டு, விளையாட்டரங்கம் முழுதும் நடனமேடையாக மாறியது. முன்னூறு கலைஞர்கள் ஏ.ஆர். ரஹ்மானின் படைப்பான "இதுவே எங்கள் ஜீவன்... இதுவே எங்கள் ஜீவனம்" என்னும் பாட்டுக்குச் சுழன்று சுழன்று ஆடினார்கள்.'

தென்னிந்திய சினிமாத் தொழிலுக்கு ஏறக்குறைய நூறு வயது. சிறு முயற்சியாகத் தொடங்கி, இன்று உலகெங்கும் வாழும் கோடிக்கணக்கான மக்கள் கண்டு ரசிக்கும் திரைப் படங்களை உருவாக்கும், ஆயிரக்கணக்கான பணியாளர்கள் ஈடுபட்டிருக்கும் தொழிலாக அது வளர்ந்துள்ளது. பல பத்தாண்டு களாக இதன் ஊழியர்கள் எந்தவிதமான பாதுகாப்புமின்றிச் சார்ந்திருக்க எந்த அமைப்பும் இல்லாமல் தினசரிக் கூலிகளாக, கொத்தடிமைகளைப் போலிருந்தனர். கடந்த இருபது ஆண்டு களாகத்தான் தொழிற்சங்கங்கள் உருவாக்கப்பட்டுப் பணியா ளர்கள் ஒரு கட்டமைப்பிற்குள் கொண்டுவரப்பட்டுள்ளனர்.

பொழுதுபோக்குக் களத்தில் தொழிற்சங்க அமைப்புத் தோன்றுவதற்கு வெகுகாலம் பிடித்தது. அது உருவான பிறகும் வேர்விடப் பல ஆண்டுகளாயின. ஒவ்வொரு அடியாக எடுத்து வைத்து இந்த இயக்கம் மெதுவாகத்தான் வளர்ந்தது. 1997இல் எழுதிய ஒரு பத்திரிகையாளர் இந்திய ராணுவத்திற்கு அடுத்த படியாகத் திரைப்படத் தொழிலில்தான் சங்க அமைப்பு எதுவும் இல்லாமலிருந்தது என்றார். சினிமாத் தொழிலின் பிரம்மாண் டத்தையும் அதில் ஈடுபட்டுள்ள ஆட்களின் எண்ணிக்கை யையும் கருதினால் இது வியப்பிற்குரியதாக உள்ளது. இந் நிலைக்குக் காரணம் என்ன?

திரைப்படத் தயாரிப்பு எனும் தொழில்

அண்மை ஆண்டுகளில் கல்விப்புலத்தில் திரைப்பட வரலாறு, திரைப்படவியல், சினிமா அழகியல் போன்ற துறை களில் புதிய நாட்டம் காணப்பட்டாலும் சினிமாத் துறைத் தொழிற்சங்கம் பற்றிக் கவனிப்பு ஏற்படவில்லை. இந்தியத் தொழிற்சங்க வரலாறும் சினிமாத் துறையில் அதன் தாக்கமும் ஆராயப்பட வேண்டிய விஷயங்கள். இத்தகைய கவனிப்பு இந்திய சினிமாவை நாம் புரிந்துகொள்ளவும் அதன் இயல்பு களை அறிந்துகொள்ளவும் உதவும்.

சென்னையில் உருவான தென்னிந்திய சினிமாத் தொழில் துரிதமாக வளர்ந்து, சில பத்தாண்டுகளில் பன்னாட்டளவில் திரைப்படத் தயாரிப்பில் முக்கியமான இடமாகச் சென்னையை உயர்த்துமளவு வளர்ந்துள்ளது. ஹைதராபாதிலும் பெங்களூரிலும் சில ஸ்டுடியோக்கள் இயங்கிக்கொண்டிருந்தாலும் இன்றும் சென்னைதான் தென்னிந்திய சினிமாவின் குவிமையமாக உள்ளது. தொழில்ரீதியாக இன்று ஊழியர் சங்கங்கள் நன்கு அமைக்கப்பட்டிருந்தாலும் இந்த நிலைமையை அடைவதற்குப் பல பத்தாண்டுகளாகப் போராட வேண்டியிருந்தது. 2001இல்தான் சினிமாத்துறையை இந்திய அரசு ஒரு தொழிலாகப் பிரகடனப்படுத்திற்று.

1916இல் ஆர்.நடராஜ முதலியார், சென்னையில் இந்தியா பிலிம் கம்பெனி என்னும் ஸ்டுடியோவை அமைத்துக் *கீசக வதம்* என்னும் மௌனப் படத்தைத் தயாரித்ததுதான் தென்னிந்திய சினிமாத் துறையின் தோற்றம் எனலாம். அந்தப் படம் வெளியானபோதே சென்னையில் சில நிரந்தரத் திரையரங்குகள் இயங்கிக்கொண்டிருந்தன. இந்தியர் ஒருவரால் கட்டப்பட்ட முதல் அரங்கான *கெயிட்டி* 1913இல் திறக்கப்பட்டது. இவை தவிர ஊர் ஊராகச் சென்ற டூரிங் கொட்டகைகளும் செயல்பட்டுக்கொண்டிருந்தன. மௌனப்படக் காலத்தில் (1916 – 1931) சென்னையில் மட்டுமின்றி வேலூர், நாகர்கோவில், மைசூர் நகரங்களிலும் ஸ்டுடியோக்கள் இயங்கிப் படங்கள் தயாரிக்கப்பட்டன. மௌன சகாப்தத்தில் ஏறக்குறைய 124 திரைப்படங்களும் சில ஆவணப்படங்களும் மதராஸ் ராஜதானியில் தயாரிக்கப்பட்டு வெளியாயின.

முதல் தமிழ் பேசும்படம் *காளிதாஸ்* 1931இல் வெளியாகிப் பேசும்பட யுகத்தை ஆரம்பித்துவைத்தது. ஜெனரல் பிக்சர்ஸ் கார்ப்பரேஷன் என்ற தயாரிப்பு நிறுவனத்தின் மூலம் பல மௌனப்படங்களை எடுத்த ஏ.நாராயணன், 1934இல் சென்னையில் முதல் டாக்கி ஸ்டுடியோவை அமைத்தார். ஒலியின் வரவு தென்னிந்திய மொழிப் படங்களுக்கும் – தமிழ், தெலுங்கு, மலையாளம், கன்னடம் – தனித்தனியான, பாதுகாப்பான சந்தைகளைத் தோற்றுவித்து அவை வளர வித்திட்டது. இந்தச் சந்தைகளில் இந்திப் படங்கள் போட்டியிடவில்லை. தென் மொழிப் படங்கள் பாதுகாப்பான நிலையில் தனி அடையாளங்களுடன் வேர்விட வழி கிடைத்தது. பேசும்படம் தோன்றிப் பத்து வருடங்களிலேயே திரைப்படம் வெகுசனப் பொழுதுபோக்காக நிலைபெற்றுவிட்டது.

இரண்டாம் உலகப் போர் மூண்டவுடன் பர்மா, மலேயா போன்ற நாடுகளிலிருந்த தமிழ் வணிகர்கள் பணத்துடன்

சென்னை வந்து சேர்ந்தனர். தாங்கள் கொண்டுவந்த பணத்தைத் திரைப்படத் தயாரிப்பில் முதலீடு செய்தனர். சினிமாத் தொழிலின் தொடக்க ஆண்டுகளில் நிகழ்ந்த இந்த முதலீடு அத்துறை வளரத் தக்க சமயத்தில் வந்த உதவியாக அமைந்தது.

தென்னிந்தியத் திரைத்துறை பேசும்படத்தின் பொன் விழாவை 1980இல் கொண்டாடியபோது, நான்கு மாநிலங்களிலும் மொத்தம் 98 ஸ்டுடியோக்களும் 2742 தயாரிப்பு நிறுவனங்களும் இயங்கிக்கொண்டிருந்தன. அவற்றில் பெரும்பாலானவை சென்னையில் இருந்தன. திரைப்பட அரங்குகள் – டூரிங் டாக்கீஸ்கள் உட்பட – 5885 இருந்தன. (இந்தியாவில் மொத்தம் 10,813 அரங்குகள்). ஆயிரக்கணக்கான ஊழியர்கள் பங்கேற்ற இந்த மாபெரும் துறையில் தொழிற்சங்க இயக்கம் பல ஆண்டுகளாக உருவாகவில்லை.

தொழிற்சங்க இயக்கம் திரைப்படத் துறையில் காலம் கழிந்து தோன்றியதற்கு முக்கியக் காரணம் அரசும் மக்களும் சினிமாவின்பால் காட்டிய உதாசீனப்போக்குதான் என உறுதியாகக் கூறலாம். சினிமா என்னும் பொழுதுபோக்குச் சாதனத்தின் மேல் நாம் கொண்டிருக்கும் பாரம்பரிய நோக்குதான் இது. நாடகம் போன்ற பொழுதுபோக்குக் கலை சார்ந்தவர்களைக் கீழ்நிலை மக்களாகப் பார்க்கும் மனப்பான்மையை ஆசிய நாடுகள் எல்லாவற்றிலுமே காணலாம். சாதிக் கட்டமைப்பால், அடுக்குபோலமைந்த சமூகமாக இருந்ததால் இந்தியாவில் இந்த நோக்கு சற்று அழுத்தமாகவே இருந்தது. இன்னொரு காரணம் சினிமாத் தொழில் மற்ற உற்பத்தித் தொழில்களைப் போலல்லாமல் இருப்பது.

சினிமாத் துறையைப் பொருட்டாக மதிக்காத அரசு

இன்றிருப்பதைவிட இறுகிய சமூகக் கட்டமைப்பு இருந்த காலகட்டத்தில் 1920களில் சினிமா இந்தியாவில் தோன்றியது. சமூகத்தில் இருந்த அவரவர் இடம், பிறப்பால் வகுக்கப்பட்டது என நம்பப்பட்ட காலம். ஒவ்வொரு மட்டத்திற்கும் அதற்கெனப் பொழுதுபோக்குக் கலைகள் இருந்தது மட்டுமல்ல, வெவ்வேறு மட்டங்களுக்கிடையே ஊடாட்டம் வெகு அரிதாகவே இருந்தது. இந்த அடுக்கு மட்டங்களை எல்லாம் மீறி, அவற்றை ஊடுருவிப் பொதுவான பொழுதுபோக்குச் சாதனமாகச் சினிமா தோன்றியது. ஆயிரமாயிரம் ஆண்டுகளாகச் சமத்துவப் பாரம்பரியம் இல்லாத சமூகத்தில் யாவருக்கும் பொதுவான கலையாகத் திரைப்படம் உருவானது. ஜாதி, மத, வகுப்பு வேறுபாடின்றி யாவரும் கூடும் பாகுபாடற்ற ஜனநாயகக் களமாகத் திரையரங்கு தோன்றியது. திரைப்படம்

வெகுமக்கள் பொழுதுபோக்காகத் தோன்றியதிலிருந்தே படித்த வர்க்கம் அதைப் புறக்கணித்தது. தங்கள் தராதரத்திற்குத் தொடர்பில்லாமல் யார் வேண்டுமானாலும் பார்க்கக் கூடுமானால் அது சீரிய கலையாக இருக்க முடியாது என்னும் மனப்பான்மை அவ்வர்க்கத்தினரிடையே தோன்றியது. எனவே திரைப்படத்தைப் பொருட்படுத்த வேண்டியதில்லை என்னும் நிலைப்பாட்டை மேல்தட்டு மக்கள் எடுத்தனர். சினிமா உதாசீனப்படுத்தப்படும் பழக்கம் இவ்வாறுதான் உருவானது.

பாரம்பரியம் மிக்க நிகழ்கலைகள் பல செழித்திருந்த சமுதாயத்தில் முற்றிலுமாகத் தொழில்நுட்பம் சார்ந்த கலையாக சினிமா தோன்றியது. 1897இல் எம். எட்வர்ட்ஸ் என்ற ஆங்கிலேயர் சென்னை விக்டோரியா பப்ளிக் ஹாலில் – சென்ட்ரல் ரயில் நிலையத்துக்கும் மாநகராட்சிக் கட்டடத்துக்கும் இடையில் உள்ளது – தென்னிந்தியாவின் முதல் படக்காட்சியை நடத்திச் சலனப்படத்தை அறிமுகப்படுத்தினார். அந்த அசையும் படக் காட்சி, முதலில் சர்க்கஸ் போல அதிசயமாகத்தான் பார்க்கப் பட்டது. அது மாபெரும் கலாச்சாரச் சக்தியாக வளரும், மக்களிடையே பொழுதுபோக்குச் சாதனமாகப் பெரும் வர வேற்பைப் பெறும் என்பதற்கான அறிகுறிகள் ஏதும் அப்போது காணப்படவில்லை. எனினும் டிக்கட் பெற்றுப் பலர் அதைப் பார்க்க வந்தனர். வணிகரீதியாக அது வரவேற்பைப் பெற்றதால் சில ஆண்டுகளிலேயே தினசரிக் காட்சிகள் திரையிடப்பட்டன.

உதாசீனப்படுத்தப்பட்ட துறை

படித்தவர்களும் மேல்தட்டு மக்களும் சினிமாவைக் கீழ்மக்களுடைய பொழுதுபோக்காகவே பார்த்தனர். 1927இல் பிரிட்டிஷ் இந்திய அரசு, திரைப்படத் தொழிலின் நிலைமையை அறிய விசாரணைக் குழு (Indian Cinematograph Committee) ஒன்றை அமைத்தது. அதில் பங்கெடுத்த ஒவ்வொரு வரும் சினிமா வெகுமக்கள் திரளின் பொழுதுபோக்குதான் என்றனர். அக்குழுவின் தலைவரான ரங்காச்சாரி (நடிகர் பாலாஜியின் தாத்தா) கூறினார் ‘அரசின் கவனம் முழுவதும் திரைப்படத் தணிக்கையிலேயே இருந்தது. தொழில்ரீதியாக அரசு அதைப் புறக்கணித்தது. மக்களும் சினிமாவைப் பற்றி எந்தக் கரிசனமும் இல்லாமலிருக்கின்றனர். தயாரிப்பு, விநியோகம், திரையிடல் போன்ற அம்சங்களில் ஆர்வம் காட்டவில்லை.’ சினிமாவிற்குக் கவனிப்புத் தேவையில்லை என்றே மேல்தட்டு மக்களும் அரசும் நம்பினார்கள். சூதாட்டம், குதிரைப் பந்தயம் ஆகிய வற்றைப் போன்றதுதான் சினிமாவும். அது ஒழிக்கப்பட வேண்டும் என்று 1939இல் காந்திஜி கூறியதும் இந்தக் கருத்தை

ஒத்திருந்தது. சினிமா சம்பந்தப்பட்ட கலைஞர்கள் சமூகரீதியாக ஒதுக்கப்பட்டனர். 1939இல் வந்த Who-is-Who Directory of Madras Presidency வெளியீட்டில் திரைப்படம் தொடர்பான ஒருவரைப் பற்றிய விவரம்கூட இல்லை. தொலைநோக்குடன் சினிமாவை ஆதரித்த காங்கிரஸ் தலைவர் எஸ். சத்தியமூர்த்தி, மதராஸ் பல்கலைக்கழகத்தில் சினிமா ஒரு பாடமாக வைக்கப்பட வேண்டும் எனக் குரல்கொடுத்தார். ஆனால் பல்கலைக்கழக செனட் அதை நிராகரித்துவிட்டது. இன்றுகூட, நம் முன்னாள் குடியரசுத் தலைவர் அப்துல் கலாம் தான் சினிமா பார்ப்ப தில்லை எனப் பேசிவருகிறார்.

1945இல் இந்தியத் திரைப்படத் தயாரிப்பாளர்கள் சங்கம் (Indian Motion Pictures Producers Assocition) அமெரிக்க, ஐரோப்பிய நாடுகளுக்குத் திரைப்படத் தொழிலின் நிலைமையைக் கவ னித்து வரக் கே.எஸ். ஹிர்லேக்கர் தலைமையில் ஒரு குழுவை அனுப்பியது. சென்னையிலிருந்து தமிழ்நாடு டாக்கீஸ் நிறுவ னத்தைச் சார்ந்த எஸ். சௌந்தரராஜன் இதில் இடம்பெற் றிருந்தார். திரும்பி வந்து இந்தக் குழுசமர்ப்பித்த அறிக்கையில் திரைப்படத் தொழிலாளர்களைப் பற்றியோ அவர்களுக்கான அமைப்புகள் பற்றியோ ஒரு வரிகூட இல்லை என்பது இந்தக் கட்டுரைக்கு முக்கியமான விவரம். 1946இல் திரைப்படக் கல்லூரியையும் சினிமாக் கௌன்சிலையும் நிறுவ மத்திய சட்டசபையில் தாக்கல் செய்யப்பட்ட தீர்மானமும் நிராகரிக்கப் பட்டது.

சினிமா அண்மைக்காலத்தில் தோன்றியது என்றாலும் அதன் வரலாற்றுப் பதிவுகளைக் கண்டறிவது கடினம். அது ஒரு துறையாகப் பொருட்படுத்தப்படாததால் அதைப் பற்றிய விவரங்கள் பதிவுசெய்யப்படவில்லை. அச்சு ஊடகமும் ஆரம்ப காலத் திரையுலக நிகழ்வுகளைப் பதிவுசெய்யவில்லை. 1920 களில் வந்த பத்திரிகைகளைப் புரட்டிப் பார்த்தால் அதில் சினிமா பற்றிய செய்திகளைக் காண்பதரிது. அரசும் பத்திரிகை களுக்கு, நாளிதழ்களுக்கு அளித்த முக்கியத்துவத்தைத் திரைப் படத்துக்குத் தரவில்லை. அரசு ஆவணக் காப்பகங்களில் சினிமா சார்ந்த ஆவணங்கள் பாதுகாத்துவைக்கப்படவில்லை.

தென்னிந்தியாவில் முப்பதுகளிலேயே சினிமாவுக்கும் அரசியலுக்குமான ஊடாட்டம் தொடங்கிவிட்டாலும் இது ஆராய்ந்து கவனிக்க வேண்டிய களம் எனக் கல்விப் புலம் கருதவில்லை. இந்த மனப்பான்மை இன்றும் தொடர்வதைக் காணலாம். திரைப்படம் பற்றிய ஆவணங்கள் அரிதாக இருப்பதற்கு இத்தகைய நோக்கும் காரணம். அதேபோல,

1918இல் நிறுவப்பட்ட சினிமாத் தணிக்கை வாரியமும் திரைப்படங்கள் சார்ந்த ஆவணங்களைப் பராமரித்து வைக்கவில்லை. தென்னிந்தியத் திரைப்படத் தொழிற்சங்க வரலாறு எழுதுவதில் இருக்கும் சிரமங்களை இந்தப் பின்புலத்தில் நோக்க வேண்டும்.

திரைப்படத் தொழிலின் இயல்பு

திரைப்படத் தொழில் அது தோன்றியபோதே அமைப்பி லும் இயல்பிலும் மற்ற தொழில்களினின்று வேறுபட்டிருந்தது. கட்டமைப்பான தொழிலாக இல்லாமல் ஒன்றுக்கொன்று சம்பந்தமில்லாத தனித்தனியான முயற்சிகளாகத்தான் இது தொடங்கியது. ஆரம்பகாலத் தயாரிப்பாளர்கள் கடன் வாங்கித் தான் முதலீடுசெய்ய வேண்டியிருந்தது. தொழிலாளர்களுக்கு மட்டுமல்ல தயாரிப்பாளர்களுக்கும் எந்தவிதப் பாதுகாப்பும் இல்லை. பேசும்படம் தோன்றிப் பத்தாண்டுகளிலேயே நட்சத் திரங்கள் தோன்றிவிட்டதால் தங்கள் படங்கள் வெற்றியடையத் தயாரிப்பாளர்கள் அவர்களை நாடினர். ஒரு நட்சத்திரத்தை ஒப்பந்தப்படுத்திவிட்டால், படத் தயாரிப்பிற்குப் பணம் கொடுக்க வினியோகிப்பாளர்கள் தயாராக இருந்தனர். முன்பணமாகக் கொடுக்கப்பட்ட தொகை நட்சத்திரத்தின் தரத்தைப் பொறுத்து அமைந்தது. தயாரிப்பாளர் திரைப்படத் துறைக்கு முற்றிலும் புதியவராகக்கூட இருக்கலாம். மற்ற தொழில்களைப் போலல் லாமல், நிலம், கட்டடம், எந்திரங்கள், கருவிகள், சம்பளம் வாங்கும் ஊழியர்கள் எதுவும் இல்லாமல் ஒருவர் படம் தயாரிக்க முடியும். படப்பிடிப்புத் தளம், காமிரா, அது சார்ந்த உபகரணங்கள், ஆய்வுக்கூடம் எல்லாவற்றையும் வாடகைக்கு எடுத்தே படத்தைத் தயாரித்துவிட முடியும். இம்முறையில், ஓரிரு படங்களைத் தயாரித்த பின் பலர் ஒதுங்கிவிடுவதும் உண்டு.

ஜுபிடர், நரசு போன்ற பெரிய ஸ்டுடியோக்கள் தோன்றிய பின்னரும் தனிப்பட்ட தயாரிப்பாளர்கள் பலர் களத்திலிருந் தார்கள். எந்தவிதக் கட்டமைப்பும் இல்லாத துறையாக இது செயல்பட்டுக்கொண்டிருந்தது.

தயாரிப்பு, உருவாக்க முறை, நடிப்பு, விநியோகம், போன்ற பல பிரிவுகள் கொண்ட புதிய பொழுதுபோக்குக் கலையான தால், தொழிலாளர்களை ஓர் அமைப்பின் கீழ் கொண்டு வருவதில் சினிமாத் துறையில் சிரமங்கள் இருந்தன. சினிமாத் தொழிலுக்கு முன்மாதிரி ஏதும் இல்லாமலிருந்தது. இந்தியச் சமுதாயத்தில் காணப்படும் அந்தஸ்திலும் வருமானத்திலும்

உள்ள வேறுபாடு, திரைப்பட உலகில் இன்னும் அழுத்தமாகவும் துலக்கமாகவும் வெளிப்பட்டது. வெகுசில தயாரிப்பாளர்களும் நடிகர்களும் உயர்மட்ட வருமானம் பெற, ஆயிரக்கணக்கான பிற தொழிலாளர்கள் சொற்ப ஊதியத்தில் வாழ்க்கைப் போராட்டத்தைச் சந்தித்துக்கொண்டிருந்தனர். இது சினிமாத் துறைக்குள்ளேயே பெரும் இடைவெளியை உருவாக்கியிருந்தது. சில ஆண்டுகளுக்கு முன்வரை, படத் தொகுப்பாளர்கள், ஒளிப்பதிவாளர்கள், பட உருத்துலக்கம் (film developing) செய்பவர்கள் ஜுனியர் கலைஞர்கள், மற்ற துறைகளிலுள்ள தொழிலாளர்களைவிடக் குறைவாகவே ஊதியம் பெற்றுக்கொண்டிருந்தனர். 'நமது சினிமாவின் அழகியல் எடிசன் காலத்தில் இருக்கின்றதென்றால், இத்துறையினுள் உள்ள உறவுகள் ஜமீந்தார் காலத்தனவாக இருக்கின்றன. திரைப்படத் தொழில்நுட்பக் கலைஞர்களும் தொழிலாளிகளும் ஒன்று சேர்ந்து அடிப்படை ஊதியம் பற்றிக் கேட்டால், துறையின் மேல்தட்டில் உள்ளவர்கள் ஏதோ பெரிய தவறுசெய்துவிட்டதுபோல அவர்களைப் பார்க்கிறார்கள்' என்று இசை அமைப்பாளர் எம். பி. ஸ்ரீனிவாசன் 1974இல் கூறினார்.

தொழிலாளர்களையும் கலைஞர்களையும் ஒன்றிணைக்கும் முயற்சிகளைத் தயாரிப்பாளர்கள் எதிர்த்தனர். ஸ்டுடியோ முதலாளிகளும் தயாரிப்பாளர்களும் தொழிற்சங்கம் அமைக்க முயன்றவர்களைத் தங்களுடைய பிரதான எதிரிகளாக இனம் கண்டனர். ஜெமினி ஸ்டுடியோ அதிபரான எஸ். எஸ். வாசன் வெளிப்படையாகவே தொழிற்சங்க முயற்சிகளை எதிர்த்தார். தன் நிறுவனத்தில் இடதுசாரிக் கருத்துகள் முளைத்துவிடக் கூடாது என்பதில் அவர் கவனமாக இருந்தார். பிரிட்டிஷ் கவிஞரான ஸ்டீவன் ஸ்பென்டரைத் தனது ஸ்டுடியோவிற்கு அழைத்து வரவேற்பளித்ததும் இந்த நிலைப்பாட்டை அடிக்கோடிட்டுக் காட்டுவதற்கே. பொதுவாக எல்லாத் தயாரிப்பாளர்களுமே இத்தகைய மனப்பான்மையைக் கொண்டிருந்தனர்.

தொழிலாளிகள் தொடர்பு கொண்டு பேச்சு நடத்தக்கூடிய முதலாளிகளின் அமைப்புகள் அன்றைய தொழில் துறைகள் பலவற்றில் இருந்தாலும் அப்படிப்பட்ட எதுவும் சினிமாத் துறையில் இல்லை. பெருவாரியான கலைஞர்களுடனும் ஊழியர்களுடனும் தயாரிப்பாளர்கள் எழுத்துமூலம் ஒப்பந்தம் எதுவும் செய்துகொள்ளவில்லை. ஊழியர் நலனுக்காக எந்தவித நடவடிக்கையும் எடுக்கப்படவில்லை. திரைப்படத் தயாரிப்பில் ஈடுபட்டிருந்த ஊழியர்கள் நாடோடிக் கும்பல்கள்போலக் கிடைத்த இடத்தில் வேலைபார்த்துக்கொண்டிருந்தார்கள். அவர்களைப் பாதுகாக்க, பணிநிரந்தரம் பற்றி உறுதியளிக்கச்

சட்டப்பூர்வமாக எந்த நடவடிக்கையும் எடுக்கப்படவில்லை. தொழிற்சங்க நடவடிக்கை மூலம் பல துறைகளுடன் ஊடாடிய அரசியல் கட்சிகளும் சினிமாத் துறையை ஒதுக்கிவிட்டன. நிலைமை இப்படி இருந்தாலும் அத்துறையைவிட்டுப் போகத் தொழிலாளர்களுக்கு மனம் இல்லை. என்றாவது ஒரு நாள் முன்னுக்கு வர முடியும் என்னும் நம்பிக்கைதான் அதற்குக் காரணம்.

இந்தியாவில் தோன்றி நிலைகொண்டிருந்த திரைப்பட உருவாக்க முறையும் இந்த நிலைமைக்குக் காரணமாக இருந்தது. ஜெமினி, மாடர்ன் தியேட்டர்ஸ் போன்ற ஸ்டுடியோக்கள் இயங்கிக்கொண்டிருந்த காலகட்டத்திலும் கலைத் துறைக்கு எள்ளளவும் சம்பந்தம் இல்லாத தனிப்பட்ட சிலர், பணம் முதலீடுசெய்து, சிலரைப் பணிக்கு அமர்த்தி, ஓரிரு படங்கள் தயாரித்த பிறகு மறைந்துவிடுவது வழக்கமாக இருந்தது. படம் எடுப்பது பணம் சம்பந்தப்பட்ட சாகசம்போல்தான் இருந்தது. கடன்களை அடைப்பதிலிருந்தும் ஊழியர்களுக்குக் கொடுக்க வேண்டிய தொகையைக் கொடுப்பதிலிருந்தும் தப்பிக்க ஒவ்வொரு படம் தயாரித்தபோதும் சில நிறுவனங்கள் தங்கள் பெயர்களை மாற்றிக்கொண்டன. அப்படிப்பட்ட தனியார் தயாரிப்பாளர்களுக்குச் சினிமாத் தொழிலிலோ சினிமா என்னும் கலையிலோ சிறிதும் ஈடுபாடு கிடையாது. படத் தயாரிப்புத் தொழிலுக்கென ஒருங்கிணைந்த அமைப்பு எதுவும் இல்லை.

வேலை நேரம், ஊதியம், விடுப்பு சார்ந்த விதிகள் ஏது மில்லாமல் பெரிய ஸ்டுடியோக்கள்கூடப் பண்ணைகள் போலத் தான் நடத்தப்பட்டன. கலைஞர்களும் தொழில்நுட்பப் பணி யாளர்களும் ஸ்டுடியோ முதலாளிகள் தயவில்தான் இருக்க வேண்டியிருந்தது. இந்த நிலையிலும்கூடச் சில ஸ்டுடியோக் களில், சிறிது காலத்திற்கென்றாலும் கடைநிலை ஊழியர்கள் அளவில் சில தொழிற்சங்கங்கள் இயங்கின. சேலம் மாடர்ன் தியேட்டர்ஸில் 1940களில் தச்சுவேலை செய்தவர்களும், வார்ப் படம் செய்தவர்களும் செட்போட்டவர்களும், சங்கம் அமைத்திருந்தனர். அவர்கள் தனித்து இயங்கினாலும் இந்திய தேசியத் தொழிற்சங்கக் கூட்டமைப்பு (Indian National Trade Union Congress) போன்ற சில தொழிலாளர் அமைப்புகள் அவர்களுக்கு ஆதரவளித்தன. முதலில் ஜெமினியிலும் பின்னர் மெஜஸ்டிக், கோல்டன், ஏ. வி. எம்., வாஹினி ஸ்டுடியோக்களி லும் தொழிற்சங்கங்களை எஸ். சி. சி. அந்தோணி பிள்ளை தொடங் கினார். இவை ஒன்றுபட்ட மெட்ராஸ் ஸ்டுடியோ ஓர்க்கொர்ஸ் யூனியன் (Madras Studio Workers Union) என்ற பெயரில் செயல் பட்டது. காங்கிரஸ் கட்சித் தலைவர்கள் ஊழியர்கள் சார்பில்

பேச்சுவார்த்தைகளில் கலந்துகொண்டனர். ஆனால் இது அதிக நாட்கள் நீடிக்கவில்லை. ஊழியர்கள் ஒருங்கிணைவதை எதிர்த்து ஸ்டுடியோ முதலாளிகள் வெற்றி கண்டனர்.

பிரிட்டிஷ் அரசின் மெத்தனப்போக்கு

இந்தியத் திரைப்படத் துறையின் பிரச்னைகளை அரசு கண்டுகொள்ளவேயில்லை. பிரிட்டனின் சினிமாவிற்குச் சட்டபூர்வமாக ஆதரவளித்தும் தொழிற்சங்கங்கள் வளர வழிவகுத்தும் தந்த பிரிட்டிஷ் அரசாங்கம் இந்திய சினிமாவை உதாசீனப்படுத்தியது. எம்பையர் பிலிம்ஸ் என்றறியப்பட்ட, பிரிட்டிஷ் நிறுவனங்களில் தயாரான ஆங்கிலப் படங்களுக்கு இந்தியாவில் நல்ல சந்தையை அமைத்துக்கொடுப்பதில் அவ்வரசாங்கம் கண்ணும் கருத்துமாக இருந்தது. இந்திய சினிமாத் தொழிலையோ அதில் பணிபுரிந்த ஆயிரக்கணக்கான பணியாளர்களின் நலனையோ அது மனத்தில் கொள்ளவேயில்லை. அந்த அரசின் கவனம் எல்லாம் தணிக்கை செய்வதிலேயே இருந்தது. இந்தியாவில் தயாரிக்கப்பட்ட படங்கள் சுதந்திரப் போராட்டப் பிரச்சாரத்திற்குப் பயன்படக் கூடாது என்பதில் அது கவனமாக இருந்தது. ஆனால் இதே காலகட்டத்தில் மற்ற தொழில்களின் பணியாளர்களை ஒன்றுபடுத்தும் சங்கங்கள் வளர்ந்துகொண்டிருந்தன.

1916இல் அமல்படுத்தப்பட்ட இந்திய சினிமாச் சட்டம் (Indian Cinematograph Act of 1916) சினிமா பற்றிய சில அடிப்படைக் கட்டமைப்புகளை அறிமுகப்படுத்தினாலும் உழைக்கும் வர்க்கத்தின் நிலைமையைக் கண்டுகொள்ளவில்லை.

1921இல் டபிள்யூ. எவான்ஸ் (W. Evans) என்ற ஆங்கிலேயர் இந்தியாவில் சினிமாவின் நிலையை ஆராய்ந்து அரசுக்கு அறிக்கை தர அனுப்பப்பட்டார். ஆனால் சென்னைக்கும் வந்த அவர் செய்ததெல்லாம் தணிக்கை முறை எப்படிச் செயல்பட வேண்டும் எனப் பரிந்துரைத்ததுதான். தொழிலின் நிலைமை பற்றியோ ஊழியர்கள் பற்றியோ ஒரு வார்த்தைகூட அவர் அறிக்கையில் இல்லை.

1927இல் அமைக்கப்பட்ட இந்தியன் சினிமேடொகிராப் கமிட்டி (Indian Cinematograph Committee) சினிமாத் தொழிலை மேம்படுத்தத் தயாரிப்பாளர்களுக்குக் கடன் வசதி, மைய அரசின் வணிகத் துறையுடன் சினிமாத் துறையையும் இணைப்பது போன்ற பலவற்றைப் பரிந்துரைத்தது. ஆனால் பிரிட்டிஷ் அரசு இந்தக் கருத்துகளையோ கமிட்டியின் அறிக்கையையோ ஏற்கவில்லை.

1937இல் மதராஸ் ராஜதானியில் பதவிக்கு வந்த காங்கிரஸ் அரசும் சினிமாத் துறையையோ அதில் வேலைசெய்த ஆயிரக் கணக்கான ஊழியர்களைப் பற்றியோ அக்கறை காட்டவில்லை. அந்த அமைச்சரவையில் தொழில் துறை அமைச்சராகப் பொறுப்பேற்றிருந்த வி. வி. கிரி பொள்ளாச்சி அருகே உள்ள தேயிலைத் தோட்டத் தொழிலாளர்களிடையே தொழிற்சங்க இயக்கத்தை ஊக்குவித்தாலும் சினிமாத் துறையைக் கவனிக்க வில்லை.

தொழிலாளர் நலன் கருதி மாகாண அளவில் அரசு லேபர் கமிஷன் ஒன்றை அமைத்தது. ஆனால் சினிமாத்துறை அதன் கவனிப்பின் கீழ் வரவில்லை. 1934இல் செயல்படுத்தப் பட்ட தொழிற்சாலைச் சட்டம்கூட ஸ்டுடியோ தொழிலாளர் களைத் தொடாமல் விட்டுவிட்டது. ஆனால் 1936இல் ஊதியம் கொடுக்கும் சட்டம் ஸ்டுடியோப் பணியாளர்களைச் சேர்த்துக்கொண்டது. எனினும் இசைத்துறை சார்ந்தவர்கள், ஒலிப்பதிவாளர்கள், எழுத்தாளர்கள் அச்சட்டத்திற்குப் புறம்பே இருந்தார்கள்.

அக்டோபர் 1944இல், தொழில் சார்ந்த வெவ்வேறு துறை களைக் கவனிக்க 17 குழுக்களை மைய அரசின் திட்ட மேம் பாட்டுத் துறை அமைத்தது. பல திரைப்படத் தயாரிப்பாளர் கள் கேட்டுக்கொண்ட பின்னரும் சினிமாவிற்கெனக் குழு எதுவும் அமைக்கப்படவில்லை. தயாரிப்பாளர்கள் சிலர் ஒன்றுகூடி, அரசின் திட்ட உறுப்பினராக இருந்த ஆதர்ஷிர் தலாலைச் சந்தித்துத் திரைத் துறைக்கென ஒரு குழு வேண்டும் எனக் கேட்டும் பயனில்லை.

மதராஸ் ராஜதானியில் தொழிற்சங்க இயக்கத்தின் தோற்றுவாய்

ஒரு தொழில் உருவானவுடனே அதில் தொழிற்சங்கங்கள் தோன்றிவிடுவதில்லை. பணியாளர்கள் தங்களது குறைகளை மற்ற ஊழியர்களுடன் பகிர்ந்துகொண்டு இணைந்து செயல் பட எண்ணும்போது சங்கங்கள் பிறக்கின்றன. முதலாளிகளை எதிர்ப்பதில் ஒன்றுபடும்போதும் சங்கங்கள் உருவாவதற்கேற்ற பின்புலம் ஏற்படும். 1920களிலும் 30களிலும் சினிமா வெகு மக்கள் பொழுதுபோக்காக உருவாகிக்கொண்டிருந்தது. நாடகம், கூத்து போன்ற கலைகள் போய் மக்களின் வாழ்வில் திரைப் படங்கள் இடம்பிடிக்க ஆரம்பித்தன. புதிய புதிய ஸ்டுடி யோக்களும் திரையரங்குகளும் சென்னையில் தோன்றின. அந்தச் சமயத்தில்தான் தொழிற்சங்க இயக்கம் மதராஸ் ராஜ தானியில் உருவெடுத்தது.

1917இல் நிகழ்ந்த ரஷியப் புரட்சி சென்னையிலும் எதிரொலித்துத் தொழிற்சங்க இயக்கத்திற்கு உத்வேகத்தைக் கொடுத்தது. 1918இல் தென்னிந்தியத் தொழிற்சங்க இயக்கத்திற்கு அஸ்திவாரம் போட்டவர்களில் ஒருவரான திரு. வி. கல்யாணசுந்தரனார் மெட்ராஸ் லேபர் யூனியன் என்ற அமைப்பை அன்னி பெசண்ட், வி. சக்கரை செட்டியார் ஆகியோருடன் இணைந்து தோற்றுவித்தார். இதன் தாக்கம் புதிதாகத் தோன்றிக் கொண்டிருந்த பல தொழில்துறைகளில் ஏற்பட்டது. ரயில் வேயிலும் டிராம்வேயிலும் மின்சாரத் துறையிலுமாகப் பல புதிய தொழிற்சங்கங்கள் உருவாயின. இந்தக் காலகட்டத்தில் மதராஸ் ராஜதானியில் 19 பஞ்சாலைகள் உள்ளிட்ட 486 தொழிற்சாலைகள் செயல்பட்டுக்கொண்டிருந்தன. இந்நிலையில் தொழிலாளர்கள் சங்கங்கள் மூலமாக ஒன்றுபட்டுச் செயல்படுவது பல இடங்களில் நடந்து கொண்டிருந்தது. 1919இல் அமிர்தசரஸில் கூடிய இந்திய தேசியக் காங்கிரஸ் மாநாடு ஒவ்வொரு மாகாண அளவிலும் மாவட்டத்திலும் தொழிலாளர் நடவடிக்கைகளை ஒருங்கிணைக்கக் கட்சியின் சார்பில் சங்கங்கள் அமைக்க வேண்டும் என்னும் முடிவை எடுத்தது. தமிழகத்தில் வ. உ. சிதம்பரம் பிள்ளையும் சுப்ரமணிய சிவாவும் தொழிலாளர் இயக்கத்தைப் பிரிட்டிஷ் அரசுக்கு எதிராகப் பயன் படுத்துவதில் ஈடுபட்டிருந்தனர்.

1920இலேயே மதராஸ், தென்மராத்தா ரயில்வே யூனியன்களும் இம்பீரியல் வங்கிப் பணியாளர் சங்கம் முதலிய அமைப்புகள் இயங்கிக்கொண்டிருந்தன. அகில இந்திய அளவில் ஆல் இந்திய டிரேட் யூனியன் காங்கிரஸ் 1920இல் தோற்றுவிக்கப்பட்டது. பன்னாட்டளவில், லீக் ஆப் நேஷன்ஸ் ஆரம்பிக்கப்பட்ட பிறகு, சர்வதேசத் தொழிலாளர் அமைப்பில் இந்தியா உறுப்பினராகச் சேர்ந்தது. தொடர்ந்த ஆண்டுகளில் காங்கிரஸ் கட்சி தன்னைத் தொழிற்சங்க இயக்கத்தில் தீவிரமாக ஈடுபடுத்திக்கொண்டது. எடுத்துக்காட்டாக, 1938இல் சென்னை டயோசீசன் அச்சக ஊழியர்கள் சிலரைத் தொழிற்சங்க நடவடிக்கைக்காக நிர்வாகம் தண்டித்த போது, அந்த விஷயம் தமிழ்நாடு காங்கிரஸ் கமிட்டிக் கூட்டத்தில் பேசப்பட்டது. ஆனால் நாம் மனங்கொள்ள வேண்டியது என்னவென்றால் இந்த நடவடிக்கைகள் எல்லாமே திரைப்படத் தொழிலை ஒதுக்கிவைத்துவிட்டதுதான்.

தென்னிந்திய சினிமா முன்னோடிகளாக நடராஜ முதலியாரும் ஏ. நாராயணனும் திரைப்படத் துறைக்கு அடித்தளம் இட்டுக்கொண்டிருந்த இந்த ஆண்டுகளில், வேறு இரண்டு தொழில்களும் வளர்ந்துகொண்டிருந்தன. அவை ஜவுளித்

தொழிலும் தீப்பெட்டித்தொழிலும். ஸ்வீடன் நாட்டைச் சேர்ந்த ஒரு கம்பெனி 1928ஆம் ஆண்டு சென்னைத் திருவொற்றியூரில், 800 பணியாளர்களுடன் தி வெஸ்டெர்ன் இண்டியன் மேட்ச் கம்பெனியை நிறுவியது. ஏற்கனவே நிறுவப்பட்டுவிட்ட பல ஜவுளி ஆலைகளைக் கண்காணிக்க 1881இல் தொழிற்சாலை சட்டம் அமலாக்கப்பட்டது. புதிய தொழிற்துறைகள் தோன்றத் தோன்றச் சிறுவர்களைப் பணிக்கு அமர்த்துவதைத் தவிர்ப்பது, பெண்களின் பணி நேரம் போன்ற புதிய கரிசனங் களை உள்ளடக்க அவ்வப்போது இந்தச் சட்டத்தில் மாறுதல்கள் செய்யப்பட்டன. கர்நாட்டிக் ஜவுளி ஆலைத் தொழிலாளர்கள் விடுப்பு தொடர்பான தங்கள் குறைகளைக் களைய ஒன்றிணைந்து செயல்பட்ட நிகழ்வு 1889இல் பதிவுசெய்யப் பட்டுள்ளது. 1904இல் அரசு அச்சகத் தொழிலாளர்கள் பணி நேரச் சீரமைப்பு கோரி வேலைநிறுத்தத்தில் ஈடுபட்டனர் என்றறிகிறோம்.

பக்கிங்ஹாம் கர்நாடிக் போன்ற பெரும் ஆலைகள் தொடங்கப்பட்டது மதராஸ் மாகாணத்தில் தொழிற்சங்க இயக்கம் பரவக் காரணமாய் அமைந்தது. மெட்ராஸ் லேபர் யூனியன் தொடங்கிய பின்னர், அதே மாதிரியில் 14 அமைப்பு கள் தோன்றின. இவற்றின் செயல்பாடுகளை ஒருங்கிணைக்க, 1920இல் அரசாங்கத்தால் அமைக்கப்பட்ட மதராஸ் மத்தியத் தொழில் குழுவில் செல்வபதி செட்டியார், ராமானுஜ நாயுடு போன்றோர் தீவிரமாகச் செயல்பட்டுச் சில வேலை நிறுத்தங்களைக்கூட முன்னிருந்து நடத்தினர். பல ஆண்டுகளாக இவர்கள் இருவரும் MCLBயின் காரியதரிசிகளாகப் பணியாற்றினர். இந்த அமைப்புகளெதுவும் திரைப்படம் சார்ந்த தொழிலாளர்களை உள்ளடக்கவில்லை. இந்தத் தலைவர்களின் கண்களுக்கும் திரைப்படத் தொழில் படவேயில்லை.

எனினும் காங்கிரஸ் சார்ந்த தொழிலாளர் தலைவர்கள் சிலர் திரைப்படத் தொழிலின் பணியாளர்கள்மீது கட்சியின் கவனம் செலுத்தப்பட வேண்டும் என விரும்பினார்கள். 1946 ஜூலை 21ஆம் தேதியன்று தென்னிந்திய சினிமாத் தொழி லாளர் சங்கம் ஆரம்ப விழாவில் காங்கிரஸைச் சார்ந்த டி.எஸ். ராமானுஜம், எஸ்.சி.சி. அந்தோணி பிள்ளை போன்ற தலைவர்கள் கலந்துகொண்டார்கள். தமிழ் சினிமா முன்னோடி கே. சுப்ரமணியமும் தமிழ்நாடு டாக்கீஸ் நிறுவனத்தைச் சார்ந்த தயாரிப்பாளர் எஸ். சௌந்தர்ராஜனும் இந்த விழாவில் கலந்து கொண்டு இந்த முயற்சியை ஆதரித்துப் பேசினர். இயக்குநர்

கே.எஸ். கோபாலகிருஷ்ணன் (இவர் *ஜலஜா* போன்ற படங்களை இயக்கியவர்) திரைப்பட ஊழியர்களுக்குக் குறைந்த பட்ச ஊதியமாக மாதம் ரூ. 60 நிர்ணயிக்கப்பட வேண்டும் எனப் பேசினார். ஆனால் இந்த அமைப்புக்கு விரைவிலேயே மூடுவிழா நடத்த வேண்டிவந்தது.

தென்னிந்தியத் திரைப்பட வர்த்தக சபை

வணிகரீதியாகத் திரைப்படத் துறைக்காக உருவாக்கப்பட்ட முதல் அமைப்பான தென்னிந்தியத் திரைப்பட வர்த்தக சபை 1939இல் பிறந்தது. சினிமாத் துறையின் நான்கு பிரிவுகளான ஸ்டுடியோ, தயாரிப்பு, வினியோகம், திரையிடல் ஆகியவற்றிலிருந்து பிரதிநிதிகள் இந்தச் சபையில் இடம்பெற்றனர். இந்த அமைப்பின் முக்கியத்துவத்தை உணர்ந்த மாகாண அரசு 1940இல், திரைப்படத் துறைக்கான அமைப்பாக இதை அங்கீகரித்தது. தொடர்ந்து வர்த்தக சபையின் சார்பாக ஹெச். எம். ரெட்டி தணிக்கை வாரியத்தில் உறுப்பினராகச் சேர்க்கப்பட்டார். வர்த்தக சபையின் புரவலராக இருக்க அன்றைய கவர்னர் சர் ஆர்தர் ஹோப் சம்மதித்தார். ஆனால் இந்த அமைப்பும் தயாரிப்பாளர்கள், விநியோகஸ்தர்களுடைய பிரச்னைகளைக் கவனித்துக்கொண்டதே தவிர, தொழிலாளர்களைக் கண்டுகொள்ளவேயில்லை.

டிராமா கம்பெனிப் பாரம்பரியம்

பேசும்படத் தயாரிப்பு தொடங்கியபோது சினிமாத் துறைக்குள் வந்த கலைஞர்கள், ஊழியர்களில் பெரும்பாலானோர் டிராமா கம்பெனியிலிருந்து திரைத்துறைக்கு இடம் பெயர்ந்தவர்கள். சினிமா தோன்றுவதற்கு முன்பு மதராஸ் மாகாணத்தில் கம்பெனி நாடகங்கள்தாம் வெகுமக்கள் பொழுதுபோக்குச் சாதனங்களாக விளங்கிவந்தன. சென்னையில் பிரதான நாடக அரங்காக விளங்கிய ஒற்றைவாடைத் தியேட்டர் 1872இல் கட்டப்பட்டது. அதேபோலப் பல ஊர்களில் நிரந்தர டிராமா கொட்டகைகள் கட்டப்பட்டன. வணிகரீதியாகக் கட்டமைக்கப்பட்டிருந்த நாடகக் குழுக்கள் ஊர் ஊராகச் சென்று அக்கொட்டகைகளில் நாடகங்கள் நடத்தின. இவை போன்ற கம்பெனி டிராமாக் குழுக்கள் தவிர, ஸ்பெஷல் நாடகக் குழுக்களும் இயங்கிக்கொண்டிருந்தன. இந்த வகை நாடகத்தில் கலைஞர்கள் குறிப்பிட்ட பாத்திரத்திற்குரிய பாடல்களில் தேர்ச்சிபெற்று விளங்கினர். வெவ்வேறு இடங்களிலிருந்து அழைக்கப்பட்ட நாடகக் கலைஞர்கள், ஓரிடத்தில் ஒன்றிணைந்து எவ்வித ஒத்திகையும் இன்றி

ஒரு நாடகத்தை நடத்த முடியும். பேசும்படம் தமிழகத்தில் 1931இல் தோன்றியபோது பாட்டெழுதுவோர், இசைக் கலைஞர்கள், தச்சுவேலை செய்வோர் என நாடக உலகிலிருந்து சகல ஊழியர்களும் சினிமா உலகிற்குள் புகுந்தனர். சென்னை யில் தயாரிக்கப்பட்ட முதல் 60 தமிழ்ப் படங்கள் அன்று பிரபலமடைந்திருந்த நாடகங்களே.

இந்த வெவ்வேறு வகையான நாடகக் குழுக்களிலும் கலைஞர்களும் பணியாளர்களும் ஒன்றிணைந்து செயல்படும் பாரம்பரியம் இல்லை என்பதை இந்தப் பின்புலத்தில் நாம் நினைவில்கொள்ள வேண்டும். முழுவதும் முதலாளிகளின் தயவில்தான் அவர்கள் வாழ்ந்திருந்தனர். பிரபல நாடகக் கலைஞர்களின் வாழ்க்கை வரலாறுகளைப் படிக்கும்போது அவர்கள் கொத்தடிமைகளாகவே இருந்தது தெளிவாகிறது. யாராவது ஒரு நடிகர் கம்பெனியைவிட்டு விலகினால், அவர் நகைகளைத் திருடிவிட்டார் என்று முதலாளி போலீஸில் புகார்செய்து அவர்கள் கைதுசெய்யப்பட்டுவிடுவார். இப்படி முதலாளிக்குப் பயந்து அவர் தயவில் வேலைசெய்யும் பாரம் பரியமும் நாடகக் கலைஞர்களையும் பணியாளர்களையும் உதாசீனப்படுத்தும் இந்தப் பழக்கமும் அவர்கள் சினிமாவிற்குள் நுழைந்த பிறகும் தொடர்ந்தது.

பிரிட்டிஷ் அரசு பல அம்சங்களில் இந்திய சினிமாத் துறையை நிர்வகித்துச் சட்டங்கள் இயற்றுவதில் பிரிட்டிஷ் சினிமாத் துறையை மாதிரியாகப் பின்பற்றினாலும் தொழி லாளர்களைக் கவனிப்பதில் மிகுந்த வேறுபாடு காட்டியது. பிரிட்டனில், நாடக, இசைக் கலைஞர்கள், பணியாளர்கள் யாவரும் தொழிற்சங்கங்களால் இணைக்கப்பட்டிருந்தார்கள். தொழிலாக சினிமா உருவெடுத்தபோது இந்தத் தொழிற்சங்கங் கள் சினிமாக் கலைஞர்களுக்கும் ஊழியர்களுக்கும் எடுத்துக் காட்டாகவும் அடித்தளமாகவும் அமைந்திருந்தன. இந்தியாவில் அம்மாதிரியான சினிமாவிற்கு முற்பட்ட நிகழ்கலை சார்ந்த கலைஞர்களுக்கான தொழிற்சங்கங்கள் எதுவும் இருந்திருக்க வில்லை.

இந்தியாவில் சுதந்திரப் போராட்டக் காலத்தில் பல தேசியத் தலைவர்கள் தொழிற்சங்க இயக்கத்தை ஆதரித்தனர் என்பதை ஏற்கனவே பார்த்தோம். சொல்லப்போனால் தேசியப் போராட்டத்தின் ஒரு பரிமாணமாகவே தொழிற்சங்க இயக்க மும் வளர்ந்தது. ஆனால் அவர்களது அக்கறை சினிமாக் கலைஞர்களையோ தொழிலாளர்களையோ எட்டவில்லை. இதில் விந்தை என்னவென்றால் சில முக்கியமான சினிமாக்

கலைஞர்கள் தேசிய விடுதலைப் போராட்டத்திற்குத் தங்கள் ஆதரவை அளித்ததல்லாமல் நேரடியாகவும் பங்கெடுத்தனர். நாடக, சினிமா நட்சத்திரமான கே.பி. சுந்தராம்பாள் காங்கிரஸை ஆதரித்து 1937ஆம் ஆண்டு தேர்தலில் பிரச்சாரத்தில் ஈடு பட்டார். இவர் 1958 தமிழக மேல்சபை உறுப்பினராகி, நாட்டிலேயே முதன்முதலில் சட்டசபையில் நுழைந்த சினிமா நடிகர் என்னும் புகழைப் பெற்றார். ஸ்ரீனிவாசா சினிடோன் முதலாளி ஏ. நாராயணன் முப்பதுகளில் காங்கிரஸை ஆதரித்துக் குறும்படங்கள் எடுத்தார். கவுஹாத்தி காங்கிரஸ் மாநாட்டிற்கு நடிகர் வி. நாகய்யா பிரதிநிதியாகச் சென்றார். சினிமாக் கலைஞர்கள் தேசியப் போராட்டத்தில் பலவகைகளிலும் பங்கெடுத்திருந்தாலும் மாகாண அளவில் காங்கிரஸ் பதவிக்கு வந்த பின்னும் அவர்கள் நலன் பற்றியோ அந்தத் தொழில் பற்றியோ தொழில் சார்ந்த பணியாளர்கள் பற்றியோ எந்தக் கரிசனையும் காட்டவில்லை. சுதந்திரம் வந்து பல ஆண்டு களாகியும் இந்திய அரசு இதே கொள்கையைத் தொடர்ந்தது.

தென்னிந்தியாவின் முதல் பேசும்பட ஸ்டுடியோவான ஸ்ரீனிவாச சினிடோனை ஏ. நாராயணன் நிறுவிய பிறகு, அதைத் தொடர்ந்து வேறு ஸ்டிடுயோக்கள் சென்னையில் தோன்றித் திரைப்படத் தொழிலாளர் எண்ணிக்கை பல மடங்கு பெருகியது. சினிமாத்துறையில் பணி புரியும் ஊழியர் களை இருவகையினராகப் பிரிக்கலாம். முதல்வகையினர் ஒப்பனை, ஒளியமைப்பு, படத்தொகுப்பு போன்ற சினிமா விற்கே உரித்தான சில வேலைகளைப் பல தொழில் துறைகளி லிருந்து வந்து செய்பவர்கள். இரண்டாம் வகையினர் மின்சார வேலை, தச்சு வேலை, உணவு தயாரித்தல், காரோட்டுதல் போன்ற சில பாரம்பரியத் தொழில்களுக்காக சினிமாத்துறைக் குள் உள்வாங்கிக் கொள்ளப்பட்டவர்கள். இந்த இரு வகைத் தொழிலாளர்களும் சினிமாத் துறையில் ஒன்றாகப் பணியாற்றிய போது, அத்துறை வேறு எந்தத் தொழில் துறையைவிடவும் மிக வேறுபட்டிருந்தது. ஒரு மேலாண்மை, ஒரு முதலாளி என்றில்லை. ஊதியம் கிடைப்பதும் பணி தொடர்வதும் நிச்சய மில்லை. சினிமாத்துறைக்குள் பெரும் எண்ணிக்கையில் நுழைந்த இந்தத் தொழிலாளர்கள் கூட்டுப் பேச்சுவார்த்தை என்னும் பாரம்பரியத்தை அறிந்திராதவர்கள்.

தச்சர்கள், பெயிண்ட்டர்கள், பூச்சுவேலை செய்வோர் ஆகியோர் முன்னர் ஒப்பந்த வேலைசெய்து ஊதியம் பெறும் பழக்கத்தைக் கொண்டிருந்தனர். வேலைக்கு ஊதியம் கிடைத்தால் போதும் என்னும் நோக்கை அவர்கள் கொண் டிருந்தனர். இத்தகைய பின்னணி தொழிற்சங்க இயக்கம்

வளர ஏற்றதாக இல்லை. இதில் ஜாதியும் ஒரு பிரச்னையாக இருந்தது. தச்சு, பட்டறை வேலை போன்ற தொழில்கள் ஜாதியின் அடிப்படையில் அமைந்திருந்ததால், அவர்கள் தங்கள் நிலைமையைக் கேள்வி ஏதும் எழுப்பாமல் ஏற்றுக் கொண்டிருந்தனர். அதே சமயம் லைட் பாய்ஸ் என்னும் ஒளியமைப்பாளர்கள், படப்பிடிப்பு வேலையாளர்கள், ஒப்பனைக் கலைஞர்கள், படத் தொகுப் பாளர்கள், லாபரட்டரி யில் வேலைசெய்பவர்கள் என சினிமாத் துறையில் மட்டுமே உள்ள பணிகளை மேற்கொண்டவர்கள் பெரும் எண்ணிக்கை யில் தோன்றினார்கள். ஒலிப்பதிவாளர்களும் இந்த வகையைச் சேர்ந்தவர்கள். இவர்கள் தங்களை வழிநடத்துவோர் யாருமின்றி இருந்தனர்.

சினிமா சார்ந்த எழுத்தாளர்கள்

சினிமாத்துறையின் இன்னொரு பிரிவினரான பாட் டெழுதுவோர், இசை அமைப்போர், பின்னணிப் பாடகர்கள், வசனம் எழுதுபவர்கள் இவர்களுக்கு ஆரம்ப வருடங்களில் போதுமான அங்கீகாரமே இல்லை. பட டைட்டில்களிலும் பாட்டுப் புத்தகங்களிலும் அவர்களது பெயர்கள் தோன்ற வில்லை. காப்பிரைட் சட்டம் இல்லாதது நிலைமையை இன்னும் மோசமாக்கியது. 1948இல் அமலாக்கப்பட்ட இந்தியன் காப்பி ரைட் சட்டம் சினிமாவை உள்ளடக்கவில்லை. 1958இல்தான் ஒரு திருத்தத்தின் மூலம் இந்தச் சட்டம் சினிமா, கிராமஃ போன் போன்ற ஊடகங்களுக்கும் விரிவுபடுத்தப்பட்டது. அதன் பின்னரும் கதைத் திருட்டு, காப்பியடித்தல் போன்ற இலக்கியக் குற்றங்களுக்கு எதிரான பாதுகாப்பு எதுவும் எழுத்தாளர்களுக்குக் கிடைக்கவில்ல.

இதற்குத் தொடர்புள்ள இன்னொரு பிரிவான சினிமா பற்றிய எழுத்து சினிமாத் தொழிலுடனேயே வளர ஆரம்பித்தது. 1928இலேயே எஸ்.கே. வாசகம் நிறுவிய Movie Mirror என்ற ஆங்கிலப் பத்திரிகை வந்துவிட்டது. பின்னர் அவர் Amusement Weekly என்னும் தமிழ் – ஆங்கில வாரப் பத்திரிகையையும் வெளியிட்டார். இந்த இதழ் பேசும்படம் வந்த பின்னர் பல வருடங்கள் வெளிவந்துகொண்டிருந்தது. இந்தச் சமயத்தில் சினிமா சார்ந்த இதழ்கள் பல வெளிவர ஆரம்பித்தன. மின்னொளி, Stage and Screen, Sound and Shadow, Kine Sports போன்ற பல பத்திரிகைகள் வெளிவந்து சினிமா ரசிகர்களிடமும் திரைப்படத் தொழிலிலும் தாக்கத்தை ஏற்படுத்தின.

சினிமா எழுத்தாளர்களுக்கெனத் தனிச் சங்கம் தேவை என்று *மின்னொளி* பத்திரிகை தலையங்கள் எழுதியது. 'ஒரு பத்திரிகை ஏதேனும் திரைப்படத்தைக் குறைகூறி விமர்சனம் எழுதிவிட்டால், படத் தயாரிப்பாளர் அந்த இதழுக்கு விளம் பரங்கள் தருவதை நிறுத்திவிடுகிறார்' என்று அங்கலாய்த்தது *மின்னொளி*.

1939இல் பத்திரிகையை எழுத்தாளர்கள் முப்பத்தைந்து பேர் தங்களது பிரச்னைகளைப் பற்றிப் பேசச் சென்னை வுட்லேண்ட்ஸ் ஓட்டலில் எழுத்தாளர் பி.எஸ்.ராமையா தலை மையில் கூடினர். திரைப்பட விமர்சனத்தையும் பத்திரிகைக்கு விளம்பரம் தருவதையும் இணைக்கும் தயாரிப்பாளர்களின் போக்கைப் பல எழுத்தாளர்கள் சுட்டிக்காட்டினர். திரைப் பட எழுத்தாளர்கள் 1955இல் ஒன்றிணைந்து தென்னிந்தியத் திரைப்பட எழுத்தாளர் சங்கத்தைத் தோற்றுவித்தனர். அந்த விழாவிற்கு எஸ்.எஸ்.வாசன் தலைமைதாங்க, தமிழக ஆளுநர் ஸ்ரீபிரகாசா சங்கத்தை ஆரம்பித்துவைத்தார். பேனாவின் பலத்தை உணர்ந்திருந்த சில தயாரிப்பாளர்கள் எழுத்தாளர் களின் நல்லெண்ணத்தைத் தக்கவைத்துக்கொண்டார்கள். ஆகவே மற்ற பணியாளர்களைவிட இவர்கள் நிலைமை சற்று நன்றாகவே இருந்தது.

போராட்டங்களின் தொடக்கம்

சினிமாத் தொழில் வேரூன்ற ஆரம்பித்திருந்த மற்ற இரு மாநிலங்களான மகாராஷ்டிராவுடனும் மேற்கு வங்காளத் துடனும் ஒப்பிட்டால் தமிழ்நாட்டில் திரைத்துறையில் தொழிற் சங்க இயக்கம் முளைவிட்டிருக்கவில்லை. ஆரம்ப ஆண்டுகளி லிருந்தே கலைஞர்களையும் பணியாளர்களையும் ஒருங்கிணைக் கும் முயற்சிகள் எல்லாமே சீக்கிரமே முடிவடைந்தன. இத் தகைய முன்னோடி முயற்சியை *சதிஅனுசூயா* (1937) போன்ற படங்களில் நடித்த எம்.வி. மணி எடுத்தார். சுதந்திரப் போரில் தீவிரமாக ஈடுபட்டிருந்த இவர் 1938இல் மெட்ராஸ் நடிகர் சங்கம் என்னும் அமைப்பை உருவாக்கினார். காங்கிரஸ் அலுவலகத்தில் நடந்த இந்தச் சங்கத்தின் முதல் கூட்டத்தில் இவர் செயலராகவும் எம்.கே. தியாகராஜபாகவதர் தலைவராகவும் தேர்ந்தெடுக்கப்பட்டனர். ஆனால் ஆறு மாதத்தில் இந்த அமைப்பு மூடப்பட்டது.

அமைப்புகள் இல்லாவிட்டாலும், அவ்வப்போது சில பிரச்னைகளுக்காக சினிமாத் தொழிலாளர்கள் ஒன்றிணைந்து செயல்பட்டதுண்டு. 1944இல் பிரிட்டிஷ் அரசு கச்சா பிலிம்

கட்டுப்பாட்டைக் கொண்டு வந்தபோது அதைத் தொழிலாளர்கள் எதிர்த்தனர். அரசிடம் பெருமளவில் சௌண்ட் நெகடிவ் பிலிம் சேர்ந்துவிட்டதால், அதில்தான் பிரிண்ட் போட வேண்டும் என்று அரசு ஆணை பிறப்பித்தது. பாசிடிவ் பிலிமில் ப்ரிண்ட் போட்டுப் பழகிப்போன பணியாளர்கள் அதை எதிர்த்துப் போராட்டம் நடத்தினார்கள். இயக்குநர் கே.ராம்நாத் பணியாளர்களின் நிலைப்பாட்டை ஆதரித்தார்.

கே.எஸ். கோபாலகிருஷ்ணனும் தொழிலாளர் ஒருங்கிணைப்பும்

1940களின் ஆரம்பத்தில், ஹிந்துஸ்தான் சேவாதளத்தின் சென்னைக் கிளையின் செயலரான கே.எஸ். கோபாலகிருஷ்ணன் திரைப்படப் பணியாளர்களை ஒன்றுதிரட்ட முயற்சி எடுத்தார். இவருக்கு ஜெமினி ஸ்டுடியோவில் மானேஜராகப் பணியாற்றிய அனுபவம் உண்டு. (1960களில் இயக்குநராக விளங்கிய கே.எஸ். கோபாலகிருஷ்ணன் வேறொருவர்.) காங்கிரஸ் கட்சி தொழிலாளர் நலனில் அக்கறை காட்டியதன் விளைவே இந்த முயற்சி. திரு.வி.க. உட்பட பல காங்கிரஸ் தலைவர்கள் தொழிற்சங்க இயக்கத்தில் ஈடுபட்டிருந்தனர்.

1947இல் இந்தியத் தேசியத் தொழிற்சங்கக் காங்கிரஸை சர்தார் வல்லபாய் படேல் திறந்து வைத்தது தேசியத் தலைவர்கள் இந்த இயக்கத்திற்கு அளித்த முக்கியத்துவத்தைக் காட்டியது. தொழிலாளர்களைத் தேசிய அரசியலுக்குள் கொண்டுவரும் முயற்சிகளில் இதுவும் ஒன்றாக இருந்தது. காங்கிரஸ் சார்ந்த தொழிற்சங்க இயக்கம் மற்ற துறைகளில் ஈடுபாட்டுடன் செயல்பட்டுக்கொண்டிருந்ததைக் கண்ட கோபாலகிருஷ்ணன் சினிமாத் துறைக்குள்ளும் அத்தகைய விழிப்புணர்வைக் கொண்டுவர எண்ணினார். திரைப்படத் துறைக்குள் நடிகராக நுழைந்த இவருக்கு, சினிமாவைத் தேசிய விடுதலைப் பிரச்சாரத்திற்காகப் பயன்படுத்த வேண்டும் என்னும் கனவு இருந்தது. அவர் துரிதமாக முன்னேறி *சக்ரதாரி* (1948) போன்ற படங்களை இயக்கி முன்னணி இயக்குநரான பின், அந்தத் தகுதியை வைத்துத் தொழிற்சங்கமொன்றை நிறுவ எடுத்துக்கொண்ட முயற்சி நீடித்த பலன் தராவிட்டாலும் இந்தத் திசையில் காலெடுத்து வைத்த முன்னோடி என்னும் பெருமையை அவருக்குப் பெற்றுத் தந்தது. காங்கிரஸ் தலைவர் டி.எஸ். ராமானுஜத்தைத் தலைவராகவும் கோபாலகிருஷ்ணனைத் துணைத் தலைவராகவும் கொண்ட தென்னிந்திய சினிமா ஊழியர்கள் சங்கத்தை இவர் 1946இல் சென்னையில், மிண்ட் தெருவில் ஆரம்பித்தார். பல ஆண்டுகள் அந்தச் சங்கத்தின் நிர்வாகத்தில் இவர்

பங்குகொண்டார். இது 1962இல் செயல்பட்டுக்கொண்டிருந்தது. அந்த ஆண்டு கோபால கிருஷ்ணன் தலைவராக இருந்த சமயம், அவரது 60ஆம் பிறந்தாள் விழாவிற்கு வி.வி. கிரி தலைமை தாங்கினார்.

கே. ராம்நாத்தும் தொழிற்சங்க இயக்கமும்

திரைப்படத் துறை ஊழியர்களை ஒன்றுசேர்ப்பதில், புகழ் பெற்ற இயக்குநர் கே. ராம்நாத், கோபாலகிருஷ்ணனின் முயற்சியைத் தொடர்ந்தார். 1930களில் ஜெமினி ஸ்டுடியோ வில் ஒளிப்பதிவாளராகப் பணியாற்றிய ஆண்டுகளில் தொழி லாளர்களை ஒன்றிணைக்க வேண்டிய அவசியத்தை ராம்நாத் உணர்ந்திருந்தார். ஆனால் ஸ்டுடியோ நிர்வாகம் அம்முயற்சி களைக் கைவிடும்படி அவரை நிர்ப்பந்தித்தது. இந்த எதிர்ப்பு களுக்கிடையே தொழில்நுட்பக் கலைஞர்களை ஒன்றிணைத்து 1943இல் சினி டெக்னிஷியன்ஸ் அசோசியேஷன் (CTA) அமைப் பைத் தோற்றுவித்தார். வடிவமைப்பில் இது பிரிட்டனில் செயல்பட்டுக்கொண்டிருந்த Association of Cine Technicians போலவே அமைக்கப்பட்டிருந்தாலும் தொழிற்சங்கமாக இதைப் பதிவுசெய்ய அவரால் இயலவில்லை. பணியாளர்களின் ஒரு தொழில் அமைப்பாக மட்டுமே அது அங்கீகரிக்கப்பட்டது. ஆனால் தொழிற்சங்கங்கள் உருவாகி இயங்குவதற்குத் திணறிக்கொண்டிருந்த திரைத் துறையில் அவை தோன்றுவதற்கு முன்னோடியாக CTA செயல்பட்டது. அது மட்டுமல்ல. பணியாளர்களுக்கும் எஸ்.எஸ். வாசன் போன்ற திரைத்துறைப் பெரும் புள்ளிகளுக்கும் அரசியல் தலைவர்களுக்கும் அது பாலமாக விளங்கியது. ராம்நாத் இயக்குநராகப் புகழ் பெற்றிருந்த ஆண்டுகளில் தொழில்நுட்ப ஊழியர்களின் நலனுக்காகப் பாடுபட்டார்.

ஜெமினி ஸ்டுடியோவில் ஒளிப்பதிவாளராக வேலைசெய்து கொண்டிருந்த என். கிருஷ்ணசாமி இந்தச் சங்கத்தின் பொறுப்பை 1947இல் ஏற்றுப் பத்து ஆண்டுகள் நடத்தினார். அவருக்கும் தமிழ்நாடு காங்கிரஸ் தலைவராக இருந்த காமராஜருக்கும் இருந்த நட்பு CTAவின் வளர்ச்சிக்கு உதவியது. சுதந்திர தின விழாவை ஜெனரல் பேட்டர்ஸ் சாலையிலிருந்த சாகர் திரை யரங்கில் CTA நடத்தியபோது காமராஜருடன், காசா சுப்பாராவ், வி. சுப்பராயன் முதலிய தலைவர்கள் கலந்து கொண்டனர். CTA தேனாம்பேட்டைக் காங்கிரஸ் மைதானத்தில் அலுவலகம் அமைத்து இயங்க காமராஜர் அனுமதித்தார். பத்து ஆண்டுகள் இந்த நிறுவனம் அங்குதான் செயல்பட்டது. காமராஜர் முதலமைச்சரான பின்னர், அரசின் நல்லெண்ணத்தையும் ஆதரவையும் CTA பெற்றது.

1952ஆம் ஆண்டு சென்னையில் நடந்த அகில இந்திய சினிமாத் தொழில்நுட்பக் கலைஞர்கள் மாநாடு சினிமாத் துறையில் தொழிற்சங்க இயக்கத்திற்கு உத்வேகத்தைக் கொடுத்தது. முதலமைச்சர் குமாரசாமிராஜா தலைமை வகித்த இந்த மாநாட்டில் மும்பாய், கொல்கத்தா, சென்னையிலிருந்து 900 தொழில்நுட்பக் கலைஞர்கள் பங்கெடுத்தனர். முன்னாள் தொழிலமைச்சர் வி.வி.கிரியும் உரையாற்றினார். 'இந்தியாவின் தொழில்நுட்பக் கலைஞர்கள் அனைவரும் ஒரே சங்கத்தின் கீழ் இணைந்து செயல்பட வேண்டும்' என்று புகழ்பெற்ற வங்காள இயக்குநர் தேபகிபோஸ் பேசினார். (வங்காளத்தில் சிடிஏ ஒரு தொழிற்சங்கமாகப் பதிவுசெய்யப்பட்டிருந்தது.) தொழில்நுட்பக் கலைஞர்களின் பிரச்னைகளைப் பற்றி மைய, மாநில அரசுகளுடன் பேசவும் தேவைப்படும்போது மற்ற அமைப்புகளுடன் தொடர்பு கொள்ளவும் இந்த மாநாட்டில் என்.கிருஷ்ணசாமியின் தலைமையில் செயற்குழு அமைக்கப்பட்டது. அதே ஆண்டு சென்னையில் முதல் பன்னாட்டுத் திரைப்பட விழாவை, இதற்கென எழுப்பப்பட்ட திறந்த வெளியரங்கில், சிடிஏ சிறப்பாக நடத்தியது.

1953இல் நடந்த வருடாந்திர மாநாட்டில் சிடிஏ இரண்டு முக்கியத் தீர்மானங்களை நிறைவேற்றியது. முதலாவது, மற்ற தொழில்துறைகளிலுள்ள ஊழியர்களுக்குக் கிடைக்கும் அரசுக் காப்புறுதி, பணிக்கொடை, பிராவிடண்ட் நிதி முதலிய அனுகூலங்கள் திரைப்பட ஊழியர்களுக்கும் கிடைக்க சினிமாத் தயாரிப்பைத் தொழில் துறையாக அங்கீகரிக்க வேண்டுமென்பது. இரண்டாம் தீர்மானம் இதயத்தைத் தொடும் ஒன்று – திரைத்துறையில் ஒவ்வொரு ஞாயிற்றுக்கிழமையையும் விடுமுறை நாளாக அறிவிக்க வழி செய்ய வேண்டியது. மனிதாபிமான ரீதியில், எல்லாப் பாட்டாளிகளுக்கும் கிடைக்கும் இந்த வசதியைத் திரைப்படப் பணியாளர்களுக்கும் அளிக்கத் தயாரிப்பாளர்களை மாநாடு வேண்டிக்கொண்டது.

பணியாளர்களின் ஊதியம், வேலைசார்ந்த பிரச்னைகளில் சிடிஏ தலையிடவில்லை. சினிமாவைப் பற்றியும் அதன் சாத்தியக்கூறுகள் பற்றியும் அத்துறையில் பணியாற்றுபவர்கள் அறிந்திருக்க வேண்டும் என்பது அதன் கொள்கை. ஒவ்வொரு வாரமும் சீரிய படம் ஒன்று திரையிடப்பட்டு விவாதிக்கப்பட்டது.

சிடிஏ தொழிற்சங்கமாகச் செயல்படாவிட்டாலும் அந்த இயக்கம் வளர உதவியது. திரைத் துறையின் பல பிரிவுகளில் பணி புரிந்த தொழில்நுட்பக் கலைஞர்களை சிடிஏ ஒன்றி

ணைத்துத் தொழில் சார்ந்த முன்னோடி அமைப்பாகச் செயல் பட்டது. தொழில்நுட்பக் கலைஞர்களை ஒன்றாக இணைத்த தோடு அரசியல் தலைவர்களையும் அரசு அதிகாரிகளையும் ஒரே மேடையில் கூட்டியது.

*1954*ஆம் ஆண்டு, சிடிஏ சென்னையில் தனக்கும் பம்பாய் பிலிம் ஓர்க்கர்ஸ் யூனியனுக்கும் நிதி திரட்ட நட்சத்திரக் கிரிக்கெட் போட்டி ஒன்றைச் சென்னைக் கார்ப்பரேஷன் திடலில் நடத்தியது. இந்தி சினிமா நட்சத்திரங்களான நர்கீஸ், மீனாகுமாரி, ராஜ்கபூர், திலிப்குமார் இவர்களுடன் தமிழக நட்சத்திரங்கள் சாவித்திரி, சந்திரபாபு, சிவாஜி கணேசன், ஜெமினி கணேசன் ஆகியோர் விளையாட்டில் பங்கெடுத்தனர். திரட்டப்பட்ட நிதியில் ஒரு பகுதி புயல் நிவாரணத்திற்காக அன்றைய நிகழ்ச்சிக்குத் தலைமை தாங்கிய ஸ்ரீபிரகாசாவிடம் கொடுக்கப்பட்டது.

சிடிஏவுடன் இருபத்தைந்து ஆண்டுகளாகத் தொடர்பு கொண்டிருந்த என். கிருஷ்ணசாமி பம்பாயிலும் கல்கத்தா விலும் திரையுலகில் தொழிற்சங்க இயக்கம் வளர்வதைக் கண்டு, சென்னையிலும் இந்தத் திசையில் முயற்சிகளை மேற்கொண்டார். *1955*இல் தொழில்நுட்பக் கலைஞர்களுக்காக Cine Technicians Guild என்னும் அமைப்பை உருவாக்கி அதைத் தொழிற்சங்கமாகப் பதிவுசெய்தார். ராஜாஜி ஹாலில் நடந்த திறப்புவிழாவிற்கு வி.வி. கிரி தலைமை தாங்கினார்.

பெரும் ஸ்டுடியோக்களும் தொழிலாளர்களும்

ஆரம்ப ஆண்டுகளில், தமிழ்நாட்டிலும் திரைப்படத் துறை, பிரிட்டனில் இருந்ததுபோலவே 'ஸ்டுடியோ அமைப்பில் கட்டமைக்கப்பட்டிருந்தது. மதராஸ் மாகாணத் தில் ஜெமினி, மாடர்ன் தியேட்டர்ஸ் போன்ற பெரும் படப்பிடிப்பு மனைகள் கம்பெனிகள்போல் இயக்கப்பட்டன. 'கம்பெனிக் கலைஞர்கள்' என்று மொத்தமாக அழைக்கப்பட்ட நடிகர்கள், இசைக் கலைஞர்கள், எழுத்தாளர்கள் எனப் பல தரப்பட்டவர்கள் அந்த ஸ்டுடியோக்களில் மாதச் சம்பளத்திலிருந்தனர். அவர்கள் பிரச்னைகளை எடுத்துப்பேசச் சங்கம் ஏதுமில்லை என்றாலும் அவர்கள் நிலைமை தனிப்பட்ட முறையில் இயங்கிக்கொண்டிருந்த கலைஞர்களின் நிலைமையைவிட நன்றாக இருந்தது. ஜெமினி, ஏவிஎம் ஸ்டுடியோக்களின் ஊழியர்களுக்காக எஸ்.எஸ்.சி. அந்தோணிப் பிள்ளை, மதராஸ் ஸ்டுடியோ ஓர்க்கர்ஸ் யூனியனின் பெயரில் நிர்வாகத்துடன் பேசினார். *சந்திரலேகா* படம் வணிகரீதியில் பெரும் வெற்றிபெற்ற பின் *1953*ஆம் ஆண்டு ஆகஸ்டுமாதம்

ஜெமினி ஸ்டுடியோ தன் தொழிலாளர்களுக்குப் போனஸ் கூட வழங்கியது.

அசோகமித்திரனின் படைப்புகள்

நாற்பதுகளில் திரைத்துறை ஊழியர்கள் இருந்த நிலைமையை யாரும் பதிவுசெய்யாத நிலையில், அவர்கள் வாழ்க்கையைப் பின்புலமாகக்கொண்டு அசோகமித்திரன் எழுதியிருக்கும் நாவல்கள் அவர்கள் பிரச்னைகளை அறிய நமக்கு உதவுகின்றன. சமகாலப் பத்திரிகைகள் நடிகர்களைப் பற்றி எழுதியிருக்கின்றன, தொழிலாளர்களைப் பற்றியல்ல. ஜெமினி ஸ்டுடியோவில் நிர்வாகத் துறையில் பல ஆண்டுகள் பணியாற்றிய அசோகமித்திரன் எழுத்தாளருக்குரிய கூரிய பார்வையுடன் தொழிலாளர்களைக் கவனித்து அவர்களது பிரச்னைகளைப் புரிந்துகொண்டார். சினிமா உலகின் பின்னணியில் அவர் எழுதியிருக்கும் ஆறு நாவல்களில் அந்த உலகில் சஞ்சரிக்கும் ஜூனியர் கலைஞர்கள், ஸ்டண்ட் நடிகர்கள், கதாபாத்திரங்களாக வருகின்றனர். அன்றாட வேலையில் அவர்கள் எதிர்கொள்ளும் சிரமங்கள், வேலைநிலை, குடும்ப வாழ்க்கை போன்றவை துல்லியமாகச் சித்திரிக்கப்படுகின்றன. அதிலும் முக்கியமாக ஊழியர்களைக் கதாமாந்தர்களாகக் கொண்ட *கரைந்த நிழல்கள்* குறுநாவல் குறிப்பிடத்தக்க ஒன்று. அதேபோல *வண்ணங்கள்* சிறுகதை ஒரு ஸ்டுடியோ வில் பணிபுரியும் காரோட்டிகளைப் பற்றியும் அவர்கள் தினசரிக் கூலிக்காகத் திண்டாடுவதையும் கரிசனையுடன் பதிவு செய்கின்றது.

சுதந்திரத்திற்குப் பின்: தொடரும் அசிரத்தை

1947இல் நாடு அடைந்த சுதந்திரம் சினிமா உலக ஊழியர் களின் பணிநிலையில் எந்தவித மாற்றத்தையும் உண்டாக்க வில்லை. ஒலிப்பதிவுக்கூடங்களிலும் உருத்துலக்கும் ஆய்வுக் கூடங்களிலும் பணிபுரிந்த தொழில்நுட்பக் கலைஞர்களின் நிலைமை, தயாரிப்புத் துறையில் வெவ்வேறு பிரிவுகளில் அல்லல்பட்டுக்கொண்டிருந்த ஆயிரக்கணக்கான தொழிலாளர் களை விட சற்று நன்றாக இருந்தது. எனினும் தினக்கூலிக்கு வேலை செய்த அவர்களின் நிலைமை பரிதாபமாக இருந்தது. ஊதியம் அன்றாடம் வழங்கப்படாமல் பல நாள் பாக்கி வைப்பது வழக்கமாக இருந்தது. பாக்கிப் பணத்தைக் கொடுப் பதைத் தவிர்க்கச் சில கம்பெனிகள் பேரை மாற்றிக்கொள்ளும் வழக்கத்தை ஏற்கனவே குறிப்பிட்டோம். கலைஞர்களிடம் எழுத்துப்பூர்வமாக ஒப்பந்தம் எதுவும் செய்யப்படவில்லை. (ஒப்பந்தமில்லாமல் வேலைவாங்கும் இந்த வழக்கம் இன்றும்

தொடர்கின்றது.) ஒரு படம் பூர்வாங்க வேலைகள் முடிந்த நிலைமையில் கைவிடப்பட்டாலோ பாதி எடுத்து முடிக்கப் படாமல் நின்றுவிட்டாலோ பல கலைஞர்களுக்கு ஊதியம் கிடைக்காமல் போவதுண்டு. சுதந்திரமடைந்த பின், மத்தி யிலும் சென்னையிலும் காங்கிரஸ் பதவிக்கு வந்திருந்தாலும், தொழிற்சங்கங்களை ஆதரித்த வி. வி. கிரி போன்ற தலைவர்கள் இருந்தாலும் சினிமாத் துறையை அவர்கள் கவனிக்கவில்லை.

இந்த நிலைமையிலும் சில நல்ல செய்திகள் வந்தன. சென்னை மாகாண அரசின் தொழிலாளர் நல அதிகாரி ஸ்டுடியோ முதலாளிகள், தொழிலாளர்களின் பிரதிநிதிகள் ஆகியோரைச் சந்தித்து ஊதிய நிர்ணயம்பற்றிப் பேசிய பின்னர் 30 ஜூலை 1948இல் ஓர் ஆணை பிறப்பித்தார். எல்லா ஸ்டுடியோக்களிலும் பஞ்சப்படியுடன் குறைந்தபட்ச ஊதியம் அளிக்கப்பட வேண்டுமென்பதும் ஒருமாத போனஸ் கொடுக்கப்பட வேண்டும் என்பதும் அவ்வாணையின் முக்கிய அம்சங்கள். ஊதியங்களும் நிர்ணயிக்கப்பட்டன. எடுத்துக்காட்டாக, ஒளிப்பதிவாளரின் ஊதியம் ரூ. 60 – 3 – 90 என்றும் ஆய்வுக்கூடப் பணியாளருக்கு ரூ. 100 – 5 – 200 என்றும் நிர்ணயிக்கப்பட்டது. ஆனால் எக்ஸ்ட்ராக்களும் ஒப்பனைக் கலைஞர்களும் இந்த ஆணையில் இடம் பெறவில்லை. அது மட்டுமல்ல. வெகுசில நிறுவனங்களே இந்த ஊதியப்படியை அமல்படுத்தின.

காமராஜ் முதல்வரான பின், அவரது அமைச்சரவையில் நிதிமந்திரியாக இருந்த சி. சுப்ரமணியம் தலைமையில் சினிமாத் துறையின் பிரச்னைகளைக் கவனிக்க ஒரு கமிட்டியை நிறுவி னார். நடிகர்களுக்கு அளிக்கும் ஊதியத்தில் உச்சபட்சத்தை நிர்ணயிப்பது அந்தக் கமிட்டியின் ஒரு பொறுப்பு. ஆனால் அந்தக் குழு என்ன செய்தது என்றே தெரியவில்லை.

பாட்டீல் கமிட்டி

1950இல் திரைத்துறைப் பிரச்னைகளை நாடளவில் ஆராய மத்திய அரசு காங்கிரஸ் தலைவர் எஸ். கே. பாட்டீல் தலைமையில் ஒரு குழுவை – இன்று பாட்டீல் கமிட்டி என்ற றியப்படும் குழுவை – அமைத்தது. அக்குழு சென்னையில் மே மாதம் கூடியபோது கே. சுப்ரமணியம், டி. ஆர். சுந்தரம், ஏ. வி. மெய்யப்பன் ஆகியோரைச் சந்தித்துப் பேசியது. அரசுக்கு அளித்த நீண்ட அறிக்கையில் திரைத் துறையில் தொழிலா ளர்களின் அவலநிலையைப் பற்றியும் அவர்கள் பணிபற்றிய அடிப்படை விவரங்கள் கிடைப்பதே அரிதாக இருந்ததைப் பற்றியும் விரிவாக அக்குழு பதிவுசெய்திருந்தது. இத்துறையில்

கறுப்புப்பணப் புழக்கம் பற்றிக் குழு கவலை தெரிவித்திருந்தது. 'ஒவ்வொரு படத்திற்கும் நடிகர்கள் வாங்குவதாகக் கணக்கில் காட்டப்படும் பணம், உண்மையிலேயே அவர்கள் வாங்கும் தொகையில் சிறு பகுதியே. இது பற்றி நாங்கள் உறுதியாகக் கூற முடியும்' என அக்குழு தெரிவித்தது.

திரைத்துறையின் பிரச்னைகளை அலசிய இந்தக் குழு, இவற்றுக்கு முழுத்தீர்வு காண வேண்டுமானால் திரைத்துறையை மாநிலப் பட்டியலிலிருந்து பொதுப்பட்டி யலுக்கு மாற்றிவிடப் பரிந்துரைத்தது. தொழிற்சாலைச் சட்டம் 1881, தொழிலாளர் பிரச்னைச் சட்டம் 1947 ஆகிய இரு சட்டங்களும் சினிமாத்துறையிலும் அமல்படுத்தப்பட வேண்டும் என்றும் தேசிய அளவில் திரைப்பட வாரியம் அமைக்கப்பட வேண்டும் என்றும் இந்தக் கமிட்டி கூறியது. அத்துடன் சினிமாத் துறைத் தொழிலாளர் நலன் பேணத் தொழிற்சங்கங்கள் அமைக்கப்பட வேண்டும் என்னும் முக்கியக் கருத்தையும் முன்வைத்தது.

1954இல் பம்பாயில் கூடிய அகில இந்திய சினிமாத் தொழில்நுட்பக் கலைஞர்கள் மாநாடு இந்த அறிக்கையில் அரசு கவனம் செலுத்தவும் தன் பரிந்துரைகளைச் செயல் படுத்தவும் கேட்டுக்கொண்டது. அதிலும் முக்கியமாக சினிமாவைத் தொழில் துறையாக ஏற்றுக் கொள்ளவும் அந்த மாநாடு வலியுறுத்தியது. ஆனால் அந்தக் கமிட்டி பயந்தபடியே அதன் பரிந்துரைகள் அரசால் கவனிக்கப் படவில்லை. 'முதல் சினிமா விசாரணைக் குழுவின் (1927) பரிந்துரைகள் முழுவதுமாகப் புறக்கணிக்கப்பட்டதைப் பார்த்தால், அரசு சினிமாத் தொழிலையோ அதன் பிரச்னைகளையோ பொருட்டாகக் கருதவில்லை என்பது தெளிவாகிறது. சினிமாவின் சிறப்பை அரசு உணரவேயில்லை' என்று பாட்டீல் கமிட்டி பதிவுசெய்தது. பத்து ஆண்டுகளாகக் கூக்குரலிட்டும் சினிமாத் தொழிலாளர்களின் குறைகளை அரசு செவிமடுக்கவில்லை என்று *குண்டூசி பத்திரிகை* 1954இல் தலையங்கம் எழுதியது.

இந்தக் காலகட்டத்தில் மத்திய அரசின் தகவல், ஒலிபரப்புத் துறை அமைச்சராக இருந்த பி. வி. கேஸ்கர் ஆல் இந்திய ரேடியோ மூலம் திரைப்படப் பாடல்கள் ஒலிபரப்பப்படக் கூடாது என ஆணையிட்டார். சினிமா, சினிமா சார்ந்த கலைகள் எல்லாமே கீழ்க்கலாசார வெளிப்பாடுகள் என்னும் மேட்டுக்குடி மனப்பான்மையைத்தான் கேஸ்கர் இந்த ஆணை மூலம் பிரதிபலித்தார். மே 28ஆம் தேதி 1958இல் சென்னை யில் நடந்த தென்னிந்தியத் திரைப்பட வர்த்தக சபையின்

கூடுகையில் திரைக்கலையைப் புறக்கணிக்கும் இந்த ஆணையை எதிர்த்துத் தீர்மானம் நிறைவேற்றப்பட்டது. திரைத்துறையும் அதன் ஆயிரக்கணக்கான தொழிலாளர்களும் இதேபோலப் புறக்கணிப்புக்கு ஆளாயினர். காலனி அரசாயிருந்தாலும் தேசிய அரசாயிருந்தாலும் சினிமாவைப் பொறுத்தவரை அவற்றின் அணுகுமுறைகள் ஒரே மாதிரியாகத்தான் இருந்தன.

எம்.பி. ஸ்ரீனிவாசன், நிமாய் கோஷின் முயற்சிகள்

இந்தக் காலகட்டத்தில் வங்காளத்திலிருந்து ஒளிப்பதிவாளர் ஒருவர் சென்னை வந்துசேர்ந்தார். கம்யூனிஸ்ட் கட்சி உறுப்பினரான இவர், சென்னைத் திரையுலகில் பணி புரியும் எண்ணத்தோடு இங்கு வந்தார். பேசும்படத்தின் முதல் பத்தாண்டுகளில் கல்கத்தா ஸ்டுடியோக்களுக்கும் சென்னைப் படத் தயாரிப்பாளர்களுக்கும் நெருங்கிய உறவு இருந்தது. பேசும்படம் வந்த பின்னர், சென்னையில் ஒலிப்பதிவு வசதி படைத்த ஸ்டுடியோ தோன்றும்வரை முதல் ஐந்து வருடங்கள் பல தமிழ்ப் படங்கள் கல்கத்தா படப் பிடிப்புத் தளங்களில்தாம் தயாரிக்கப்பட்டன. சினிமா நல்லெண்ணக் குழுவில் ரஷ்யாவிற்குச் சென்ற நிமாய் கோஷுக்கு அக்குழுவிலிருந்த என். எஸ். கிருஷ்ணனின் அறிமுகம் கிடைத்தது. பின்னர், அக்குழுவிலிருந்த இயக்குநர் கே. சுப்ரமணியம் கடிதம் எழுதி கோஷைச் சென்னைக்கு வந்து பணியாற்றக் கேட்டுக்கொண்டார். கோஷும் சென்னை வந்து, என்.எஸ். கிருஷ்ணன் இயக்கிய *மணமகள்* (1951) படத்திற்கு ஒளிப்பதிவாள ராகப் பணியாற்றினார்.

சென்னையிலிருந்த சினிமாத் தொழிலாளர்களின் அவலநிலை கோஷின் நெஞ்சைத் தொட்டது. அவர்களுக்கு ஓர் அமைப்பு தேவை என்றுணர்ந்தார். அதே சமயம் இடது சாரிச் சித்தாந்தத்தில் ஈடுபாடு கொண்டிருந்த டில்லியில் Peoples Art Theatreஐச் சேர்ந்த இசைக் கலைஞர் எம். பி. ஸ்ரீனிவாசனும் சென்னைத் திரையுலகில் நுழைய முயன்றுகொண்டிருந்தார். தமிழ்நாடு கம்யூனிஸ்ட் கட்சியைச் சேர்ந்த தலைவரான தன்னுடைய மாமா எம். ஆர். வெங்கடராமன் அவர்களின் கொள்கைப்பிடிப்பு ஸ்ரீனிவாசனை ஈர்த்திருந்தது. மாணவப் பருவத்திலேயே இடதுசாரிச் சித்தாந்தத்தால் ஈர்க்கப்பட்டுக் கட்சியில் சேர்ந்தவர் ஸ்ரீனிவாசன். இவரும் நிமாய் கோஷும் 1959இல் இணைந்து சினிமாத் தொழிலாளர்களை ஒரே கட்டமைப்பிற்குள் கொண்டுவர முடிவுசெய்தனர். தென்னிந்திய சினிமாவின் தொழிற்சங்க இயக்கத்தின் முன்னோடிகளாகக் கருதப்படும் இவர்களிருவரும் சினிமாத் துறையில் தத்தம்

துறைகளில் முன்னேறுவதில் கவனம் செலுத்துவதைவிடத் தொழிற்சங்க வேலைக்கு முக்கியத்துவம் தந்தனர்.

அவர்கள் எடுத்த முதல் அடி Cine Technicians Association of South India அமைப்பை நிறுவியதுதான். ஒரு தொழிற்சங்க மாகப் (union) பதிவுசெய்யப்பட்டது இதன் சிறப்பு. சென்னையி லுள்ள பெங்காலி அசோசியேஷன் கட்டடத்தில் நடந்த முதல் கூட்டத்தில் நிமாய் கோஷ் செயலராகவும் முக்தா ஸ்ரீனி வாசன் துணைத் தலைவராகவும் தேர்ந்தெடுக்கப்பட்டனர். இந்தச் சங்கத்தின் கிளையாக எம். பி. ஸ்ரீனிவாசன் இசைக் கலைஞர்களுக்கென்று ஒரு சங்கத்தைத் தொடங்கினார். அப்போது Indian Performing Rights Society என்னும் அமைப் பிற்கு அவர் தலைவராக இருந்ததால் இந்தியக் காப்பிரைட் சட்டத்தின் மூலம் பாட்டெழுதுவோருக்குச் சில உரிமைகளைப் பெற்றுத்தந்தார்.

CTASI சங்கம் சினிமாத் துறையைப் பீடித்திருந்த நாட் பட்ட சில பிரச்னைகளை எதிர்கொண்டது. இசைக் கலை ஞர்களுக்குப் பேசியதைவிடக் குறைவான ஊதியம் கொடுப்பது அல்லது கொடுக்காமல் தட்டிக்கழிப்பது வழக்கமாக இருந்தது. இதை ஸ்ரீனிவாசன் திருத்தினார். ஊதியம் ஒழுங்காக, ஒப்பந் தப்படி கொடுக்க ஏற்பாடு செய்தார். இதனால் இசைத்துறைக் கலைஞர்கள், தொழிலாளர்கள் நிலைமையில் குறிப்பிடத்தக்க மேம்பாடு ஏற்பட்டது.

இதைக் கவனித்த மற்ற துறைப் பணியாளர்களும் தாங்கள் ஒன்றிணைந்தால் பணிநிலையில் முன்னேற்றத்தைக் கொண்டு வர முடியும் என்றுணர்ந்தனர் என்றாலும் பெருவாரியான திரைத் துறைத் தொழிலாளர்களின் நிலைமை பரிதாபகரமாகத் தான் இருந்தது. பணி நிரந்தமில்லாமல், தினசரிக் கூலிகளாகப் பலர் இருந்தனர். மற்ற தொழிலாளர்களுக்கிருந்த பல சலுகை கள் – போனஸ், ஊக்க ஊதியம், மருத்துவ உதவி போன்றவை – சினிமா ஊழியர்களுக்கு இல்லாமலிருந்தன. பல நாட்களில் வேலை நேரத்திற்கும் மேல் ஊதியம் ஏதும் இல்லாமல் உழைக்க வேண்டியிருந்தது. வாரம் முழுவதும் வேலைசெய்தாலும் ஒரே ஒரு நாள் நோய்வாய்ப்பட்டு வர முடியாமல் இருந்தால், ஊதியத்தை இழந்தனர். சம்பளத்துடன்கூடிய விடுப்பு என்பது அவர்கள் அறியாத ஒன்றாக இருந்தது. குறைந்தபட்ச ஊதியம் என்பது அன்று வரையறுக்கப்படவில்லை.

இதே காலகட்டத்தில் பம்பாயின் இந்தி சினிமாவுலகின் பல பிரிவுகளுக்குத் தொழிற்சங்கங்கள் தோன்ற ஆரம்பித்து ஊதியங்கள் நிர்ணயிக்கப்பட்டன. அகில இந்திய அளவில்

ஓர் அமைப்பை (Film Federation of India) உருவாக்குவதற்கு முதற் கட்ட முயற்சியாக 1950இல் சினிமாத் தொழிலின் எல்லாப் பிரிவுகளையும் சேர்ந்த ஊழியர்கள் பம்பாயில் ஒரு மாநாட்டில் கூடினார்கள். அந்த நிகழ்வின் அதிர்வுகள் சென்னையிலும் உணரப்பட்டன. ஆனால் தயாரிப்பாளர்கள் அமைப்பான FFI 1968இல்தான் பம்பாயில் உருவானது. இது சில பிரச்னைகளில் தொழிலாளர்களுக்கு எதிரான நிலைப்பாடுகளை எடுத்தது.

ஸ்டண்ட் கலைஞர்கள் சங்கம்: விபத்தில் உருவான தொழிற்சங்கம்

தொழிலாளர் ஒன்றிணைதல், கூட்டுப்பேரம் போன்ற கருத்தாக்கங்கள் சினிமாத் துறையில் மெல்ல மெல்ல வேர்விட ஆரம்பித்தன. எக்ஸ்ட்ராக்கள் எனக் குறிப்பிடப்பட்ட கலைஞர்கள் ஒன்றுபட்டுச் செயலாற்றுவதில் உள்ள அனுகூலங்களை உணரத் தொடங்கினர். 1955 டிசம்பர் மாதம் தென்னிந்திய இளைய கலைஞர்கள் சங்கம் நிறுவப்பட்டபோது, அந்த நிகழ்ச்சியில் எம்.ஜி. ராமச் சந்திரனும் என்.எஸ். கிருஷ்ணனும் கலந்துகொண்டனர். வட பழனியில் துரைசாமி சாலையில் இருந்த எம். ஜி. ஆர். திடல் என்றறியப்பட்ட தனது நிலத்தில் அந்தச் சங்கம் செயல்பட எம்.ஜி.ஆர். இடம் ஒதுக்கித்தந்தார். அங்கு ஒரு ஓலைக்கொட்டகையில்தான் அச்சங்கம் பல ஆண்டுகள் இயங்கியது. அதுமட்டுமல்ல, இந்தக் கலைஞர்களின் குழந்தைகளுக்கென்று ஒரு பள்ளிக் கூடத்தையும் அவர் நடத்தினார். அக்காலத்திலேயே அதில் மதிய உணவும் தரப்பட்டது. (இன்று ஜானகி ராமச்சந்திரன் கலாலயம் பள்ளி இங்கு செயல்படுகின்றது.)

அந்தச் சங்கத்தின் தோற்றம் தொழிலாளர்களிடையே நல்ல தாக்கத்தைத் தோற்றுவித்தது. பல ஸ்டண்ட் இயக்குநர்களும் கலைஞர்களும் அதில் இருந்தனர். அதன் உறுப்பினரான இயக்குநர் Battling ஏ.எஸ். சுவாமிநாதன் ஸ்டண்ட் கலைஞர்களுக்குப் பயிற்சியளிக்க முன்வந்தார். ஆண்களும் பெண்களுமாக ஏறக்குறைய நூறு கலைஞர்கள் தினமும் திடலுக்குப் பயிற்சி பெற வந்தார்கள். அவர்களுக்குத் தேவையான உபகரணங்களை எம். ஜி. ஆர். வாங்கித்தந்தார். அந்தக் காலகட்டத்தில் எல்லாத் தமிழ்ப் படங்களிலும் குத்துச்சண்டை, கத்திச்சண்டை போன்ற சண்டைக் காட்சிகள் இடம்பெற்றிருந்தன. ஸ்டண்ட் கலைஞர்களுக்கு ஊதியம் மிகக் குறைவாகவே இருந்தது. நாளொன்றுக்குப் பதினைந்து ரூபாய்தான்.

நிலைமை இப்படி இருக்க, இரண்டு விபத்துகள் ஸ்டண்ட் நடிகர்களை ஒன்றிணைத்தன. எஸ்.டி. நடராஜன் என்ற நடிகர் ஒரு சண்டைக்காட்சியில் நடித்துக்கொண்டிருந்தபோது ரயிலில் அடிபட்டு இறந்துவிட்டார். ஸ்டண்ட் நடிகர்கள் ஒன்று சேர்ந்து அவரது குடும்பத்துக்கு உதவத் தயாரிப்பாளரைக் கேட்டபின், ஜெமினி நிறுவனம் 25,000 ரூபாய் அளித்தது. ஒன்று சேர்ந்து கேட்டால் முடியும் என்பதை அந்த நிகழ்வு தொழிலாளர்களுக்கு உணர்த்தியது. அதேபோல இன்னொரு சம்பவமும் நடந்தது. 1965இல் *காட்டுமல்லிகை* என்ற மலையாளப் படத்தில் கே.ஏ. புலிகேசி என்ற ஸ்டண்ட் நடிகர் புலியுடன் சண்டை போடுவதுபோல் நடிக்க வேண்டியிருந்தது. புலி அவரைத் தாக்கிப் பின்னர் காயங்கள் புரையோடி அவர் உயிரிழந்தார். ஆபத்தான பணியில் ஈடுபட்டிருக்கும் இந்தத் தொழிலாளர்களுக்கு யூனியன் ஏற்படுத்த வேண்டும் என்னும் முடிவு மயானத்திலேயே, அவர்களுடனிருந்த இயக்குநர் விட்டலாச்சார் யாவின் யோசனைப்படி எடுக்கப்பட்டது. அதே ஆண்டு செப்டம்பர் மாதம் அந்தச் சங்கம் பதிவுசெய்யப்பட்டது. இவ்வாறு பிறந்த தென்னிந்திய ஸ்டண்ட் இயக்குநர், ஸ்டண்ட் நடிகர் சங்கம் எம்.பி. ஸ்ரீனிவாசனைத் தலைவராகவும் எஸ். சசியைச் செயலாளராகவும் கொண்டு செயல்படத் தொடங்கியது. இவர்களிருவரும் அந்தச் சங்கத்தைத் தீவிரமாக இயங்கவைத்தனர். ஒருமுறை விஜயா ஸ்டுடியோவிற்கு எதிராக உண்ணாவிரதப் போராட்டமொன்றையும் நடத்தினர். சண்டைக் கலைஞர்களுக்குக் குறைந்தபட்ச ஊதியம் வாங்கித் தந்தது இவர்கள் சாதித்த முக்கியமான அருஞ்செயல். நாளொன்றுக்குப் பதினைந்து ரூபாயாக இருந்த சம்பளம் 60 ரூபாயாக உயர்த்தப்பட்டது. தனது புராணப்படங்களில் சண்டைக் கலைஞர்களை அதிகமாகப் பயன்படுத்திய விட்டலாச்சார்யாதான் முதலில் இந்த ஊதியத்தைக் கொடுத்தார்.

எப்போதாவது அரிதாக சினிமா ஊழியர்கள் போராட்டத்தில் ஈடுபட்டதும் உண்டு. 1968ஆம் ஆண்டு ஏ.வி.எம். ஸ்டுடியோவில் *உயர்ந்த மனிதன்* படம் தயாரிக்கப்பட்டுக்கொண்டிருந்த போது, பணியாளர்களின் வேலைநிறுத்தத்தால் ஸ்டுடியோ மூடப்பட்டது. ஒன்றரை ஆண்டு காலம் தொடர்ந்த போராட்டத்தால் ஊழியர்களின் நிலைமை மோசமடைந்தது. பலர் வேலை இழந்தனர்.

1975இல் நெருக்கடிநிலை அறிவிக்கப்பட்டபின், மற்றெல்லா ஊடகங்கள்போலவே சினிமாவிலும் தணிக்கை கடுமையானது. அதிலும் வன்முறைக் காட்சிகள் குறைக்கப்பட வேண்டும்

என்று சண்டைக் காட்சிகளுக்குக் கத்திரிபோட ஆரம்பித்தது தணிக்கை வாரியம். 1976இல் சில மத்திய அமைச்சர்கள் சென்னைக்கு வந்தபோது இம்மாதிரியான தணிக்கைக் கொள் கைக்கு எதிர்ப்புத் தெரிவித்து நீண்ட ஊர்வலத்தை இச்சங்கம் நடத்தியது. யானை, குதிரைகள், மோட்டார் பைக்குகள் முன்வர எஸ். சசியும் அன்று செயலராயிருந்த டி.எஸ். கிருஷ்ண னும் அமைச்சர்கள் ஓம் மேத்தா, ஓய்.பி. சவான் ஆகியோரைச் சந்தித்துத் தணிக்கை விதிகளைத் திருத்தக் கேட்டுக்கொண் டனர். அதனால் முன்னேற்றம் எதுவும் ஏற்படவில்லை என்றா லும் சங்கங்கள் அமைப்பதன் பயனை மற்ற பிரிவு ஊழியர் களும் மெல்ல மெல்ல உணர ஆரம்பித்தனர்.

நடிகர் சங்கமும் கலைஞர்களின் நலனும்

திரை, மேடை நடிகர்களை ஒன்றிணைக்கும் வகையில் சென்னையில் முக்கியமான சம்பவம் ஒன்று 1952இல் நடந்தது. நடிகர் கே.ஏ. தங்கவேலுவின் தியாகராய நகர் வீட்டில் ஆகஸ்டு 25ஆம் தேதி டி.வி. சுந்தரத்தைத் தலைவராகக் கொண்டு தென் னிந்திய நடிகர் சங்கம் நிறுவப்பட்டது. இயக்குநர் கே. சுப்ர மணியம் அதை ஆதரித்தார். தொழிற்சங்கமாகப் பதிவுசெய்யப் படாமல் சொசைட்டியாகவே அது இருந்தாலும் நடிகர்கள் மத்தியில் அந்த அமைப்பு நல்ல செல்வாக்குப் பெற்றது. 1955இல் *நடிகன் குரல்* என்னும் மாத இதழையும் சங்கம் நடத்தத் தொடங்கியது. 1956ஆம் ஆண்டு ஹபிபுல்லா சாலையில் 20 கிரவுண்டு இடத்தைச் சங்கம் வாங்கியது. இன்றும் இந்த இடத்தில்தான் சங்கம் செயல்படுகிறது.

சினிமா நடிகர்களும் நாடக நடிகர்களும் அச்சங்கத்தில் உறுப்பினர்களாகலாம். அவர்களது நலன் சார்ந்த பிரச்னை களை அது கவனித்துக்கொண்டது. இதில் உறுப்பினர்களா யிருந்த 3500 பேர்களில் பெரும்பாலானோர் வறுமையில் உழன்று கொண்டிருந்த எக்ஸ்ட்ராக்கள் எனப்படும் கலைஞர்களே. எம்.ஜி. ராமச்சந்திரன் முதலமைச்சராகப் பதவி ஏற்றபின் சிவாஜி கணேசனை நடிகர் சங்கத்தின் தலைவர் பதவியை ஏற்றுக் கொள்ளும்படி கேட்டுக்கொண்டார். முதலில் தயங்கிய சிவாஜி பின்னர் சங்கத் தேர்தலைச் சந்திக்கும்படி தன்னைக் கேட்டுக் கொள்ளக் கூடாது என்னும் நிபந்தனையுடன் ஒத்துக்கொண் டார். நிதிதிரட்டியும் கடன்பெற்றும் சங்கத்துக்குச் சொந்தக் கட்டடம் கட்ட அவர் திட்டமிட்டார். கடனை அடைக்கும் வரை சங்கத்தின் தலைவராக இருக்க ஒப்புக்கொண்டார். எம்.ஜி. ஆரும் அதற்குச் சம்மதிக்கவே, 1972இல் சிவாஜி தலைவர் பதவியை ஏற்றுக்கொண்டு 1982வரை அப்பதவியில் இருந்தார்.

ஆரம்ப ஆண்டுகளில் நடிகர் சங்கம் தனது ஹபிபுல்லா சாலையில் ஓலைக் கொட்டகையில்தான் இயங்கிக்கொண்டிருந்தது. இங்குச் சங்க அலுவலகக் கட்டடம் கட்டுவதற்கு முன்னுரிமை கொடுத்து இயங்கினார் தலைவர் சிவாஜி. திருச்சி, தஞ்சாவூர், சேலம் போன்ற நகரங்களில் முதலமைச்சர் நிதிக்காகவும் நடிகர் சங்கக் கட்டட நிதிக்காகவும் கலைநிகழ்ச்சிகள் நடத்திப் பணம் திரட்டினார். இப்படிச் சேர்த்த கட்டட நிதியான ஐந்து லட்சம் ரூபாயுடன், வங்கியில் கடனாக இருபத்திரண்டு லட்சம் ரூபாயையும் பெற்றார். இந்தப் பணத்தை வைத்து, நடிகர் சங்க அலுவலகத்துடன் பெரிய அரங்கம் ஒன்றும் கட்டப்பட்டது. படம் திரையிடுவதற்கென்று அரங்கமும் அமைக்கப்பட்டது. நடிகர்கள் தொடர்பான நிகழ்ச்சிகள், கூட்டங்களுக்கு இந்த இடம் வசதியாக அமைந்தது.

அந்தச் சமயத்தில் எம். ஜி. ஆருக்கும் சிவாஜிக்கும் இருந்த அரசியல் வேறுபாடு அவர்களிடையே விரிசலை ஏற்படுத்தியது. அரசின் மதுக்கொள்கையை சிவாஜி விமர்சித்தது எம். ஜி. ஆருக்குப் பிடிக்கவில்லை. நடிகர் சங்கத் தலைவர் பதவியில் நீடிக்க வேண்டுமானால், சிவாஜிகணேசன் தேர்தலில் நிற்க வேண்டும் என்றார் எம். ஜி. ஆர். முன்னர் ஒப்புக்கொண்ட நிபந்தனையை சிவாஜி சுட்டிக்காட்டியபோது, எம். ஜி. ஆர் ஏற்றுக்கொள்ளாததால் கட்டடம் கட்ட வாங்கிய கடனை அடைக்காமலே சிவாஜி தலைவர் பதவியிலிருந்து விலகினார். இந்தக் கடன் விவகாரம் பிந்தைய ஆண்டுகளில் சங்கத்திற்குப் பெரும் பிரச்சினையாக வளர்ந்தது. 2002இல் காவேரி நீர்ப் பிரச்னையில் கர்நாடகாவிற்கு எதிராக நடிகர் சங்கம் பெரிய போராட்டம் ஒன்றை நெய்வேலியில் நடத்தியது. இன்று நடிகர் சங்கம் திரைக் கலைஞர்களின் முக்கியக் கூட்டமைப்பாக விளங்குகிறது. முன்னணி நடிகர் ஒருவர் தலைவராக இருக்கும் வழக்கம் தொடர்கிறது.

எழுபதுகளில் தொழிற்சங்க வளர்ச்சி

திரைத் துறையில் அடிமட்ட ஊழியர்களிடையே தொழிற்சங்க இயக்கம் பற்றிய விழிப்பு ஏற்பட்டது எழுபதுகளில்தான். ஒன்றன் பின் ஒன்றாக வெவ்வேறு துறைகளில் சங்கங்கள் உருவாக ஆரம்பித்தன. முதலில் தோன்றியவற்றில் சினிமாத் துறைக்கே உரித்தான ஒப்பனைத் துறை தொழிலாளர் சங்கம் ஒன்று பம்பாயில் பீட்டர் ஃபெரைரா என்பவரால் தோற்றுவிக்கப்பட்டபோது சென்னை ஒப்பனைக் கலைஞர்களும் ஊக்கம் பெற்றனர். ஒன்றுபட்டு முயன்றால் பேச்சுவார்த்தையின் மூலம் ஊதியம் மட்டுமல்ல மற்ற சலுகைகளையும்

பெறலாம் என்பதை பம்பாய்க்காரர்கள் செய்துகாட்டினார் கள். 1967இல் சென்னையில் தோன்றிய தென்னிந்திய ஒப்பனைக் கலைஞர்கள் சங்கம் மற்ற பிரிவு ஊழியர்களுக்கு எடுத்துக் காட்டாக விளங்கியது.

சங்கங்கள் சில தோன்றியிருந்தாலும், பல அடிப்படைப் பிரச்னைகள் கவனிக்கப்படாமலேயே இருந்தன. 1974இல் கூடத் தொழிற்சங்க இயக்கம் சில அடிகள் எடுத்துவைத்த பின்னரும், அது பல எதிர்ப்புகளைச் சமாளிக்க வேண்டியிருந் தது. 'இன்றுகூடத் தொழிற்சங்கம் என்றாலே சிவப்புத் துணியைக் கண்ணுறும் காளைமாடுபோலச் சில தயாரிப்பாளர்கள் சீறு கிறார்கள். உலகெங்கும் தொழிற்சங்கங்கள் இயங்குவதுமட்டு மல்ல, தொழில் துறைகளில், தொழில் மேலாண்மையில் அவை முக்கியப் பங்காற்றுகின்றன. நிலைமை இவ்வாறிருக்கத் திரைத் துறையில் மட்டும் வேறுமாதிரியான மனப்பான்மை நிலவு கிறது' என எம்.பி. ஸ்ரீனிவாசன் பதிவுசெய்தார்.

சினிமாத் துறைக்குத் தொழில்நுட்பக் கலைஞர்கள், கைவினைக் கலைஞர்கள் ஆகியோரின் பங்களிப்பைத் தொழிற் சங்கம் தொடர்பாகத் தோன்றிய விழிப்புணர்வு கோடிட்டுக் காட்டியது. சென்னையில் 1973இல் நடந்த முதல் அகில இந்திய சினிமாத் துறை ஊழியர்கள் மாநாட்டின் மையக் கருத்தான 'நாங்கள்தாம் சினிமாத்துறை' இந்த விழிப்புணர்வுக்குக் குறியீடாக விளங்கியது.

அரசின் அக்கறை

அரசின் பார்வை அவ்வப்போது திரைத்துறை ஊழியர்கள் மேல் பட்டாலும், அவர்களது பிரச்னைகளைக் கவனிக்க எந்தவித நடவடிக்கையும் எடுக்கப்படவில்லை. அன்றாடப் பணியில் அவர்களது சிரமங்கள் தெரிந்திருந்தாலும் அவற்றைக் களைய அரசு முன்வரவில்லை. திரைத்துறைத் தொழிலாளர் களின் நலன்காக்க 1960களில், நாடாளுமன்றத்தில் சில உறுப் பினர்கள் தனிப்பட்ட மசோதா ஒன்றைத் தாக்கல்செய்ய முயன்றனர். அது முயற்சியுடன் நின்றுவிட்டது.

1965இல் மகாராஷ்ட்ர அரசு திரைத்துறைத் தொழிலாளர் நிலைமையைக் கண்டறியச் சட்டசபை உறுப்பினரான பி.ஜி. கெர் தலைமையில் ஒரு குழுவை அமைத்தது. நூற்றுக்கணக்கானோ ருக்கு வினாப்பட்டியல் அனுப்பி நிலைமையை அறிய அது முயன்றது. இது மகாராஷ்டிரம் தொடர்பானது என்றாலும், சென்னை, கல்கத்தா போன்ற திரைத்துறை மையங்களிலும் தாக்கத்தை ஏற்படுத்தியது. இத்துறையில் உள்ள நிரந்தரமற்ற

நிலைமையைக் குழு சுட்டிக்காட்டியது. 'ஒரு படத் தயாரிப்பு தொடர்வது முதலீடு வருவதைப் பொறுத்திருப்பதால், ஊழியர்களுக்குப் பணி எவ்வளவு நாட்களுக்கு நீடிக்கும் எனச் சொல்லவே முடியாது' என்று அக்குழு தன் அறிக்கையில் கூறியது.

இது இப்படியிருக்க, மத்திய அரசு 1966இல் இது தொடர்பான சட்டமொன்றை இயற்ற எண்ணி அதற்கான மசோதாவை நாடாளுமன்றக் குழுமுன் சமர்ப்பித்தது. தயாரிப்பாளர்கள், ஊழியர்கள், அரசு என மூன்று தரப்புகளிலிருந்தும் ஒவ்வொருவர் அடங்கிய குழு ஒன்று அதை ஆராய்ந்து பரிந்துரைக்க வேண்டும் என முடிவுசெய்யப்பட்டது. இந்த மூவர் குழு பல பிரச்னைகளைக் களைவதற்கான யோசனைகளைப் பரிந்துரைத்தது. ஆனால் சட்டம் இயற்றப்படாமலேபோனது.

சில ஆண்டுகளுக்குப் பின்னர், மத்திய அரசின் பார்வை திரைத்துறை ஊழியர்களின் சிரமங்கள்மேல் திரும்புவதுபோலச் சில அறிகுறிகள் தென்பட்டன. சினிமாட்டோக்ராப் சட்டத்தில் திருத்தம் கொண்டுவருவது தொடர்பாக ராஜ்ய சபாவில் 1973 ஆகஸ்டு 27 அன்று பேசிய தகவல் ஒலிபரப்புத் துறை அமைச்சர் திரைத் துறை ஊழியர்களின் அவலநிலை பற்றிக் குறிப்பிட்டார். 'தொழில் துறைச் சட்டங்கள் அவர்களை எட்டுவதில்லை. பணி நிலைமையும் மிகவும் மோசமாக உள்ளது. 'இந்தியாவில் ஆரம்பிக்கப்படும் 100 படங்களில் 70 படங்கள் முடிக்கப்படுவதில்லை. இதனால் பணம் வீணாவது மட்டுமல்லாமல் ஏழு எட்டு மாதங்கள் உழைத்த தொழிலாளர்களுக்கு ஊதியம் கொடுக்காமல் தயாரிப்பாளர்கள் மறைந்துவிடுகின்றனர்' என்று பேசினார்.

கரந்த் கமிட்டி

1977இல் டெல்லியில் நடந்த மாநிலத் தகவல் துறை அமைச்சர்கள் மாநாட்டில் சினிமா பற்றி நாட்டளவில் கடைப்பிடிக்கச் சீரான கொள்கை தேவை எனப் பேசப்பட்டது. இந்தக் கருத்து சினிமா பற்றி ஆராய மற்றொரு குழு அமைக்க வழிகோலியது. 1980இல் கன்னட எழுத்தாளர் சிவராம் கரந்த் தலைமையில் அமைக்கப்பட்ட குழுவும் தேசிய அளவில் சினிமா பற்றிய தெளிவான கொள்கை தேவை என்னும் கருத்தை வலியுறுத்தியது. இந்தக் குழு இந்தியாவில் திரைத் துறையில், தயாரிப்பு, திரையிடல் என்னும் இரு பிரிவுகளிலும் மூன்றரை லட்சம் ஊழியர்கள் இருந்ததாகக் கணித்தது. இதில் பெரும்பாலானவர்கள் ஓய்வூதியம், பணிப் பாதுகாப்பு போன்ற வசதிகள் எதுவுமின்றித் தயாரிப்புப் பிரிவில் தினக்கூலிகளாகவோ ஒப்பந்த ஊழியர்களாகவோ அல்லல்பட்டுக்கொண்

டிருந்ததாகவும் பதிவுசெய்தது. இவர்களின் பாதுகாப்பிற்குத் தனிச்சட்டம் தேவை எனக் குறிப்பிட்டு அதற்கு மூன்று காரணங்களையும் இக்குழு முன்வைத்தது. முதலாவது, தினக்கூலிகளாக இருப்பதால் தொழிலாளர் சட்டங்களின் நன்மைகள் இவர்களை அடைவதில்லை. இரண்டாவது, சினிமா சார்ந்த நிறுவனங்களில், மாதச் சம்பளத்தில் பணியாளர்கள் அமர்த்தப்பட்டிருந்தாலும் அவர்களது எண்ணிக்கையை இந்த நிறுவனங்கள் வெளிப்படுத்துவதில்லை. மூன்றாவது, திரைப்படத் தயாரிப்பாளர்களை மற்ற தொழிலதிபர்கள் போலப் பார்க்க முடியாது ஏனென்றால் படத் தயாரிப்பு நிரந்தரமான தொழில் அல்ல. 'திரைத்துறைத் தொழிலாளர்களின் பணி நிலைமையைச் சீரமைக்க மத்திய அரசு உடனடியாகச் சட்டம் இயற்ற வேண்டும்' என்று இக்குழு கேட்டுக்கொண்டது.

சினிமாத் துறையை ஆராய முன்னர் அமைக்கப்பட்ட பல அரசுக் குழுக்கள்கூட இத்துறையைச் சீரமைக்க முழுமையான சட்டம் இயற்றப்பட வேண்டும் என்று கேட்டுக்கொண்டும் அந்தப் பரிந்துரைகள்மீது எந்தவிதமான நடவடிக்கையும் எடுக்கப்படவில்லை. கரந்த் குழு இந்த அசிரத்தைக்கான காரணத்தைக் கண்டறிய முயன்றது. 'அரசு இவர்களது பிரச்னைகளைக் கண்டு கொள்ளாததற்குத் திரைத்துறையில் ஊழியர்களை ஒன்றிணைக்கும் சங்கங்கள் இல்லாதது ஒரு முக்கியக் காரணம்' என்று கரந்த் கமிட்டி பதிவுசெய்தது. சில தருணங்களில் அரசு அவர்களது பிரச்னைகளைப் புரிந்து கொள்ள முன்வந்தபோதும், திரைத்துறை ஒருமித்த குரலில் தன் நிலைப்பாட்டை எடுத்துச்சொல்லித் தேவையானதைக் கேட்க இயலாத நிலைமையிலிருந்தது. ஆகவே திரைத்துறையின் வெவ்வேறு பிரிவுகளில் உள்ள பிரச்னைகள் தீராமலேயே இருந்தன.

எனினும் கரந்த் கமிட்டியின் மூலம் சில நன்மைகள் ஏற்பட்டன. 1981இல் நாடாளுமன்றத்தில் மூன்று மசோதாக்கள் தாக்கல் செய்யப்பட்டன. முதலாவது, திரைப்பட ஊழியர், திரையரங்கு ஊழியர் வேலைவாய்ப்பு, சீரமைப்புச் சட்டம், இரண்டாவது, சினிமா ஊழியர் நல நிதி மூன்றாவது, சினிமா ஊழியர் நலவரிச் சட்டம். மூன்று சட்டங்களும் நாடாளுமன்றத்தால் ஏற்றுக்கொள்ளப்பட்டன. சினிமாவை ஒரு தொழிலாக அரசு ஏற்றுக்கொள்ளக் கரந்த் கமிட்டி பரிந்துரைத்தது. 'இந்திய சினிமாவை நாட்டின் ஒரு முக்கியத் தொழிலாக அங்கீகரித்து, மற்ற தொழில்களுக்கு அளிக்கும் எல்லாச் சலுகைகளையும் இதற்கும் கொடுக்க வேண்டும்' என்று அந்தக் கமிட்டி கூறியது. பல ஆண்டுகளாகத் திரைத்துறை ஊழியர்கள் இந்த அந்தஸ்தை சினிமாவிற்குத் தரக்

கேட்டுக்கொண்டிருந்தார்கள். ஒரு தொழிலாக சினிமா அங்கீகரிக்கப்பட்டுவிட்டால் குறைந்தபட்ச ஊதிய விதிகள், தொழில்துறை விவகாரச் சட்டம் இவற்றால் நன்மை பெறுவர் என்று கரந்த் கமிட்டி சுட்டிக்காட்டியது.

திரைத்துறைத் தொழிலாளர் அமைப்புகள், சினிமாத் துறையைத் தொழிலாக அறிவிக்க அரசை வற்புறுத்திக்கொண் டிருந்தன. அகில இந்திய அளவில் Federation of Indian Chamber of Commerce and Industries அமைப்பும்கூட இந்தக் கோரிக்கையை வலியுறுத்தியது. இதில் தொழிலாளர்களுக்கு மட்டுமல்ல, தயாரிப் பாளர்களுக்கும் கடன் வசதிகள் போன்றவை கிடைக்கும். இத்தனை இருந்தும் ஏறக்குறைய இருபது ஆண்டுகள் சென்ற பின்னர்தான் – 2001இல் – சினிமா தொழிலாக அறிவிக்கப் பட்டது. அதாவது சினிமா வெகுசனப் பொழுதுபோக்காக உருவாகி எண்பது ஆண்டுகள் கழிந்தபிறகுதான் அரசால் அது தொழிலாக ஏற்றுக்கொள்ளப்பட்டது. படத் தயாரிப்பு தொழிலாக அரசால் ஏற்றுக்கொள்ளப்பட்ட பின், மற்ற தொழில் துறை ஊழியர்களுக்குக் கிடைக்கும் எல்லாச் சலுகை களும் திரைத்துறை ஊழியர்களுக்கும் கிடைக்கும்.

1981இல் மத்திய அரசு சினிமா ஊழியர் நலநிதியை தோற்றுவித்தது. மற்ற பல தொழில் துறைகளுக்கு இந்த அந்தஸ்து கிடைத்த பின்தான், சினிமாவைப் பற்றி அரசு சிந்தித்தது என்பதை நாம் நினைவில்கொள்ள வேண்டும். எடுத்துக்காட்டாகச் சுண்ணாம்புக்கல் சுரங்கங்களில் வேலைசெய்யும் பணியாளர்களுக்கான நலநிதி 1972இல் தோற்றுவிக்கப்பட்டது. அதேபோலப் பீடித்தொழிலாளர் நலநிதி 1976இல் நிறுவப்பட்டது.

இன்றைய நிலை

1990 – 2000ஆம் ஆண்டுகளில் பல சங்கங்கள் உருவாகி சினிமா ஊழியர்கள் நிலைமையில் பெரும் முன்னேற்றத்தைக் கொண்டுவந்தன. சுமார் இருபதாண்டுகளுக்கு முன் இருந்த நிலைமையைவிட இன்று நல்ல மேம்பாடு ஏற்பட்டுள்ளது. இதில் தொழிலாளர்களுக்குக் கிடைத்த குறிப்பிடத்தக்க வெற்றி குறைந்தபட்ச ஊதியம் நிர்ணயிக்கப்பட்டதுதான். ஒன்றன் பின் ஒன்றாகத் திரைத்துறையின் பல பிரிவுகளுக்குத் தொழிற் சங்கங்கள் உருவாக்கப்பட்டன. சென்னையில் சினிமாத் துறை யில் இன்று இருபத்தாறு பிரிவுகளில் தனித்தனித் தொழிற்சங்கங் கள் உள்ளன. ஒவ்வொரு ஊழியரும் ஒரு பிரிவின் சங்கத்தில் உறுப்பினராக உள்ளார். ஒவ்வொரு அங்கத்தினருக்கும் சங்கங்கள் உறுப்பினர் அட்டை கொடுப்பதோடு அவர்களுக்குக் குறைந்த பட்ச ஊதியமும் கிடைக்க வழிசெய்கின்றன.

மொத்த உறுப்பினர்கள் ஏறக்குறைய இருபத்து ஐந்தாயிரம் பேர் உள்ள இந்தச் சங்கங்கள் எல்லாமே தென்னிந்தியத் திரைப்படத் தொழிலாளர் சம்மேளனம் எனும் ஒன்றிணைக்கும் அமைப்பின் அங்கங்களாக இருக்கின்றன. இது பெப்ஸி (FEFSI) எனக் குறிப்பிடப்படுகிறது. இந்திய அரசுடன் சினிமாப் பணியாளர்கள் சார்பில் பேச்சுவார்த்தை நடத்தும் தகுதிபெற்ற அகில இந்தியத் திரைப்பட ஊழியர் ஒன்றிணைப்பில் இந்தச் சங்கங்கள் எல்லாமே உறுப்பினர்களாக உள்ளன. மூன்றாண்டுக்கு ஒருமுறை எல்லாவகை ஊழியர்களின் சம்பளங்களையும் நிர்ணயிப்பது, அங்கத்தினர்களுக்கு மருத்துவப் பரிசோதனை நடத்துவது, ஒப்பந்தப்படி பணம் கிடைக்க வழிசெய்வது போன்ற பணிகளை இந்த அமைப்பு செய்து வருகிறது. ஒரு படத்தில் வேலைசெய்த எல்லா ஊழியர்களுக்கும் பேசியபடி ஊதியம் அளிக்கப்பட்டுவிட்டது என உறுதிசெய்த பிறகுதான் தணிக்கை வாரியம் சான்றிதழ் வழங்கவேண்டும் என்னும் கோரிக்கையை அண்மையில் (2011) இதன் செயலாளர் விடுத்திருக்கிறார். ஆண்டிற்கு ஒருமுறை திரைப்படத் தயாரிப்பின் ஒவ்வொரு துறையிலும் சிறந்த ஊழியருக்கு நிமாய் கோஷ் விருது பெப்ஸியால் அளிக்கப்படுகிறது. இன்று வடபழனியில் ஜவஹர்லால் சாலையில் உள்ள சொந்தக் கட்டடத்தில் பெப்ஸி இயங்கிவருகிறது.

திரைப்படத் தொழிற்சங்கங்கள் அரசியலுக்கு அப்பாற் பட்டுச் செயல்படுவது நல்ல அறிகுறி. சங்கத்தின் எந்தப் பொறுப் பிலும் சங்க உறுப்பினர் – அதாவது திரைத்துறைப் பணியாளர் – ஒருவர்தான் இருக்க முடியும் என்னும் விதி அரசியல்வாதி களை இத்தொழிற்சங்கங்களில் நேரிடையாகத் தலையிட முடியாமல் தடுக்கிறது.

மோதல்: ஊழியர்களுக்கும் இயக்குநர்கள் – தயாரிப்பாளர்களுக்கும்

தொழிற்சங்கங்கள் தோன்றிவிட்டதால் சினிமாத் துறைப் பணியாளர்களின் பிரச்னைகளெல்லாம் தீர்ந்துவிட்டதாகச் சொல்ல முடியாது. வேறுவிதமான சிரமங்கள் தோன்ற ஆரம் பித்தன. தொலைக்காட்சியின் வருகையாலும் கேபிள் தொடர்பு களாலும் திரைப்படங்கள் வீட்டிற்குள்ளே வர ஆரம்பித்தன. பல படங்கள் தோல்வியுற்றன. படத் தயாரிப்புக் குறைய ஆரம் பித்தது. பணிப்பாதுகாப்பு இருந்தாலும் வேலை கிடைப்பது உறுதியாக இல்லை. அது மட்டுமல்லாமல் ஊழியர்களுக்கும் இயக்குநர் – தயாரிப்பாளர்களுக்கும் இடைவெளி அதிகமாகிக்

கொண்டேபோயிற்று. நட்சத்திரங்களுக்குக் கொடுக்கும் பெருந் தொகைகளைக் குறைத்துக்கொண்டு தயாரிப்புச் செலவைக் குறைக்கலாம் என ஊழியர்கள் சுட்டிக்காட்டினாலும், படத் தயாரிப்புச் செலவைக் குறைக்கத் தயாரிப்பாளர்கள் பணி யாளர்களை நீக்க ஆரம்பித்தனர்.

தமிழ்த் திரைப்படம் ஒன்றின் செலவை அலசினால், 50% தயாரிப்புச் செலவு, 30% நட்சத்திரங்களுக்கு அளிக்கப்படுவது, 10% இயக்குநருக்கு, மீதி 10% மட்டுமே ஊழியர்களுக்குப் போகிறது. 1997இல் இந்தப் பிரச்னை பற்றிய விவாதம் ஆரம்பித்து உச்சக் கட்டத்தை அடைந்தது. முன்னர் செய்த ஒப்பந்தத்தின்படி, பாத்திரப் பேச்சு இல்லாத காட்சிகளில், தொழிற்சங்கத்தில் உறுப்பினராயிருக்கும் ஜூனியர் ஆர்ட்டிஸ்ட்கள் மட்டும்தான் தோன்ற வேண்டும். பாலுமகேந்திரா இயக்கிய *ராமன் அப்துல்லா* (1997) படத்தில் சங்கத்தில் உறுப்பினரல்லாதோர் அப்படிப் பட்ட காட்சியில் தோன்றுவதற்குச் சில ஊழியர்கள் எதிர்ப்பு தெரிவித்தார்கள். பிரச்னை இப்படித்தான் ஆரம்பித்தது. அருணா ஸ்டுடியோவில் இந்தப் படம் தயாரிப்பில் இருந்த போது ஒரு நிகழ்ச்சியில் சிக்கல் ஏற்பட்டுப் படப்பிடிப்பு தடைப்பட்டது. தொழிற்சங்க செயல்பாட்டால் திடீரெனப் படப்பிடிப்பு நிறுத்தப்படுவது *அழகிய தீயே* (2004) படத்தில் ஒரு காட்சியாக வருகிறது. அந்தக் காட்சியில் படப்பிடிப்புக் குழுவினர் – ஏறக்குறைய இருபது பேர் – காலை உணவருந்துகை யில் தட்டுகளுடன் அமர்கிறார்கள். அப்போது தொழிற்சங்கத் தலைவர் ஒருவர் காரில் வந்து, 'இன்று வேலைநிறுத்தம்' என அறிவிக்கிறார். பரிசாரகர்கள் சிற்றுண்டியைப் பரிமாறாமல் எடுத்துச் சென்று விடுகின்றனர். படப்பிடிப்புக் குழுவினர் கையில் காலித்தட்டுகளுடன் விழித்துக்கொண்டு உட்கார்ந்திருக்கிறார்கள்.

அருணா ஸ்டுடியோ நிகழ்ச்சியைத் தொடர்ந்து ஊழியர்களுக்கும் இயக்குநர் – தயாரிப்பாளர்களுக்கும் மோதல் உருவாயிற்று. பாரதிராஜா, கே. பாலச்சந்தர் போன்றோர் படைப்பாளிகள், தொழிலாளர்கள் என்னும் வேறுபாட்டைக் கொண்டுவர எண்ணித் தமிழ்நாடு திரைப்படப் படைப்பாளிகள் பணியாளர்கள் சம்மேளனம் என்னும் அமைப்பைத் தோற்றுவித்தனர். பல நடிகர்களும் இயக்குநர்களும் படத் தயாரிப்பாளர்களாக இயங்குவதால் தான் இந்த வேறுபாட்டைப் புகுத்தியதாகத் தொழிலாளர்கள் தரப்பில் வாதிக்கப்பட்டது. மனோஜ் கிரியேஷன்ஸ் அமைப்பின் மூலம் பாரதிராஜாவும் கவிதாலயா நிறுவனத்தின் மூலம் கே. பாலசந்தரும் படத் தயாரிப்பில் ஈடுபட்டிருந்தனர். பல இயக்குநர்கள் உதவி இயக்குநர்களாக இன்னல்

பட்டுக்கொண்டிருந்தபோது சங்கத்தின் உதவியை நாடியிருக்கின்றார்கள். ஆனால் வளர்ந்து வெற்றிகரமான இயக்குநர்களான பின்னர், தொழிலாளர்களை மறந்துவிடு கிறார்கள் என்று சில தொழிற்சங்கவாதிகள் சுட்டிக் காட்டினர். இந்த வேறுபாடு வளர்ந்து வேலைநிறுத்தத்தில் முடிந்தது. அன்றைய முதல்வர் கருணாநிதியும் எதிர்க்கட்சித் தலைவர் ஜெயலலிதாவும் இந்த விவகாரத்தில் அக்கறை காட்டினார்கள். ஒன்பது நாட்கள் கழித்துத் தொழிலாளர்கள் வேலைக்குத் திரும்பினாலும், இயக்குநர்களால் தோற்றுவிக்கப் பட்ட சம்மேளனம் தொடர்ந்து இயங்கிக்கொண்டிருந்தது. இரு தரப்புகளுக்கும் இருந்த கருத்து வேறுபாடும் தொடர்ந்தது. அடுத்த ஆண்டு ஜூலை 4ஆம் தேதி 1998இல்தான் அந்த அமைப்பு பெப்ஸியுடன் முதலமைச்சர் கருணாநிதி முன்னிலையில் இணைந்தபிறகு பிரச்னை சுமுகமாகத் தீர்க்கப்பட்டது.

சினிமாத் துறையில் தொழிற்சங்க இயக்கத்தின் தோற்றம் திரைப்படங்களின் தரத்திலும் தாக்கத்தை உண்டாக்கியது. 1976இல் நெருக்கடி நிலைப் பிரகடனம் செய்யப்பட்டிருந்த போது தணிக்கை விதிகள் கடுமையாக்கப்பட்டிருந்தன. வன் முறைக் காட்சிகளைக் கட்டுப்படுத்துவதில் தணிக்கை வாரியம் முனைப்பாகச் செயல்பட்டது. இதனால் சண்டைக் காட்சிகள் நீக்கப்பட்டன. ஸ்டண்ட் கலைஞர்கள் பாதிக்கப்பட்டுத் தங்களது பிழைப்பை இழந்துவிடலாம் என அஞ்சுவதாக அரசுக்கு மனு சமர்ப்பித்தனர். 1978இல் பாரதிராஜா, மகேந்திரன் போன்ற புதிய தலைமுறை இயக்குநர்கள் நடிகர்களுக்கு ஒப்பனை அதிகமின்றி, யதார்த்தபாணிப் படங்கள் எடுக்கத் தொடங் கியபோது, ஒப்பனைக் கலைஞர்கள் சங்கம் அதற்குக் கடும் எதிர்ப்பைத் தெரிவித்தது. *கிழக்குச் சீமையிலே* (1993) படத்தில் இயக்குநர் பாரதிராஜா படப்பிடிப்பு நடத்தப்பட்ட கிராமத்தி லிருந்த சில ஆட்களைச் சண்டைக் காட்சியில் நடிக்கவைத் ததை ஸ்டண்ட் நடிகர் சங்கம் ஆட்சேபித்தது. காட்சிகள் தத்ரூபமாக அமைய அந்த உத்தியைக் கையாண்டதாக இயக்குநர் கூற, சினிமா அழகியல் பற்றிய சுவாரஸ்யமான விவாதம் உருவானது.

சினிமாத் தொழிற்சங்கப் பிதாமகர் எனக் குறிப்பிடப் படும் எம். பி. ஸ்ரீனிவாசன் திரைப்படத் தொழிலாளர்களின் நலன் சங்கங்களால் சீரானமுறையில் பராமரிக்கப்பட்டால் தான் நல்ல திரைப்படங்களைத் தயாரிப்பது ஏதுவாகும் என்றார். ஊழியர்கள் சரியானபடி பேணப்பட்டால்தான் அவர்களது படைப்புத் திறனும் தொழில்நுட்பத் திறனும் மேம்பட்டுத் திரைப்படங்களின் தரம் உயரும் என்பது அவர் நிலைப்பாடு.

இன்று பெப்சியின் உறுப்பினர்களாக இருபத்தாறு சங்கங்கள் தனித்தனியாக இயங்கி, ஊழியர்களின் பணிநிலை, நலன் போன்றவற்றில் அக்கறைகாட்டித் திரைத்துறையின் வளர்ச்சிக்குப் பங்களித்துவருகின்றன. இத்தனை சங்கங்களிலும் மிகச் சிறப்புடன் செயலாற்றுவது சினிமா நடனக் கலைஞர்கள், நடன இயக்குநர்கள் சங்கம்தான். 1973இல் வேம்பட்டிச் சின்ன சத்தியத்தைத் தலைவராகக் கொண்டு 40 உறுப்பினர்களுடன் இச்சங்கம் இயங்க ஆரம்பித்தது. ஒரு கலைஞர் – ஆணோ பெண்ணோ – அங்கத்தினராகச் சேர விண்ணப்பித்தால் அவருக்கு நேர்காணல் ஏற்பாடு செய்யப்படுகிறது. பரதம், மேற்கத்திய நடனம், நாட்டுப்புற நடனம் என மூன்று வகைகளில் அவரது திறமை பரிசோதிக்கப்படுகிறது. இதில் தராதரம் முக்கியமாகக் கவனிக்கப்படுகிறது. எடுத்துக்காட்டாக 1996இல் விண்ணப்பித்த 450 பேரில் 60 பேர் மட்டுமே தேர்ந்தெடுக்கப்பட்டார்கள். இந்தத் தேர்வு மூன்றாண்டுக்கு ஒருமுறைதான் நடத்தப்படுகிறது. 2003இல் இந்தச் சங்கத்தில் நடனக் கலைஞர்கள் மட்டும் 2500 பேர் உறுப்பினர்களாக இருந்தனர்.

குறைந்தபட்ச ஊதியத்தை நிர்ணயித்தது சங்கங்களின் முக்கியப் பணி. எடுத்துக்காட்டாக, ஒரு பாடல் காட்சியை மூன்று நாட்கள் படம் பிடிக்க நடனக் கலைஞர்களுக்கு ஆளுக்கு 1950 ரூபாய் அளிக்கப்பட்டது. இந்தத் தொகையைத் தயாரிப்பாளரிடமிருந்து நடன இயக்குநர் வாங்கிச் சங்கத்திடம் ஒப்படைப்பார். இம்முறை 'சங்கம் வழிச் சம்பளம்' எனக் குறிப்பிடப்படுகிறது. கலைஞர்கள் ஒவ்வொருவரும் ஒரு பாட்டுக்குப் பத்து ரூபாயும் நடன இயக்குநர் ஐம்பது ரூபாயும் சங்கத்திற்குக் கொடுக்க வேண்டும். உறுப்பினர்கள் நலனுக்காகச் சங்கம் பல திட்டங்களைச் செயல்படுத்துகிறது. இன்று இந்தச் சங்கத்திற்குச் சொந்தக் கட்டடம் உள்ளது. இரு நடன ஒத்திகைக் கூடங்களும் அலுவலகமும் இதில் அடங்கும். ஒரு கூடம் ஏசி வசதி கொண்டது.

2004ஆம் ஆண்டில் தென்னிந்தியத் திரைப்படத் தொழிற் சங்கம் முழுவளர்ச்சியடைந்து விட்டதெனலாம். பெப்ஸியும் திரைப்படத் தயாரிப்பாளர் சம்மேளனமும் நடத்திய பேச்சு வார்த்தையின் பயனாக மூன்றாண்டுகளுக்கு ஒருமுறை ஊதிய நிர்ணயம் செய்ய ஒப்புக்கொள்ளப்பட்டது. இதனால் 25,000 ஊழியர்கள் பயனடைந்தனர். அந்த ஆண்டு பிப்ரவரி மாதத்திலேயே புதிய ஊதியம் அமலாக்கப்பட்டது. 2006இல் நடந்த மாநிலச் சட்டசபைத் தேர்தலில் ஜெயலலிதாவின் தலைமையிலான அதிமுக கூட்டணிக்கு பெப்ஸி சார்ந்த 25 தொழிற் சங்கங்கள் தங்களது ஆதரவை உறுதிப்படுத்தின.

சொப்பனவாழ்வில் மகிழ்ந்தே

திரைத்துறையில் முக்கியப் பணியாளர்களான உதவி இயக்குநர்கள் இன்றும் சங்கம் ஏதுமின்றி இருக்கின்றனர். தமிழ் சினிமாவின் படைப்பில் இவர்களது பங்களிப்பு முக்கிய மானது. அதுமட்டுமல்லாமல் பல முன்னணி இயக்குநர்கள் தொடக்கத்தில் உதவி இயக்குநர்களாகப் பணிபுரிந்து அனுபவம் பெற்ற பின்னரே இயக்குநர்களாகப் பரிணமிக்கிறார்கள். பாரதி ராஜா, பாலா, வெற்றிமாறன் என நீண்ட பட்டியலே இருக்கின் றது. எனினும் இவர்களுக்கெனச் சங்கம் இல்லை. ஆகவே படப்பிடிப்புத் தளத்தில் இவர்கள் நிலைமை பரிதாபகரமாக உள்ளது. இவர்களுக்குப் பணி நேரம், ஊதியம் என எதுவுமே வரையறுக்கப்படவில்லை. தமிழ்த் திரைக்குப் புத்துயிர் கொடுக்கக் கூடிய படைப்பாளிகள் இந்த அசோசியேட் டைரக்டர், அஸிஸ் டண்ட் டைரக்டர் என்னும் தளத்திலிருந்துதான் வர வேண்டும் என்பதை நாம் மனங்கொள்ள வேண்டும். பாரதிராஜா, பாலா போன்றோருடைய பாதையும் இதுவாகத்தான் இருந்திருக்கிறது.

உதவிய வெளியீடுகள் / நேர்காணல்கள்

1. எம்.ஜி.எஸ்., தமிழ்த் திரையுலகில் என்ன நடக்கிறது? புதிய பார்வை, செப்டம்பர் 1997.

2. முக்தா ஸ்ரீனிவாசன், *தமிழ் திரைப்படத் தயாரிப்பா ளர்கள் வரலாறு,* தமிழ்த் திரைப்படத் தயாரிப்பாளர் சங்கம், சென்னை, 2003.

3. *குண்டூசி,* 1951, 1952, பல இதழ்கள்.

4. திரைப்படத் தொழிலாளர்கள் போராட்டத்தை ஆதரிப் போம் (கையேடு), மக்கள் கலை இலக்கியக் கழகம், சென்னை, 1997.

5. அறந்தை நாராயணன், நட்சத்திரத் தேடல், *தினமணி கதிர்,* 1.6.1986.

6. என்.கிருஷ்ணசாமி, கட்டுரை ஆசிரியரின் நேர்காணல், சென்னை, 22.10.2003.

7. பி.என்.சுந்தரம் (பெப்ஸி செயலாளர்), கட்டுரை ஆசிரிய ரின் நேர்காணல், சென்னை, 9.3.2003.

8. Ashokamithran, *My Years with the Boss,* Orient Longman, Chennai, 2002.

9. M.B. Srinivasan, *Trade Unions in Indian Cinema and Aesthetics,* Unpublished paper.

10. C.S. Krishna, *Labour Movement in Tamil Nadu* 1918-1933, K.P. Bagchi & Co. 1989.
11. *Report of the Indian Film Industry's Mission to Europe and America*, Avanti Prakashan, Bombay, 1945.
12. *Annual Reports*, Cine Technicians Association of South India, Chennai.
13. The Patil Committee, *Report of the Working Group on National Film Policy*, Government Press, New Delhi.
14. J. Hemachandran Ed., *Film Trade Union Movement in Southern Zone: A Flash Back,* Film Employees' Federation of South India, Chennai, 2000.

தமிழ் சினிமாவும் நானும்: நேர்காணல்

உங்கள் படைப்பாளுமை குறித்து அறியப்பட்டுள்ள அளவு உங்கள் வாழ்வு சார்ந்த பின்னணி அறியப் படவில்லை. அறிவுத் துறையில் செயல்படும் எந்த ஆளுமை குறித்தும் முழுமையான புரிதலை எட்டுவதற்கு அது முக்கியமானது அல்லவா? நமது இந்த உரையாடலை உங்கள் இளமைக் காலத்திலிருந்து தொடங்குவது பயனுள்ளதாக இருக்கும்.

திருப்பூர் மாவட்டத்தின் தென்கோடியிலிருக்கும் சிற்றூரான தாராபுரத்தில் 1940ஆம் ஆண்டு பிறந்தேன். என்னுடைய பெற்றோர் பள்ளி ஆசிரியர்கள். என்னுடன் பிறந்தவர்கள் நான்கு பேர். ஒரு அண்ணன், ஒரு அக்கா, ஒரு தம்பி, ஒரு தங்கை. அங்கிருந்த போர்டு ஹைஸ்கூலில்தான் நாங்கள் படித்தோம். எஸ்.வி. ராஜதுரை என் வகுப்புத் தோழர். எங்கள் பள்ளிக்கு அருகில் அமராவதி ஆறு. ஊருக்கு மேற்கில் விரிந்து பரந்த முட்காடு. பள்ளிக்கூடம் இல்லாத நேரங்களை நாங்கள் அந்த ஆற்றின் கரையில்தான் செலவிட்டோம். வளர்ந்ததற்குப் பின்புதான் அதன் தாக்கங்களைப் புரிந்துகொண்டேன். பள்ளியில் படித்துக்கொண்டிருந்தபோது, இதை இதைத்தான் செய்யவேண்டுமென்று என்னுடைய பெற்றோர் ஒருபோதும் கட்டாயப்படுத்தியதில்லை. மிகச் சுதந்திரமாக வளர்ந்தோம். விடுமுறைகளில், கரூர் அருகே காவிரிக் கரையில் உள்ள வாங்கல்

கிராமத்திலிருந்த எங்கள் தாத்தா வீட்டிற்குப் போய்விடுவோம். தாத்தா தில்லைக்கண் தமிழார்வம் மிக்கவர். தமிழ்ச் செய்யுள் கள் சொல்லித்தருவார்.

உங்களுடைய பெற்றோர் பணிபுரிந்த அதே பள்ளியில்தான் படித்தீர்களா?

இல்லை. அப்பா கிறித்தவ உயர்நிலைப் பள்ளியிலும் அம்மா நகராட்சிப் பள்ளியிலும் பணிபுரிந்துகொண்டிருந் தார்கள். நாங்கள் போர்டு ஹைஸ்கூலில் படித்தோம். பள்ளிப் பருவத்தில் இதைத்தான் படிக்க வேண்டுமென்றோ இன்ன மாதிரியான வேலைக்குத்தான் போக வேண்டுமென்றோ எங்கள் அப்பா எதையும் வலியுறுத்தியதில்லை. பள்ளிப் படிப்பை முடித்த பின்னர்கூட உனக்கு என்ன படிக்க ஆசை என்று தான் கேட்டார். எனக்குச் சரித்திரம் படிப்பதில் உள்ள ஆர்வத்தைப் பற்றிச் சொன்னவுடன் அதற்கான நல்ல கல்லூரி எது என விசாரித்துப் பாளையங்கோட்டையிலுள்ள தூய யோவான் (St. Johns) கல்லூரிக்கு அனுப்பினார். அப்போது அந்தக் கல்லூரியின் வரலாற்றுத் துறையில் எம். வி. சுப்ரமணி யம் போன்ற பேராசிரியர்கள் இருந்தார்கள்.

பி.யூ.சி.தான் அந்தக் காலகட்டத்தில் இருந்தது அல்லவா?

இல்லை. அது பி. யூ. சிக்கு முந்தைய காலம். இன்டர்மீடியட் என்ற இரண்டு வருடப் படிப்பு. நான் பயின்ற ஆண்டோடு இன்டர்மீடியட் கல்வி முற்றுப் பெற்றுவிட்டது. பின்னர் சென்னைக் கிறித்தவக் கல்லூரியில் மேற்படிப்பு பயின்றேன்.

பள்ளியில் படித்த கட்டத்திலேயே சரித்திரம் படிக்க வேண்டுமென்று முடிவு செய்ததாகச் சொல்கிறீர்கள். அதற்கு ஏதாவது குறிப்பிடத்தக்க காரணம் இருந்ததா?

எதையும் குறிப்பிட்டுச் சொல்ல முடியவில்லை. ஆனால் பள்ளியில் படித்துக்கொண்டிருந்தபோதே வரலாறு என்னை ஈர்த்தது. எதிர்காலத்தில் கிடைக்கவிருந்த வேலையைப் பற்றி யெல்லாம் நினைக்கவேயில்லை. அது படிப்பதற்குச் சுவை யானதாக இருக்குமென்று நினைத்தேன். ஜான்ஸ் கல்லூரியில் படித்த இரண்டு வருடங்கள் சுவாரஸ்யமானவை. ரோம, கிரேக்க, இந்திய, பிரித்தானிய வரலாறுகள் எனப் பலவற்றைக் கற்றுக்கொள்வதற்கான வாய்ப்புக் கிடைத்தது.

சரித்திரத்தின் மீதான உங்களுடைய ஆர்வத்திற்குப் பாடம் தவிர்த்து வேறு ஏதாவது காரணங்கள் இருந்தனவா? வாசிப்பு சார்ந்து

குறிப்பிட்ட நூல்கள் எவையேனும் உங்களுக்குச் சரித்திரத்தின் மீதான ஈடுபாட்டை உருவாக்கினவா?

இன்ன நூல் என எதையும் சொல்ல முடியாது. என்றாலும் பள்ளியில் வாசிக்கக் கிடைத்த சில புத்தகங்கள் எனக்குள் அப்படி ஆர்வத்தைத் தூண்டியிருக்கலாம். அப்போது நான் வாசித்த ஏழை படும் பாடு எனக்குள் பெரிய தாக்கத்தை உருவாக்கியது. நான் படித்த முதல் நாவலும்கூட அதுதானென்று நினைக்கிறேன். டேனியல் டிஃபோ எழுதிய ராபின்சன் குரூசோவின் தமிழாக்கமும் என்னால் மறக்க முடியாத வாசிப்பு. அண்ணாதுரை எழுதிய ரங்கோன் ராதா படித்தது நினைவிருக்கிறது. தமிழ்வாணனின் துப்பறியும் நாவல்களையும் மு.வவின் நாவல்களையும் அப்பொழுது ஈடுபாட்டோடு வாசித்தேன்.

இந்த நூல்களை நீங்கள் எந்த வயதில் படிக்க ஆரம்பித்தீர்கள்?

13 அல்லது 14 வயதிருக்குமென்று நினைக்கிறேன். 15 வயது நிறைவடைவதற்குள் பள்ளி இறுதித் தேர்வில் தேர்ச்சி பெற்றுவிட்டேன்.

கல்லூரிப் படிப்பின்போதும் வாசிப்பு தொடர்ந்து உங்களைப் பாதித்துக்கொண்டிருந்ததா?

ஜான்ஸ் கல்லூரியில் நான் படித்துக்கொண்டிருந்த காலகட்டத்தில், அங்கே அந்த ஊர்க்காரர்கள் மட்டும்தான் படிப்பார்கள். மதுரையில் இருப்பவர்கள் அமெரிக்கன் கல்லூரிக்குப் போவார்கள். நாகர்கோவில் மாணவர்கள்கூட ஸ்காட் கிறித்தவக் கல்லூரிக்குச் செல்வார்கள். கல்லூரியில் எனக்கு அதிகம் நண்பர்கள் கிடையாது. நல்ல நூலகம் இருந்தது. தனிமையைப் போக்குவதற்கு நான் அதைப் பயன்படுத்திக் கொண்டேன். அந்தத் தருணத்தில்தான் ஆங்கில நூல்களை வாசிக்கத் தொடங்கினேன். ஆங்கிலத்தில் பேசுவது சிரமமாய் இருந்தது. ஆனால் வாசிப்பு எளிமையாய்க் கைகூடியிருந்தது. வீட்டில் உருவாகியிருந்த வாசிப்புப் பழக்கமே அதற்குக் காரணம் எனச் சொல்லலாம். வீட்டில் நிறையப் புத்தகங்கள் இருந்தன. ஏழ்மையான நிலையிலிருந்தபோதும்கூட ஓர் அறை முழுக்கப் புத்தகங்கள் வைத்திருந்தார் என் தந்தை. அதனால் சிறு வயதிலேயே எங்களுக்கு வாசிப்புப் பழக்கம் உருவாகியிருந்தது. கல்லூரிப் படிப்பின்போது என்னை அதிகம் பாதித்த புத்தகம் என ஜெ.பி. ப்யூரி (J.B. Bury) எழுதிய History of Greece என்னும் புத்தகத்தைச் சொல்லலாம். இரண்டு மூன்றுமுறை அதை வாசித்திருக்கிறேன்.

உங்களுடைய தந்தை பிள்ளைகளுடைய சுதந்திரத்தை மிகவும் மதிப்பவராக இருந்தார் எனச் சொன்னீர்கள் இல்லையா? அவரைப் பற்றிக் கொஞ்சம் சொல்லுங்கள்.

ஆமாம். எங்களுடைய பெற்றோர் சுந்தரராஜ், தனலட்சுமி மிகவும் ஆசாரமான கிறித்தவர்கள்தான். ஆனால் அற்புதங்கள், அதிசயங்கள், இயற்கைக்கு முரண்பாடான விஷயங்கள் பற்றி யெல்லாம் அவர்கள் பேசியதேயில்லை. நன்றாக ஜெபம் செய்தால் கடவுள் வேண்டியதைக் கொடுப்பார், நமது மதம் தான் உயர்ந்தது என்றெல்லாம் சொன்னதில்லை. ஆனாலும் நான் எனது பதின்வயதுகளில் மதத்திற்குள் பிணைக்கப்பட்ட கைதிபோல் இருந்ததாக நினைவு இருக்கிறது.

நீங்கள் கிறித்தவச் சமயத்தின் எந்தப் பிரிவைச் சேர்ந்தவர்? சில பிரிவுகள் ஆச்சாரங்களையும் ஒழுங்குகளையும் தீவிரமாகக் கடைப்பிடிப்பதுண்டு. அதிலிருந்து விடுபடுவதற்குப் பெரிய அளவில் போராட வேண்டியிருந்திருக்கும் அல்லவா?

நாங்கள் சீர்திருத்தக் கிறித்தவப் பிரிவில், தென்னிந்தியத் திருச்சபையைச் சார்ந்தவர்கள். ஜான்ஸ் கல்லூரியில் இருந்தபோது தனிமையாய் உணர்ந்தேன் என்று சொன்னேன் அல்லவா? அந்தச் சமயத்தில்கூட மதத் தாக்கத்திற்கு அடிமை மாதிரி இருந்தது நினைவில் இருக்கிறது. அதிலிருந்து விடுபடுவ தென்பது பெரிய போராட்டமாகத்தான் இருந்தது. மதத்திலிருந் தும் நம்பிக்கைகளிலிருந்தும் விடுபட்டுவருவதை என்னுடைய வளர்ச்சிக்குத் தேவையான போராட்டமாகத்தான் உணர்ந்தேன். ஜான்ஸ் கல்லூரியில் கல்லூரி முதல்வர் கிறித்தவ மாணவர்க ளிடம் மதத்தைத் திணித்தார். தேவாலயத்திற்கும் மாலை வழிபாட்டுக்கும் போகவில்லையென்றால் கூப்பிட்டு மிரட்டு வார். அது ஒரு விதமான கொடுமை. ஒருமுறை வெள்ளைக் காரப் போதகர் ஒருவரை என்னிடம் பேச முதல்வர் அனுப்பி யிருந்தார். போதகர் இரவில், படிப்பு நேரத்தில் பைபிளும் கையுமாக வந்து என்னை ஜெபம் பண்ண வேண்டும் என்று மொட்டை மாடிக்கு அழைத்துப் போனார். அவர் தமிழ் நன்றாகப் பேசுவார். முழங்காலிட்டு ஜெபம் செய்துகொண் டிருந்தபோது 'கிட்ட வந்து அண்ணாச்சியைக் கட்டிப் பிடித்துக் கொள்' என்றார். நான் அசையாமல் இருந்தேன். 'உன் சிசனம் எழும்பிவிட்டதா?' என்றார். எழுந்து விட்டேன் ஓட்டம். பின் முதல்வரிடம் என்னைப் பற்றிச் சொல்லிப் பிரச்னை களை ஏற்படுத்தினார். நடந்ததைச் சொல்ல எனக்குத் துணிச்சல் இல்லை. அந்தப் போதகர் வேறு சில கல்லூரிகளில் இயங்கிக் கொண்டிருந்தார் என்று பின்னர் கேள்விப்பட்டேன்.

சொப்பனவாழ்வில் மகிழ்ந்தே

பாடங்கள் மிகச் சிறப்பாக இருந்ததாகச் சொல்கிறீர்கள். அதற்குக் காரணமாக இருந்த உங்களுடைய ஆசிரியர்களைப் பற்றிக் கொஞ்சம் சொல்லுங்கள்.

ஆமாம், அந்தக் கல்லூரியில் எம். வி. சுப்ரமணியம் போல நல்ல ஆசிரியர்கள் இருந்தார்கள். பேராசிரியர் ஜெப ரத்தினம் அவர்களின் தமிழ் வகுப்புகள் மிகச் சிறப்பானவை. தர்க்க சாஸ்திரம் என்று ஒரு பாடம் உண்டு. அது எனக்கு மிகவும் பிடித்திருந்தது. அதைப் போதித்த சாலமோன் பேராசிரியர் நினைவில் நிற்கிறார். அங்கு எனக்கு ஒரு நண்பர் கிடைத்தார். அவர் ஜோப் தாமஸ். அவருடைய தந்தை மலேயாவில் இருந்தார். நாங்கள் இருவரும் சேர்ந்தே இருந்தோம். அந்த நட்பு இன்னும் தொடர்கிறது. அந்த நட்பு என் வாழ்க்கையில் முக்கியமான தாக்கம் என்றுதான் சொல்வேன். அவர் இப்போது அமெரிக்காவில் இந்தியக் கலை வரலாற்றுத் துறைப் பேராசிரியராக இருக்கிறார். இவர் திருவாலங்காடு செப்புச் சிலைகள் (Tiruvalangadu Bronzes), *தமிழ்நாடு ஓவியங்கள்* (Paintings in Tamil Nadu) *என்ற இரண்டு முக்கிய நூல்களை எழுதியுள்ளார்.*

சென்னைக் கிறித்தவக் கல்லூரியில் சேர்ந்தது எந்த வருடத்தில்?

1957ஆம் ஆண்டு வரலாற்றுத் துறையில் முதுகலைப் படிப்பில் சேர்ந்தேன். அந்தக் கல்லூரியில் புது விதமான சுதந்திரம் கிடைத்தது. எந்த விதமான எதிர்பார்ப்பும் இல்லை. கிறித்தவப் பையனாக இருப்பதால் கோயிலுக்குப் போக வேண்டும் என்றெல்லாம் எதுவும் இல்லை. வேறுபட்ட ஆசிரியர்கள், பலவிதமான மாணவர்கள் இருந்தார்கள். அதை விட முக்கியம், விடுதியில் ஒவ்வொரு மாணவனுக்கும் தனி அறை. சிந்திப்பதற்கும் வாசிப்பதற்கும் அந்தச் சூழல் உகந்ததாக இருந்தது. பல முக்கியமான புத்தகங்களை நான் அங்கிருந்த போதுதான் படித்தேன். குறிப்பாக வரலாறு பற்றிய புத்தகங்கள். சி.இ.எம். ஜோட் (C.E.M. Joad), *கே.எம். பணிக்கர், ஆர்.எஸ். முகர்ஜி போன்ற முக்கியமான வரலாற்று ஆசிரியர்களின் புத்தகங்கள். சாமர்செட் மாம் எழுதிய நாவல்களை விரும்பி வாசித்தேன். முக்கியமாக Of Human Bondage, The Razor's Edge ஆகிய நாவல்கள் என் மனத்தில் நிற்கின்றன. பெர்னாட் ஷா எழுதிய The Black Girl in Search of God என்ற நூல் என்னை மிகவும் பாதித்தது. நான் வெகுநாட்களாக வைத்திருந்த பிரதி தொலைந்துவிட்டது. அண்மையில், பெங்களூரில் பழைய புத்தகக் கடை ஒன்றில் அதே பதிப்பை வாங்க முடிந்தது. பெர்ட்ரண்ட் ரஸலின் சில நூல்களைப் படித்தேன். Marriage and Morals* மறக்க முடியாத தாக்கத்தை ஏற்படுத்தியது. சில வெளிநாட்டுப் பேராசிரியர்களைச் சந்திக்க அங்கே முதன் முதலாக வாய்ப்புக் கிடைத்தது. அவர்கள் மாணவர்களை அணுகிய முறை மிகவும் வித்தியாசமாக இருந்தது. கல்லூரி யின் முதல்வராக இருந்தவர் ஸ்காட்லாந்தைச் சார்ந்த அருட் தந்தை மக்ஃபெயில். மிகச் சாதாரணமாக ஒரு நண்பரைப் போலவே பேசுவார். பேராசிரியர் கிஃப்ட் சிரோமணியுடன் பழகும் சந்தர்ப்பம் கிடைத்தது. அந்தக் கல்லூரி வளாகமும் காடு நிறைந்து அழகாக இருக்கும். இங்குதான் முதன்முதலாக bird watching செய்யப் பழகியது. கிஃப்ட் எங்களைக் காட்டுக்குள் அழைத்துச் செல்வார்.

பலரும் படித்து முடித்த பிறகு, பணி நிமித்தம் படித்ததற்குத் தொடர்பே இல்லாத ஏதாவது ஒரு துறைக்குள் முடங்கிவிடுகிறார்கள். உங்கள் அனுபவம்?

என்னுடைய ஜான்ஸ் கல்லூரி நண்பர் ஜோப் தாமஸும் சென்னைக் கிறித்தவக் கல்லூரிக்கு வரலாறு படிக்க வந்தார். எங்களுக்கு மிகவும் ஆர்வமாக இருந்த துறை தொல்லியல். இந்த ஆர்வம் எப்படி உருவானது என்பதைப் பற்றிச் சொல்ல வேண்டும். மொகஞ்சதாரோவில் அகழ்வாய்வு செய்த மார்ட்டிமர் வீலர் சென்னைக்கு வந்தார். சென்னையில் தொல்பொருள் ஆராய்ச்சி குறித்த அமைப்பு ஒன்று இருந்தது. *Archaeological Society of South India* என்ற அமைப்பு. அந்தக் கூட்டங்களில் நாங்கள் தவறாமல் கலந்துகொண்டோம். மயிலை சீனி. வேங்கட சாமியை நான் சந்தித்ததும் இங்குதான். ஒரு கூட்டத்தில் வீலர் பேசினார். அதன் பிறகு நாங்கள் அவரைச் சந்தித்துப் பேசினோம். நாங்களும் தொல்லியல் படிக்க வேண்டுமென்ற ஆர்வம் எங்களுக்குத் தோன்றுவதற்கு அது தூண்டுதலாக இருந்தது. அந்த ஆர்வத்தின் காரணமாக எம். ஏ. முடித்தபிறகு அந்தத் துறைக்கு விண்ணப்பித்தோம். ஆனால் சென்னைப் பல்கலைக்கழகத்தில் தொல்லியல் பயில வேண்டுமென்றால் சமஸ்கிருதம் தெரிந்திருக்க வேண்டும் என்பது ஒரு விதியாக அன்று இருந்தது. எங்களுக்குப் பெரிய ஏமாற்றமாக இருந்தது. தாமஸ் சென்னை அருங்காட்சியத்திலுள்ள Gallery of Modern Artஇல் பணியேற்றுக்கொண்டார். நானும் அரசு ஆவணக் காப்பகத்தில் ஆய்வாளராகப் பணியில் சேர்ந்தேன். இருவரும் ஒரே விடுதியில் தங்கியிருந்தோம். எங்களுடைய நட்பு மேலும் விரிந்தது. நான் ஆவணக் காப்பகத்தில் வேலை செய்தபோது மூல ஆதாரங்களைக் கொண்டு வரலாறு எழுதுவது பற்றிய அரிச்சுவடிப் பாடங்களைக் கற்றுக்கொண்டேன். இந்தியக் கலை வரலாற்றில் எனக்கு ஆர்வம் உண்டானதும் இந்தக்

காலகட்டத்தில்தான். முக்கியமாகத் தாமஸ் மூலம். தொடர்ந்து வரலாற்று ஆய்வுகளில் ஈடுபடுவதற்கு அது ஆரம்பமாக அமைந்தது. இரண்டாண்டுகளுக்குச் சென்னை அருங்காட்சியம் எங்களிருவருக்கும் கல்விச்சாலையாக இருந்தது. இங்கு நாங்கள் கற்றுக் கொண்டவை ஏராளம். பல முக்கிய ஆளுமைகளை இங்கு சந்தித்ததுண்டு. மானிடவியலாளர் மார்க்ரெட் மீட் (Margret mead) அவர்களை இங்கு சந்தித்திருக்கிறோம். பின்னர் தாமஸ் ஒரு அமெரிக்கக் கல்வி நிறுவனப் பணியில் சேர்ந்தார். நான் சிவில் சர்வீஸ் தேர்வு எழுதி அரசுப் பணியில் சேர்ந்தேன்.

சிவில் சர்வீஸ் தேர்வு எப்போது எழுதினீர்கள்?

1964இல் எனக்கு சிவில் சர்வீஸ் கிடைத்தது மகிழ்ச்சியாக இருந்தது. ஏழ்மையிலிருந்து விடுபட வேண்டும் என்பதுதான் அப்போதைய எனது ஒரே குறிக்கோளாக இருந்தது. வேறு ஒரு லட்சியமும் இல்லை. அந்தக் காலகட்டத்தில் சிபாரிசு இல்லாமல், குடும்பத் தொடர்பு இல்லாமல், சாதிப் பின்புலம் இல்லாமல் நல்ல வேலை கிடைப்பது சிரமமான ஒன்று. இந்தியக் குடிமகன், பட்டதாரி என்னும் இரு காரணங்களால் மட்டுமே என் முயற்சிமூலம் சிவில் சர்வீஸ் தேர்வு கிடைத்தது மனநிறைவாக இருந்தது. முசூரியில் லால் பகதூர் சாஸ்திரி அகாடமியில் பெற்ற ஆறு மாதப் பயிற்சி பயனுள்ளதாக இருந்தது. அங்கிருந்த பேராசிரியர் சதாசிவம், அம்பேத்கரின் *The Annihilation of Caste System* என்ற நூலைக் கொடுத்துப் புதிய சாளரத்தைத் திறந்துவைத்தார். இதைத் தொடர்ந்து *Who Were The Shudras* என்ற நூல். இந்திய வரலாறு பற்றிய எனது பார்வை மாறியது. இந்தியாவில் சிவில் சர்வீஸ் நிறைய ஆய்வாளர்களை உருவாக்கியிருக்கிறது. வரலாறு, தொல்லியல் துறைகளுக்கும் இயற்கையியல் சார்ந்த துறைகளுக்கும் முக்கியமான பங்களிப்புகளைச் செய்திருக்கிற பலர் அரசுப் பணிபுரிந்தவர்கள். ஐராவதம் மகாதேவன்போல. போதிய வருவாயும் நேரமும் கிடைப்பது ஒரு காரணம்.

காலனிய ஆட்சிக் காலத்தில் இந்தியர்கள் சிவில் சர்வீசில் பணி வாய்ப்புப் பெறுவது என்பது மிகச் சிரமமான ஒரு காரியம் இல்லையா? உயர் குடும்பப் பின்னணி அதற்கான முக்கியத் தகுதியாக இருந்தது. சுதந்திரத்திற்குப் பின்னர் சிவில் சர்வீஸ் பணித்துறை பெருமளவு ஜனநாயகப்படுத்தப்பட்டிருக்கிறது அல்லவா?

பிரிட்டிஷ் காலத்தில் உயர்குடும்பப் பின்னணி என்பது முக்கியமானதாக இருந்தது உண்மைதான். ஆனால் அது மட்டுமே முக்கியமானதாக இருக்கவில்லை. ஐ. சி. எஸ். பணிக்குத் தேர்வு

பெற்றவர்களில் பெரும்பாலோரும் சிறந்த கல்விப் பின்னணி கொண்டவர்கள். கேம்பிரிட்ஜ், ஆக்ஸ்போர்டு போன்ற பல்கலைக் கழகங்களில் பயின்றவர்கள். அதோடு இந்திய மக்களையும் வாழ்வையும் குறித்த புரிதல்களும் அவர்களுக்கு இருந்தன. காங்கிரசை ஆரம்பித்த ஏ. ஓ. ஹியூமின் (*A.O. Hume*) தந்தை 1840களில் சென்னையின் புகழ்பெற்ற மருத்துவர்களில் ஒருவர். அதேபோல் வால்டர் எலியட் (*Walter Elliot*) போன்றவர்களும் கூட அந்த வகைப்பட்டவர்கள்தாம். இப்படி நிறையப் பேர் இருந்தார்கள். ஆனால் சுதந்திரத்திற்குப் பிறகு சிவில் சர்வீஸ் ஜனநாயகத் தன்மை உடையதாக மாறுகிறது. 1951ஆம் ஆண்டிற்குப் பிறகு இட ஒதுக்கீடு வருகிறது. அதனால் எளிமையான குடும்பத்திலிருந்தும் சிவில் சர்வீஸுக்கு வருகிறார்கள். சுதந்திரம் நிகழ்த்திய பெரிய புரட்சி இது. அரசுப் பணிப் பயிற்சிக் காலத்தில் நானும் என் போலவே எளிய குடும்பத்தில் பிறந்த என் நண்பர் முத்துராமலிங்கமும் (இவர் பின்னர் தில்லியில் வருமானவரித்துறையில் உச்சப் பதவியை எட்டியவர்) ஊட்டியில் உள்ள ஜெய்ப்பூர் அரண்மனையில் (தமிழக அரசு விடுதி) தங்கியபோது இதை நினைத்து வியந்திருக்கிறோம்.

அஞ்சல் துறையில் பணியாற்றியது பற்றி . . .

அஞ்சல் துறையில் என் பணிக்காலத்தை நான் மிகுந்த மனநிறைவோடு திரும்பிப் பார்க்கிறேன். எனக்குப் பிடிக்காத எதையும் செய்ய நிர்ப்பந்திக்கப்பட்டதில்லை. திருப்தியான பணி. லஞ்சப்பேய் பிடித்து ஆட்டாத துறை. என்னுடைய பிற ஆர்வங்களில் ஈடுபாடுகொள்ள எனக்குத் தடையே இருந்த தில்லை. புதுப் பதவிக்கு மாற்றப்பட்டுப் போனால் இரண்டு மூன்று மாதங்கள் பணி சிரமமாக இருக்கும். பின் எளிமை யாகிவிடும். வேலைநிறுத்தம் போன்ற தொழிற்சங்க நடவடிக்கை களை எதிர்கொள்ளும்போது அழுத்தம் இருக்கும். மற்றபடி அன்றாட வேலை பளுவாக இருந்ததில்லை. நாட்டின் பல மாநிலங்களில் பணிபுரிந்தது சுவையான அனுபவங்களைக் கொடுத்தது. பல நாடுகளுக்குச் செல்ல வாய்ப்புக் கிடைத்தது. அதில் ரஷியாவிற்குப் போனதும் கின்யாவில் ஐ. நா. சபையின் சார்பில், அந்த அரசுக்கு ஆலோசகராக இரண்டு மாதம் இருந்ததும் ஜப்பானில் இரண்டு மாதம் பயிற்சிக்காக சென்றதும் மறக்க முடியாத அனுவங்கள்.

உங்கள் மனைவி பற்றி . . .

என் மனைவி திலகாவுக்குச் சொந்த ஊர் திருச்சிக்கு அருகில் இரங்களூர். அவரை நான் 1963இல் வேலூரில்

சந்தித்தேன். காலரா கபே என்றறியப்பட்டிருந்த அங்கு உள்ள கேரளா கபே என்ற உணவு விடுதியில் நாங்கள் நால்வர் மதிய உணவு சாப்பிட்டது துல்லியமாக இன்றுபோல் நினைவில் இருக்கிறது. அவர் அப்போது படித்து முடித்திருந்த A.J. Cronin எழுதிய நாவலான *Judas Tree* பற்றிப் பேசினோம். நல்ல வேலை கிடைத்தால், திருமணம் செய்யத் தீர்மானித்தால், இவரைத்தான் மணக்க வேண்டும் என்று நினைத்துக் கொண்டேன். 1966இல் அவர் சென்னை மகளிர் கிறித்தவக் கல்லூரியில் விரிவுரையாளராக இருந்தபோது ஒரு மதியம், ஸ்பர் டேங்க் சாலைத் தெற்குக் கோடியிலிருந்த ஹேன்சாஸ் ஐஸ்கிரீம் பார்லருக்கு நாங்கள் இருவரும் சென்றோம். ஐஸ்கிரீம் சாப்பிட்டபோது அந்தக் கேள்வியைக் கேட்டேன். 1967இல் எங்கள் திருமணம். சென்னைக் கல்லூரி ஒன்றின் முதல்வராகப் பணியாற்றி அண்மையில்தான் அவர் ஓய்வுபெற்றார்.

முதன்முதலில் அஞ்சல் துறையில் எங்கே பணியேற்றுக்கொண்டீர்கள்?

நான் முதலில் திருச்சியில் இந்திய அஞ்சல் துறையில் கோட்ட மேலாளராகப் பணி அமர்த்தப்பட்டேன். திருச்சியில் இரண்டாண்டுகள். பின்பு வேலூருக்குப் போனோம். அங்கிருந்து மேகாலயா. அங்கிருந்தபோது வங்கதேசப் போர் மூண்டது. நாங்கள் ஷில்லாங் நகரில் இருந்தோம். தபால் தந்தித் துறையையும் பாதுகாப்புத் துறையையும் இணைக்கும் தனி அதிகாரியாக (Special Officer for War Efforts) நியமிக்கப்பட்டேன். எல்லையிலுள்ள பல படைத்தளங்களுக்குச் செல்லும் வாய்ப்புக் கிடைத்தது. பல சுவையான அனுபவங்கள். ஷில்லாங்கில் எங்கள் வீட்டிற்கு முன் குண்டு விழுந்தால் பதுங்கிக் கொள்ளப் பதுங்குகுழிகள் வெட்டியிருந்தார்கள். இருமுறை ஷில்லாங்கிற்கு மேலே பாகிஸ்தான், இந்தியப் போர் விமானங்கள் ஒன்றையொன்று துரத்திக்கொண்டதைப் (dog fight) பார்த்திருக்கிறோம். எல்லைக் கோட்டிலுள்ள அகர்த்தலாவில் அங்கே கலெக்டராக இருந்த லிங்தோ (பின்னர் தேர்தல் கமிஷனர்) வீட்டில் சாப்பிட்டுக்கொண்டிருந்தபோது மேலே 'உய்ங்ங்' என்ற பீரங்கி ஷெல் பறக்கும் ஒலி கேட்டது. லிங்தோ *'There goes another one'* என்றார் சாப்பிட்டுக்கொண்டே. வீட்டைத் தாண்டி இருந்த அகர்த்தலா பஜாரைக் குறிவைத்துத் தாக்கிக் கொண்டிருந்தார்கள் கிழக்குப் பாகிஸ்தான் படையினர்.

தமிழில் எப்போது எழுதத் தொடங்கினீர்கள்?

நான் ஷில்லாங்கிலிருந்து சென்னைக்கு மாற்றப்பட்டேன். முத்துராமலிங்கம் என்னைக் *கசடதபற* நண்பர்களுக்கு அறிமுகப்

படுத்தினார். ராஜதுரையுடன் நட்பைப் புதுப்பித்துக்கொண் டேன். கந்தசாமி, மகாகணபதி, ஞானக்கூத்தன், க்ரியா ராமகிருஷ்ணன் போன்றோரின் அறிமுகம் கிடைத்தது. அப்போது கசடதபற இதழ் தொடங்கியிருந்தார்கள். சினிமா பற்றி ஒரு கட்டுரை எழுத என்னை ராமகிருஷ்ணன் ஊக்குவித் தார். ஆனந்த குமாரசாமி பற்றிச் சித்தானந்ததாஸ் குப்தா எடுத்த The Dance of Siva என்ற விவரணப் படத்தைப் பற்றிய கட்டுரையைச் 'சிவ தாண்டவம்' என்ற தலைப்பில் கசடதபற வில் எழுதினேன். 1972இல் என்று நினைக்கிறேன். பிறகு வெகுநாட்களுக்கு எழுதவில்லை. 1980இல் என்னை மறுபடி யும் எழுதத் தூண்டியவர் பாவைசந்திரன். முதலில் *குங்குமத் தில்*, பின் *புதிய பார்வையில்* தொடர்ந்து எழுதினேன்.

இந்தத் தருணத்தில்தான் மனத்தில் உளைச்சல் உருவாகத் தொடங்கியிருந்தது. அதற்கும் சினிமா தொடர்பான ஆராய்ச் சிக்கு நான் வந்ததற்கும் நெருங்கிய தொடர்பு உண்டு. சிவில் சர்வீஸ் பணியேற்று ஆறேழு வருடங்கள் கழிந்திருந்தன. வசதி யான வாழ்க்கை. இருந்தும் இரவுகளில் தூக்கம் வராமல் தவித்துக் கொண்டிருந்தேன். வேலை, குடும்பம்... இவைதானா வாழ்க்கை என்பது போன்ற கேள்விகளாலும் வாழ்வின் அர்த்தம் குறித்த சிந்தனைகளாலும் உருவான மன நெருக்கடி அது.

குறிப்பாக எந்த ஆண்டில் அத்தகைய மன நெருக்கடிகளுக்கு உள்ளானீர்கள்?

அநேகமாக அது எழுபதுகளின் தொடக்கம் என நினைக் கிறேன். எனக்குள் என்ன நடந்துகொண்டிருந்ததென எனக்குத் தெரியவில்லை. என் மனம் தீராத அதிருப்திக்குட்பட்டது போல எதையோ தேட முற்பட்டிருந்தது. முடிவை அறிந்து கொண்டு ஒரு துப்பறியும் நாவலைப் படிப்பதுபோலவே வாழ்க்கை எனக்குத் தென்பட்டது. ஏதாவது செய்ய வேண்டு மென நினைத்தேன். அப்போது தமிழ்நாடு வரலாற்றுக் கழகம் தான் வழங்கும் நல்கை குறித்து விளம்பரம் கொடுத்திருந்தது. எந்தப் பணியில் இருந்தாலும் இரண்டு வருடங்களுக்கு அந்தப் பணிக்கான ஊதியத்தை நாங்கள் தருகிறோம், வரலாற்றுத் துறையில் உங்களுக்குப் பிடித்தமான எதை வேண்டுமானா லும் செய்யுங்கள் என்பதுதான் அந்த விளம்பரத்தின் உள் ளடக்கம். அக்கழகத்தின் தலைவர் சதுர்வேதி பத்ரிநாத்.

எந்தத் துறையில் எப்பொருள் பற்றி ஆராய்வது என்பதைக் குறித்துத் தீர்மானத்திற்கு வர இயலாத மனநிலை. அந்தக் காலகட்டத்தில் பர்ட்டன் ஸ்டெய்ன் (Burton Stein), ராபர்ட்

ஹார்ட்கிரேவ் (Robert Hardgrave), அர்ஜுனன் அப்பாதுரை, யூஜின் இர்ஷிக் (Eugene Irshchick) முதலிய ஆய்வாளர்கள் தமிழக வரலாற்றாய்வுகளில் தீவிரக் கவனம் செலுத்திவந்தார்கள். இவர்கள் நான் பழகிப் படித்திருந்த ஆய்வாளர்கள். ஒவ்வொருவரும் தமக்கென ஒவ்வொரு குறிப்பிட்ட பொருளைத் தேர்வுசெய்து ஆய்வுகளை மேற்கொண்டிருந்தார்கள். ஒருவர் தமிழக நாடார் பற்றி, மற்றொருவர் பிராமணரல்லாதோர் இயக்கம், மற்றுமொருவர் சோழர் கால விவசாயிகள் பற்றி எனப் பல்வேறு தளங்களில் ஆய்வுகளில் ஈடுபட்டிருந்தார்கள். இவர்களுக்கிடையே ஆய்வு ரீதியில் என்ன தாக்கத்தை உண்டாக்கப் போகிறோமென எனக்குப் பெரும் தயக்கம் உருவானது. நான் முனைவர் பட்டம் பெற்றவனோ ஆய்வுக் கோட்பாடுகளில் அனுபவமும் தேர்ச்சியும் பெற்றவனோ இல்லை. அந்தத் தருணத்தில்தான் எனது அமெரிக்க நண்பர் திரைப்படத்துறை குறித்த ஆய்வை மேற்கொள்ளுமாறு எனக்கு யோசனை கூறினார்.

கிறிஸ்டஃபர் பேக்கர்?

இல்லை. சார்லஸ் ரயர்சன். தமிழ்நாடு குறித்து *Regionalism and Religion: The Tamil Renaissance and Popular Hinduism* என்ற முக்கியமான நூலை எழுதியவர். ஆய்வுப் பொருள் குறித்து அவருடன் பேசினேன். யாரும் தொட்டிராத தளமாகத் தமிழ் சினிமா இருந்தது. ஏனென்றால் தமிழ் சினிமாவைப் பற்றிப் படிக்க வேண்டுமென்றால் தமிழ் தெரிந்திருக்க வேண்டும். தமிழ் ஆய்வாளர்கள் சினிமாவைப் பொருட்டாக மதிக்கவில்லை. தமிழ்நாட்டைப் பற்றிய அரசியல் வரலாறு, இன வரைவியல் வரலாறு சார்ந்த விஷயங்கள் என எதுவாக இருந்தாலும் ஆங்கிலத்தில் படிக்கக் கிடைக்கும். தமிழ் தெரியாமல் மொழிபெயர்ப்புகளின் வாயிலாகவும் படித்துவிடலாம். ஆனால் தமிழ் சினிமா அப்படியல்ல. 1963இல் கிருஷ்ணசாமி, எரிக் பார்னோவுடன் இணைந்து எழுதிய *Indian Cinema* என்ற நூலில்தான் முதன்முதலாகத் தமிழ் சினிமாவைப் பற்றிய குறிப்புகள் இடம்பெற்றிருந்தன.

இதுவரை ஆய்வுக்குட்படுத்தப்படாத பரப்பாக இருந்ததால் முறையியல் பற்றிய கேள்வி எழுந்தது. சினிமாவைப் பற்றி எனக்கு ஒன்றும் தெரியாது. ஆனால் அந்தத் துறையில் என்னால் தொடக்கப் புள்ளியை ஏற்படுத்த முடியும் என்று சார்லஸ் நம்பிக்கையூட்டினார்.

பிறகுதான் தமிழ் சினிமா குறித்த திட்ட முன்வரைவு ஒன்றைத் தயாரித்துப் பத்ரிநாத்திடம் அளித்தேன். பதினைந்து

நாட்களுக்குள் ஆய்வுக்கான அனுமதி கிடைத்தது. அந்த ஆண்டு பெண் எழுத்தாளர்கள் பற்றிய ஆய்வு நல்கை அம்பைக்கும் பெரியாரின் அரசியல் வாழ்வு குறித்த நல்கை ஈ.சா.விஸ்வநாதனுக்கும் தமிழ் சினிமா பற்றிய நல்கை எனக்கும் கிடைத்தது.

நான் ஆய்வுக்கான திட்ட முன்வரைவை அளித்தபோது பார்வையாளன் என்பதற்கு மேலாகத் திரைப்படத்தைப் பற்றி வெகுவாக ஒன்றும் அறிந்திருக்கவில்லை. இந்தத் தலைப்பை எடுத்துக்கொண்டதற்காக நிறையப் பேருடைய கேலிக்கும் கிண்டலுக்கும் உரியவனானேன். நேர்காணல்களின்போது நான் சந்தித்த பேராசிரியர்கள்கூட இதென்ன ஆய்வு என்பது போல்தான் பார்த்தார்கள். மனச்சோர்வுக்குள்ளானதோடு தவறு செய்து விட்டோமோ என்றும்கூட நினைக்கத் தொடங்கினேன். ஆனால் பத்ரிநாத் என்னை உற்சாகப்படுத்தினார்.

ஆய்வுக் காலம் முடிந்து மீண்டும் அஞ்சல் துறைக்குத் திரும்பியபோது தடம் புரண்டிருந்த என் உணர்வுகளை மறுபடியும் தண்டவாளத்திலேற்றியது போல் உணர்ந்தேன். பணியில் என் அணுகுமுறை முற்றாக மாறிவிட்டிருந்தது. பணியிலும் எனது மற்ற ஆர்வங்களிலும் தீவிர ஈடுபாட்டோடு இயங்க முடியும் என்பது தெளிவானது. புத்துயிர்ப்புடன் வேலையில் ஈடுபட முடிந்தது. பணியில் ஆயாசமும் சோர்வும் ஏற்படாமல் இருக்கத் தடுப்பு ஊசி போட்டுக்கொண்டதுபோல் அமைந்தது அந்த இரு ஆண்டு விடுப்பு. செய்யும் வேலையில் முழுமூச்சுடன் ஈடுபடுவது மனநலத்திற்கு உகந்தது என்ற புரிதல் ஏற்பட்டது. அந்த உணர்வு பெரிய மனஅழுத்தத்திலிருந்து என்னை விடுவித்தது. அதன் பிறகு, பணியிலிருந்து ஓய்வு பெறும்வரை என் உற்சாகம் குறையவில்லை.

எந்த வருடத்தில் இந்த ஆய்வை மேற்கொண்டீர்கள்?

1974ஆம் ஆண்டில். திரைப்படத் துறையின் முன்னோடிகளான கலைஞர்கள் பலரையும் சந்தித்து உரையாடினேன். அந்தத் தருணத்தில் என்னிடம் நல்ல ஒலிப்பதிவுக் கருவிகூட இல்லை. தாள்களில்தான் குறிப்புகளை எழுதினேன். சினிமாவைப் பற்றிய புத்தகங்களைத் தேடிப்பிடித்து வாசிக்கத் தொடங்கினேன். நான் படித்த முதல் நூல் பெனலோப் ஹூஸ்டன் எழுதிய The Contemporary Cinema (1963, Penguin) என்ற சிறிய நூல். எளிய நடை, சினிமாக் கோட்பாடுகளுடன் பிரெஞ்சு, ரஷிய, ஜப்பானிய சினிமா பற்றிய விவரங்கள் அடங்கிய இந்நூல் ஒரு சினிமா அரிச்சுவடி. சினிமாவில் இவ்வளவு விஷயங்கள் இருக்கின்றனவா என்னும் வியப்பு ஏற்பட்டது. சினிமாவை எனக்கு அறிமுகப்படுத்திய நூல் இது. திருச்சியில்,

சொப்பனவாழ்வில் மகிழ்ந்தே

கோட்டையருகே உள்ள புத்தகக் கடையில் ஐந்து ரூபாய்க்கு வாங்கிய இந்தப் பிரதியை இன்னும் பத்திரமாக வைத்திருக் கிறேன். நிறையப் புத்தகங்களை வாசித்தபிறகுதான் எனக்கு ஒரு புரிதல் ஏற்படத் தொடங்கியது. ஒரு குறிப்பிட்ட சமூகத் தின் சினிமா என்பது அந்தச் சமூகத்தின் மொழியோடும் கலாச்சாரத்தோடும் நெருங்கிய தொடர்புடையது என்னும் அந்தப் புரிதல் எனது ஆய்வுப் பயணத்தில் முக்கியமான கட்டம் எனச் சொல்லலாம்.

1975இல் Film Appreciation Course ஒன்றில் சேர்ந்தேன். அதை நடத்தியவர்கள் பேராசிரியர் சதீஷ் பகதூரும் பி.கே. நாயரும். அது புதிய உலகை எனக்குத் திறந்தது. நாயர் என்னைத் தேசியத் திரைப்பட ஆவண காப்பகத்தின் மேலாண்மைக் குழுவில் நியமித்தார். அந்தக் குழுவில் மிருணாள் சென், பக்தவத்சலா போன்றோரோடு சேர்ந்து பணியாற்றும் வாய்ப்புக் கிடைத்தது. புனேவுக்கு அடிக்கடி செல்லும் வாய்ப்பும் கிடைத் தது. கிரிஷ் கார்னாட் திரைப்படக் கல்லூரியின் இயக்குநராக இருந்தார். நிறைய அறிமுகங்கள் கிடைத்தன. பல திரைப்படங் களைப் பார்க்க முடிந்தது. நான் வேண்டிய படங்களைத் திரையிட்டுப் பார்க்க அனுமதி தந்தார் நாயர். அப்போது வி. சி. ஆர். எல்லாம் கிடையாது. ஸ்டீன்பெக் என்னும் கருவி யில் படச்சுருளைப் போட்டுத்தான் பார்க்க வேண்டும். *அம்பிகாபதி, தியாகபூமி* போன்ற பழைய படங்களையெல் லாம் பார்த்தேன். சினிமா ஓரளவுக்குப் பிடிபட ஆரம்பித்தது. இரண்டு வருடங்களில் குறிப்புகளும் கட்டுரைகளும் எழுதி னேன். அப்போதுதான் முக்கியமான விஷயம் நடந்தது. எனது ஆய்வு விடுப்பு முடிந்தபின் 1976இல் கல்கத்தாவுக்கு மாற்றப் பட்டேன்.

அங்கு வரலாற்றறிஞர் பருன் டே என்னை ஊக்கப்படுத்தி னார். திரைப்படத்தை ஆராய முனைந்ததற்காக என்னைப் பாராட்டவும் செய்தார். அவருடைய யோசனைப்படிதான் கல்கத்தா பிலிம் சொசைட்டியில் சேர்ந்தேன். இது சினிமா பற்றிய எனது புரிதலை வெகுவாக விரிவுபடுத்திக்கொள் வதற்கு உதவியது. அதற்கு அடுத்த ஆண்டு நடக்கவிருந்த Indian History Congressஇல் அதுவரையிலுமான எனது ஆய்வை அடிப்படையாகக் கொண்டு ஒரு கட்டுரை வாசிக்கச் சொன் னார் பருன் டே. இந்தியத் திரைப்படத் தணிக்கை முறை குறித்துக் கட்டுரை எழுதினேன்.

அதுதான் உங்களுடைய முதல் கட்டுரை அல்லவா?

ஆமாம். அலிகார் முஸ்லிம் பல்கலைக்கழகத்தில் நடை பெற்ற அந்நிகழ்வில் வாசிக்கப்பட்ட அதுதான் சினிமாவைப்

பற்றிய என்னுடைய முதல் கட்டுரை. 1976 அவசர நிலைக் காலகட்டம். என் கட்டுரையின் தலைப்பு *Film Censorship as an Instrument of Political Control in British India* என்பதுதான். *'Where the mind is without fear'* என்ற தாகூரின் பாடலோடு தொடங்கிய அந்த அமர்விற்குத் தலைமை தாங்கியது இர்ஃபான் ஹபீப். என்னுடைய அமர்வு தொடங்கியபோது இர்ஃபான் எழுந்து, 'எமர்ஜென்சிக்குப் பொருத்தமான கட்டுரையைப் பாஸ்கரன் வாசிப்பார்' என்றார். எனக்கு அடி வயிறு கலங்கியது. ஏனென்றால் நான் அரசுப் பணியில் இருந்தேன். சினிமா சார்ந்த கட்டுரைதானே வாசிக்கப்போகிறோம் என்றிருந்தேன். பயத்தோடு வாசித்தேன்.

அன்று இரவு யாரிடமும் சொல்லாமல் அலிகார் ரயில் நிலையத்திற்கு என்னுடைய பையோடு சென்றுவிட்டேன். நான்கு நாட்களுக்குப் பிறகுதான் எனக்குப் பயணச்சீட்டுப் பதிவு. ஆனால் உடனடியாகக் கிளம்பிவிட்டேன். எனது துறையைச் சேர்ந்த RMS பெட்டிக்குப் போய் எனது அடையாள அட்டையைக் காண்பித்து அவர்களுடைய உதவியோடு சென்னை வந்து சேர்ந்தேன். ஆனால் பயந்ததுபோல் எதுவும் நடக்கவில்லை. அகில இந்திய அளவில் அந்தக் கருத்தரங்கில் கட்டுரை வாசித்ததுதான் தொடக்கம்.

***Message Bearers* நூல் உருவானதன் பின்புலத்தைப் பற்றிக் கூறுங்கள்.**

இது போன்ற சில கட்டுரைகளின் தொகுப்பை *Message Bearers* என்ற தலைப்பில் நூலாக அமைத்தேன். இந்நூலின் நோக்கம் பற்றிக் கூற வேண்டும். ஆக்ஸ்ஃபோர்டிலிருந்த அனில் சீல் போன்ற வரலாற்றாசிரியர்கள், சென்னை மாகாணத்தில் சுதந்திரப் போராட்டத்திற்கு வெகுமக்கள் ஆதரவு இருந்ததில்லையென்றும் அதனால்தான் அது benighted province என்றறியப்பட்டது என்றும் எழுதியிருந்தார்கள். அவர்களின் நிலைப்பாட்டிற்குக் காரணம் அவர்கள் ஆங்கிலத் தரவுகளையும் அரசு ஆவணங்களையுமே ஆதாரமாகக் கொண்டிருந்ததுதான்.

மக்கள் இயக்கம், அவர்களது தீவிர அக்கறைகள் பற்றிய பதிவுகள் அவற்றில் இல்லாததால், சுதந்திரப் போராட்டத்திற்கு மக்கள் ஆதரவு இருக்கவில்லை என்றனர். ஆனால் 1919 ஜாலியன்வாலா பாக் படுகொலையில் தொடங்கி, தமிழ்ச் சிற்றிலக்கியங்களும் நாடகங்களும் சினிமாவும் அரசியல் கருத்துகளை உள்ளடக்கியே வந்தன. மேட்டுக்குடியினர் புறக்கணித்த நாடகங்கள்தாம் முதன்முதலாக அரசியல் சூழலைப் பிரதிபலித்தவை. தமிழ்நாட்டின் அரசியல் – சினிமாப் பிணைப்பின்

தொடக்கமும் இதுதான். வெகுமக்கள் கலாச்சாரத்திற்கு நெருக்க மான நாடகம், சினிமா ஆகியவற்றைக் கவனித்து, சுதந்திரப் போராட்டம் எவ்வளவு ஆழமாக, மக்கள் இயக்கமாக இங்குப் பரிணமித்திருந்தது என்பதை என் நூலில் சுட்டிக்காட்டினேன். இவையெல்லாம் தமிழ்ப் பதிவுகள்.

கிறிஸ்டஃபர் பேக்கர் (Christobher Baker) என்ற கேம்பிரிட்ஜ் ஆய்வாளர் அப்போது சென்னையில் இருந்தார். *Non-cooperation Movement in Madras Presidency* என்ற அவரது நூல் பெரிய தாக்கத்தை உருவாக்கியிருந்த சமயம். அவர் எனக்கு நண்பர். அவரிடம் எனது நூலுக்கு அறிமுக உரை கேட்கலாமென்று நினைத்தேன். சாஸ்திரி நகரில் எங்கள் வீட்டிற்குப் பக்கத்து வீட்டில்தான் இருந்தார். கிறிஸ் இரண்டு பக்க அளவில் எனது புத்தகத்திற்கு அறிமுக உரை எழுதித் தந்தார். முழுவதும் படித்தீர்களா என்று கேட்டேன். இல்லை என்றார். என் நூலை முழுவதும் படித்து விட்டுப் பின்னர் எழுத விரும்பினால் எழுதுங்கள் என்றேன். முழுவதும் படித்துவிட்டு, ஒரு நீண்ட முன்னுரையை எழுதினார். அது அந்த நூலின் முக்கியப் பகுதியாக அமைந்து நூலின் வரலாற்றுப் பின்புலத்தை விளக்குகிறது. கடைசியில் ஒரு வெள்ளைக்காரரிடம் போய் முன்னுரை கேட்டிருக்கிறாயே என்றனர் சில நண்பர்கள். அப்பொழுதுதான் கிறிஸ் வெள்ளைக்காரர் என்பது என் மனத்தில் பட்டது. அவரைச் சீரிய வரலாற்று ஆய்வாளராக மட்டுமே நான் பார்த்தேன். அவர் பின்னர் விளம்பர உலகிற்குச் சென்றுவிட்டார்.

க்ரியா ராமகிருஷ்ணன் மிகுந்த அக்கறையுடன் இந்நூலைப் பதிப்பித்தார். சங்கரலிங்கம் பொருளடைவு தயாரித்தார். பாஸ்கரதாஸ் போன்றோரின் கோட்டோவியங்களை ஓவியர் ஆதிமூலம் தீட்டிக் கொடுத்தார். திருவனந்தபுரத்தில் 1981இல் *South Indian History Congress*இல் எனது ஆசிரியர் சி.ஜே. நிர்மல் இந்நூலை வெளியிட்டார்.

Message Bearers பற்றி டாக்டர் குரோவ் பிரெஞ்சு நாளித ழான *Le Monde*இல் ஒரு மதிப்புரை எழுதினார். க.நா.சு., *இந்துஸ்தான் டைம்ஸி*ல் எழுதினார். இது போன்ற பல கவனிப் புகள். ஆனால், *டைம்ஸ் ஆஃப் இந்தியா*வில் எழுதிய அருண் கோப்கர் தவிர யாரும் சினிமாக் கண்ணோட்டத்தில் அணுக வில்லை. ஒரு வரலாற்றுப் புத்தகத்தைப் போலவே அணுகினார்கள். அந்தப் புத்தகத்தின் முக்கியமான தன்மை என்னவென்றால், இதுவரை பயன்படுத்தப்படாத தரவுகளை அடிப்படையாகக் கொண்டு எழுதப்பட்டது என்பதுதான். கதைப்பாடல்கள், நாட்டுப்புறப் பாடல்கள், நாடக வசனம்,

சினிமாப் பாட்டுப் புத்தகங்கள், சினிமாப் பத்திரிகைகள், திரைப்படங்கள் போன்றவற்றைப் பயன்படுத்தி அந்நூலை எழுதியிருந்தேன். பலமுறை கோட்டையூர் சென்று ரோஜா முத்தையா செட்டியார் வைத்திருந்த அச்சுப்பிரதிகளைப் பயன்படுத்தினேன். தமிழ்த் திரைப்படங்கள் தேசியப் பிரச்சாரத்திற்குப் பயன்படுத்தப்பட்டது பற்றியும் எழுதி யிருந்தேன். நாடக, திரை நடிகர்களும் நேரடியாக அரசியலில் ஈடுபட்டிருந்தனர். காங்கிரசைப் போற்றிச் சுந்தராம்பாள் பாடிய மேடையில் சத்யமூர்த்தி பேசினார்.

காங்கிரசைவிடத் திராவிட முன்னேற்றக் கழகத்தினர்தாம் சினிமாவை அதிகமாக அரசியல் பிரச்சாரத்திற்குப் பயன் படுத்தினார்கள் என்ற கருத்து இருக்கிறது. ஆனால் காங்கிர சார்தாம் அதை முதலில் பயன்படுத்தினார்கள். திராவிட முன்னேற்றக் கழகச் சிந்தனையாளர்கள் எப்பொழுதும் வசனங் களை, பாத்திரப் பேச்சை அதிகமாகப் பயன்படுத்துவதைப் பாணியாகக் கொண்டார்கள். காங்கிரஸ் ஆதரவாளர்கள் தேசியப் பிரச்சாரப் படங்களில் கருத்துகளைக் காட்சிப்படுத்தி னார்கள். தியாகபூமியில் சத்தியாக்கிரகம் சார்ந்த பிம்பங்களைக் காட்டினார்கள். மாத்ருபூமி படத்தில் உருவகக் கதை உத்தியைப் பயன்படுத்தினார்கள். அதாவது இன்றைய அரசியல் நிலைமையை வேறுகாலத்துப் பின்புலத்தில் காட்டுவது (பராசக்தியிலும் இதே உத்தி கையாளப்பட்டது. பிரிட்டிஷ் காலத்தில் நடக்கும் கதை அது). ஆனால் சத்தியமூர்த்தியின் மறைவுக்குப் பிறகு ராஜாஜி, காமராசர் போன்ற தலைவர் களுக்கு சினிமாவில் அக்கறை இல்லாமல் போய்விட்டது.

மௌனப்படங்கள் குறித்து உங்களுடைய பதிவுகள் முக்கியமானவை. மௌனப்படங்களில் பணியாற்றிய கலைஞர்களைச் சந்தித்திருக்கிறீர்கள் அல்லவா? அவை குறித்த தங்களுடைய அனுபவங்களைச் சொல்லுங்கள்.

மௌனப்படக் கலைஞர்களை எனக்கு அறிமுகப்படுத் தியவர் எஸ். கிருஷ்ணசாமி. அவர்களில் வெங்கட்ராமன், சீதா ராமன் ஆகிய இருவர் மிக முக்கியமானவர்கள். ஏ. நாராயண னின் வலது கரத்தைப் போன்றவர்கள். ஏ. நாராயணன்தான் தமிழ் சினிமாவிற்கே அடித்தளமிட்டவர். தென்னிந்தியாவில் அதிக மௌனப்படங்கள் தயாரித்த General Pictrues Corporation என்ற ஸ்டுடியோவை நிறுவியவர். ஒலி வந்தபின் சென்னை யின் முதல் பேசும்படப்பிடிப்புக்கூடத்தை நிறுவியவரும் அவர் தான். ஆனால் அவருடைய உதவியாளர்கள் இருவரையும் நேர்காணல் செய்தபோது மௌனப்பட உருவாக்கம் குறித்த நிறையத் தகவல்களை அறிந்துகொள்ள முடிந்தது. எல்லப்பன்

என்னும் ஒளிப்பதிவாளரையும் சந்தித்தேன். சலனப்படக் காமிராவின் விசையைக் கையால்தான் சுற்ற வேண்டும். வினாடிக்கு 16 ஃப்ரேம்கள் என்ற வேகத்தில். இவர் வறிய நிலையில் சைதாப்பேட்டையில் இருந்தார். நாற்பதுகளில் வந்த ஜெமினி படங்களில்கூட அவர் பணியாற்றியிருக்கிறார். பிறகு மௌனப்படங்களில் நடித்த வள்ளிநாயகம் என்னும் ஒரு கதாநாயகனையும் சந்தித்தேன். சுசீலா தேவி, சி.வி.பி. பந்துலு, நரசிம்மபாரதி போன்றவர்களையும் சந்தித்தேன். 1930இல் ராஜா ஸாண்டோ இயக்கி வெளிவந்த *நந்தனார்* படத்தில் வேதியராக நடித்த மாங்குடி துரைராஜ அய்யரைச் சந்தித்தேன். இவர் *மிருதங்க போதினி* என்ற பிரபல நூலை எழுதியவர். நரசிம்மபாரதி மௌனப்படக் காலகட்டத்தில் கதைசொல்லி யாக இருந்தார். திரைக்குப் பக்கத்திலிருந்து கதை சொல்லிக் கொண்டிருப்பார். இந்த அனுபவங்களையெல்லாம் தொகுத்து உலகத் தமிழ் ஆராய்ச்சி நிறுவனத்தின் *தமிழியல்* (Journal of Tamil Studies) இதழில் 1977ஆம் ஆண்டு ஒரு கட்டுரை எழுதினேன். The Birth of a New Medium என்னும் அக்கட்டுரை யில் தமிழ் சினிமாவின் இன்றைய குறுவேர்கள் மௌனப் படங்களில் பதிந்திருக்கின்றன என்பதைச் சொன்னேன். இந்த மௌன சகாப்தம் தமிழ் சினிமா வரலாற்றின் முக்கியப்பகுதி. சென்னையில் தயாரிக்கப்பட்ட *பேயும் பெண்ணும்* போன்ற சலனப்படங்களில் *விவரண அட்டைகள்* தமிழில் இருந்தன. அதனால்தான் அவை தமிழ்ப் படங்களா கின்றன.

பின்னர் பேசும்படங்களைக் கவனித்தீர்களா?

ஆம். சினிமா அழகியலைப் பற்றிப் பேசாமல் சினிமா வின் சமூக, அரசியல் தாக்கங்களை ஆராய்வது சிரமம் என்பதை அப்போதுதான் அறிந்துகொண்டேன். ஏனென்றால், சினிமா வில் ஒரு இயக்குநர் என்ன சொல்கிறார் என்பதை, எப்படிச் சொல்கிறார் என்பதிலிருந்து பிரித்துப் பேச முடியாது. எப்படிச் சொல்கிறார் என்பதுதானே சினிமாவின் சாரம்? ஒரு திரைப் படத்தின் தாக்கமே அது எப்படிச் சொல்லப்படுகிறது என்பதில் தான் இருக்கிறது. ஆகவே சினிமாவைப் பற்றி அறிந்துகொள்ளச் சீரிய திரைப்படங்களைப் பார்க்க ஆரம்பித்தேன். சினிமா பற்றிய சில அடிப்படை நூல்களைப் படித்துப் புரிந்துகொள்ள முயன்றேன். அப்போதுதான் தமிழ் சினிமாவின் பல கூறுகள் பிடிபட ஆரம்பித்தன. இன்று இந்திய சினிமா அல்லது தமிழ் சினிமாவைப் பற்றிப் பேசும்போது அழகியல் தேவையில்லை என்ற வாதம் முன்வைக்கப்படுகிறது. அழகியல் பற்றிப் பேசாமல்

இலக்கியத்தையோ இசையையோ நாம் ஆராய முடியுமா? ஏன் சினிமா என்று வரும்போது மட்டும் இந்நிலை எடுக்கப்படுகிறது? இதுவும் ஒரு வகை உதாசீனம்தான்.

தமிழ்த் திரைப்படங்களின் முக்கியக் கூறுகள் என்று எவற்றைச் சுட்டிக்காட்டுவீர்கள்?

இரண்டு தன்மைகள். ஒன்று, அதீதப் பாத்திரப்பேச்சு. அதாவது பாத்திரங்கள் பேசிக்கொண்டே இருப்பது. இது பிம்பங்களின், காட்சிகளின் முக்கியத்துவத்தைக் குறைக்கிறது. உங்கள் வீட்டில் ஒரு பெரியவரிடம் கேட்டுப்பாருங்கள், அவருக்குப் பிடித்த படம் எதுவென்று சொல்வார். ஏனென்று கேட்டால் அதில் ஒரு பாட்டைச் சொல்வார். பாட்டும் கேட்கப்படும் ஒன்றுதானே. காட்சிகளுக்கு முதலிடம் கொடுக்கப்படவில்லை. பிம்பங்களின் மூலம் கதையை நகர்த்தாமல், பாத்திரப்பேச்சின் மூலம் நகர்த்தும் பழக்கம் வேரூன்றிவிட்டது போலிருக்கிறது. அடுத்த கூறு, முன்கோணப் பார்வை (frontality). பெருவாரியான காட்சிகள் முன்கோணத்தில் இருக்கும். இன்றைய இளைய இயக்குநர்கள், இந்த இரண்டாவது தன்மையைத் தங்கள் படைப்புகளில் வெகுவாகக் குறைப்பது நல்ல அறிகுறி.

தற்போதைய திரைப்பட விமர்சனத்தைப் பற்றி என்ன நினைக்கிறீர்கள்? குறிப்பிட்ட ஒரு திரைப்படம் திரைமொழியை எந்த அளவுக்கு உள்வாங்கியிருக்கிறது என்பது பற்றியெல்லாம் சினிமா விமர்சகர்கள் அவ்வளவாகக் கவலைப்படுவதில்லை அல்லவா?

ஒரு சிறுகதை அல்லது நாவலைக் குறித்த விமர்சனத்திற்கும் திரை விமர்சனத்திற்கும் இடையிலான வேறுபாடுகளைப் பல விமர்சகர்கள் புரிந்துகொள்ளவே இல்லை என்று தான் தோன்றுகிறது. சினிமாவைப் பற்றி எழுதுவது என்பது அதன் கதையைப் பற்றி எழுதுவது மட்டும் அல்ல. கதையை, நிகழ்வுகளை எவ்வாறு இயக்குநர் காட்டுகிறார் என்பதையும் எழுத வேண்டும். ஒரு கருத்து திரையில் எவ்வாறு சினிமா ரீதியாகக் காட்டப்படுகிறது என்பதைப் பொறுத்துதான் அது மக்கள் மனத்தில் தாக்கத்தை ஏற்படுத்துவதும் ஏற்படுத்தாததும்.

தொடக்க கால சினிமா விமர்சனங்கள் எப்படியிருந்தன? சினிமாவை மக்கள் எப்படி எதிர்கொண்டார்கள்?

ஆரம்ப காலத் தமிழ் சினிமா பாட்டுகள் நிறைந்ததாக இருந்ததால் மக்கள் சினிமாவைக் கேட்கத்தான் போனார்கள். 1939இல் *அம்பிகாபதி* திரைப்படத்தின் ஆதாரமே பாடல்கள் தாம். சினிமா எப்படியிருந்ததென்று கேட்டால் பாடல்கள்

அருமையாய் இருக்கின்றன என்றுதான் சொல்வார்கள். பாடலுக்காகப் படம் பார்த்தார்கள். கர்நாடக இசைப் பாடகர்கள் சினிமாவிற்கு வர ஆரம்பித்த பின்புதான் சினிமா விமர்சனமே உருவானது என்று கூடச் சொல்லலாம். தண்டபாணி தேசிகர், மகாராஜபுரம் விஸ்வநாதய்யர் போன்றோர் திரையுலகில் இடம் பெறத் தொடங்கியபோதுதான், அவர்களுடைய பாடல்களின் சிறப்பைப் பற்றி எழுதத் தொடங்கினார்கள். தமிழில் சினிமா விமர்சனம் உருவான விதமே இப்படித்தான் இருந்தது. மற்றபடி சினிமாவின் பிற கூறுகளைக் குறித்து விமர்சிப்பது என்பது மிக அரிதான விஷயமாக இருந்தது.

ராமையாவுக்கு ஒரு விமர்சனப் பார்வை இருந்தது அல்லவா? தொடக்க காலத் தமிழ் சினிமா குறித்து அவர் நிறையவே எழுதியிருக்கிறார்.

அவருக்குச் சினிமா பற்றிய புரிதல் இருந்தது. நான் அவரிடம் சினிமா பற்றிப் பேசியபோது இதைக் கவனித்திருக்கிறேன். *நந்தனார்* படத்திற்கு விமர்சனம் எழுதியபோது, நெற்பயிர் வளர்வதை வரிசையாக *dissolve*களில் காட்டியிருக்கிறார் என்று எழுதியிருக்கிறார். ஆனால் அவர் படத்திற்குக் கதை – வசனம் எழுதியபோதும் இயக்கியபோதும் இந்தப் புரிதல் திரையில் வெளிப்படவேயில்லை.

சினிமா தமிழ்நாட்டில் எவ்வாறு எதிர்கொள்ளப்பட்டது?

கல்விச்சாலைகளோ ஆய்வு நிறுவனங்களோ அதைப் பெரிதாகப் பொருட்படுத்தவில்லை. நான் சில கல்லூரிகளின் மேலாண்மைக் குழுக்களில் இருக்கிறேன். ஒரு கல்லூரி முதல்வரிடம், 'இப்போதெல்லாம் ஏராளமான குறுந்தகடுகள் வந்திருக்கின்றனவே? நூலகங்களில் அவற்றைச் சேகரித்துவைத்து மாணவர்களுக்குப் பயன்படச் செய்யலாம் அல்லவா?' என்று கேட்டேன். ஏதோ சொல்லக் கூடாததைச் சொல்லிவிட்டதுபோல் அவர் அதிர்ச்சியடைந்தார். சினிமாவைப் பற்றிய நமது கல்வியாளர்களின் புரிதல் இப்படித்தான் இருக்கிறது. கல்லூரியின் மாணவர்கள்கூட சினிமாவை ஒரு மோசமான விஷயமாகத்தான் புரிந்து வைத்திருக்கிறார்கள். ஆழமான கருத்துகளோ சிந்தனையைத் தூண்டும் கலை அனுபவங்களோ இல்லாத பொழுதுபோக்குச் சாதனம் என்று சினிமாவைப் பற்றிய பொதுப்புரிதலைக் கட்டமைத்திருக்கிறார்கள்.

தொடக்க காலத்திலிருந்தே சினிமாவைப் பற்றி இப்படிப்பட்ட கருத்தாக்கம்தான் நிலவிவருகிறது அல்லவா? அதற்கான அடிப்படைக் காரணம் என்னவென்று நினைக்கிறீர்கள்?

திரைப்படம் பொழுதுபோக்கு உபகரணமாகத் தமிழ் நாட்டில் தோன்றிய சமயத்தில்தான், தொழிலாளி வர்க்கம் என்ற மக்கள் பகுதி உருவாகிக்கொண்டிருந்தது. துணி ஆலைகள், தொடர்வண்டிப் போக்குவரத்து முதலியவை தோன்றிய சமயம். மக்கள் திரள் சமுதாயம் தோன்ற ஆரம்பித்த காலகட்டம் அது. இந்தப் புதிய தொழிலாளர் சமூகத்தை ஜாதி, வர்க்க பேதமில்லாமல் எல்லோரும் கூட முடிந்த திரையரங்கு வசீகரித்தது. முதல் திரையரங்கு 1900ஆம் ஆண்டு சென்னையில் கட்டப்பட்டது. பல கூடாரக் கொட்டகைகளும் இருந்தன. சலனப்படம் யாவரும் பாகுபாடின்றிப் பார்த்து அனுபவிக்கக் கூடிய பொழுதுபோக்குச் சாதனமாகத் தோன்றியது. சமூகத்தின் எல்லா அடுக்குகளிலிருந்த மக்களும் கலாச்சார வரம்புகளை மீறி ஒருங்கே கூடிய ஜனநாயகப் பொது இடமாகத் திரையரங்கு பரிணமித்தது. வெள்ளையர்களும் இந்தியர்களும் கூட இங்கு ஒன்றாகக் கூடினார்கள். இம்மாதிரியாகக் கூடுகை தமிழ்ச் சமுதாயத்திற்கே முற்றிலும் புதிய நிகழ்வு. பெரிய புரட்சி. ஆகவே சினிமாவை மத்திய தரவர்க்கத்தினரும் படித்தவர்களும் கீழ்க் கலாச்சார வெளிப்பாடு என்றே கருதினார்கள். படித்தவர்களுக்கு சினிமா என்றாலே இளக்காரம். அன்றைய எழுத்தாளர்களும் இந்த மேட்டுக்குடி நோக்கையே பின்பற்றினார்கள். இந்தப் புதிய கலை வடிவின் இயல்புகளைப் புரிந்து கொள்ள அவர்கள் எவ்வித முயற்சியும் எடுத்துக்கொண்டதாகத் தெரியவில்லை. சினிமா பார்ப்போரின் எண்ணிக்கை அதிகரித்துக்கொண்டே போனாலும் அதைப் பற்றி எழுதுவோர் யாருமில்லை. இதனால் அறிவார்ந்த ரசனை உருவாகாமல் புலனார்ந்த ரசனையே வளர்ந்தது. புறக்கணிக்கப்பட்ட சாதனமாகவே சினிமா இருந்துவந்திருக்கிறது. இந்த வரலாறு, முறையாகப் பரிசீலிக்கப்படவோ ஆவணப்படுத்தப்படவோ இல்லை.

முன்னர் பல நாடக அரங்குகளில் தாழ்த்தப்பட்ட சாதியினரை அனுமதிக்கவில்லை. விளம்பர நோட்டீஸ்களிலேயே பஞ்சமர்கள் வரக்கூடாதென்று போட்டிருக்கிறார்கள். ஆனால் திரைப்பட அரங்கு என்பது சாதிய ஏற்றத்தாழ்வுகளைப் பொருட்படுத்தாத, சமத்துவ வெளியாக இருந்தது. இதற்கு அடிப்படையான காரணமும் உண்டு. தொடக்க காலத் திரையரங்குகளைக் கட்டியவர்கள் வெள்ளைக்காரர்கள். தமது பார்வையாளர்களிடையே சாதிய ஏற்றத்தாழ்வுகளை உருவாக்குவது குறித்த சிந்தனை இல்லாதவர்கள். எல்லா இடங்களிலும் நிறைந்திருந்த சாதியப் பாகுபாடுகள் திரையரங்குகளில் காணப்படாததற்கு இது முக்கியக் காரணமாயிருக்கலாம் என்று எண்ணுகிறேன்.

சொப்பனவாழ்வில் மகிழ்ந்தே

இப்பொழுதும்கூடப் பல நுட்பமான வழிகளில் சினிமா உதாசீனப் படுத்தப்படுகிறது அல்லவா?

உலகம் முழுவதும் இது போன்ற சிக்கல்கள் இருக்கின்றன. ஆனால் அதற்கெல்லாம் வேறுவிதமான காரணங்கள் உண்டு. பல நாடுகளில் அதைக் கடந்து செல்ல முயல்கிறார்கள். பலர் கடந்து சென்றும் விட்டார்கள்.

நம் நாட்டில் சினிமாவைக் கீழான ரசனைக்குரிய ஊடகமாகப் பார்க்கும் போக்கு மேலும் பலவிதங்களில் தொடர்ந்து கொண்டுதான் இருக்கிறது. இது பற்றிப் பல்கலைக்கழகங்களில் போதிப்பது இல்லை. கல்லூரி நூலகங்களில் பார்த்தீர்களேயானால் 'சினிமா' என்ற பிரிவே இருக்காது. ஒரு ஆங்கில நாளிதழ் South Indian Music என்று இசை பற்றிய சிறப்பிதழ் ஒன்றை வெளியிட்டது. திரையிசைக்கென்று சிறு இடமும் அதில் இல்லை. கேட்டதற்கு அது இசையா என்று பதில் கேள்வி கேட்டார் அதன் ஆசிரியர். ஆனால் சினிமா அசுர சக்தியாக அவதாரமெடுத்து அரசியல்ரீதியிலான பாதிப்புகளை உருவாக்கும்போது மட்டும் நாம் கூச்சல் போடுகிறோம். சினிமா இப்படி இருப்பது பலருக்கு வேறு வழிகளில் ஆதாயம் தருவதாக இருந்துகொண்டுதான் இருக்கிறது. அது இப்போது இருக்கும் தரத்திலேயே தொடர்ந்து நீடிக்க வேண்டும் என்று கூடக் கருதுபவர்கள் இருக்கிறார்கள்.

ஆரம்ப சினிமாவில் சுதந்திரப் போராட்டம், நாடு பற்றிய கருத்துகள் அதிகம் இடம்பெற்றிருந்தன. சுதந்திரத்திற்குப் பின்பு இந்த உள்ளடக்கம் மாறுகிறது. சுதந்திரம் தமிழ் சினிமாவின் போக்கில் எத்தகைய தாக்கங்களை நிகழ்த்தியதாகக் கருதுகிறீர்கள்?

சுதந்திரத்திற்கு முன்பு காந்தியச் சிந்தனையின் தாக்கம் இருந்தது. விடுதலைக்குப் பிறகு திரைப்படங்களின் உள்ளடக்கத்தில் மாற்றங்கள் ஏற்பட்டன. நவீனச் சிந்தனையென்று எதுவும் வந்துவிடவில்லை என்றாலும் தமிழ், தமிழ் உணர்வு பற்றிய வெளிப்பாடுகள் வந்தன. திராவிட இயக்கச் சார்புள்ள கலைஞர்களின் வருகை சாதி எதிர்ப்பு, மத எதிர்ப்பு, பகுத்தறிவு போன்ற கருதுகோள்களைத் திரையில் அறிமுகப்படுத்தியது. ஆனால் காட்சிகளின் முக்கியத்துவம் உணரப்படவில்லை. தமிழ் சினிமா இயக்குநர்களின் ஒலி பற்றிய புரிதலும்கூட இன்னும் விரிவடையவில்லை. நடிப்பின் போதாமைகளை ஒலிகளைக் கொண்டு ஈடுகட்டும் போக்கு இன்னும் மாறவில்லை. பின்னணி இசை பல தருணங்களில் படத்தின் அழகியலுக்குத் தொடர்பில்லாத ஒன்றாகத்தான் இருந்து கொண்டிருக்கிறது. ஒலி, பின்னணி இசை ஆகியவற்றின்

முக்கியத்துவம் தமிழ் சினிமாவில் இன்றும் சரியாக உணரப் படவில்லை என்று நினைக்கிறேன்.

எழுத்தாளர்கள் பலரும் அவ்வப்பொழுது தமிழ் சினிமாவில் பணி புரிந்திருக்கிறார்கள். பிற மொழிகளில் எழுத்தாளர்களுடைய பங்களிப்பு சினிமாவைச் செழுமைப்படுத்தியிருக்கிறது. தமிழ் சினிமா வரலாற்றில் அப்படிப்பட்ட தாக்கம் நிகழ்ந்ததற்கான வலுவான ஆதாரங்கள் தென்படவில்லை அல்லவா?

எழுத்தாளர்களின் ஈடுபாடு இரண்டு வகையில் அமை கிறது. முதலாவது, சினிமாவைப் பற்றி எழுதுவது; இரண்டா வது, சினிமாவிற்காக எழுதுவது. இவர்களில் பலர் சினிமா பற்றிக் கட்டுரைகள் எழுதிய பின் கதை, வசனம் எழுத ஆரம்பித்தனர். இவர்களுக்குப் பின்னால் வந்த புதுமைப்பித்தன் சினிமா தயாரிப்பு முயற்சியிலும் ஈடுபட்டார்.

நல்ல எழுத்தாளர்கள்கூட சினிமாவிற்கு வந்ததும் நீர்த்துப் போகிறார்கள். அந்தப் பெருவெள்ளத்தில் 'நீர்வழிப்படூஉம் புனைபோல்' அடித்துச் செல்லப்படுகிறார்கள். மணிக்கொடி யின் பி.எஸ். ராமையாவாக இருந்தாலும் அவரும் திரைக்கதை எழுதும் இன்னொரு நபராகவே பரிணமித்தார். ஒரு எழுத்தாள ருக்குரிய தனித்த அடையாளத்தோடு இயங்கியவர்கள் யாரா வது இருக்கிறார்களா என்ன? எழுத்தாளர்கள் சினிமாவிற்கு வந்ததும் அதன் போக்குகளோடு இணைந்து செயல்படத் தொடங்கிவிடுகிறார்கள். தமிழ் சினிமாவில் வெகுசில எழுத் தாளர்களே தாக்கத்தை உருவாக்கியுள்ளனர். என் மனத்தில் முதலில் தோன்றுவது ஜெயகாந்தன். அவர் இயக்கிய இரு படங்கள், உன்னைப்போல் ஒருவன், யாருக்காக அழுதான் நல்ல சினிமாவிற்கு எடுத்துக்காட்டு. அவள் அப்படித்தான் படத்தில் வண்ணநிலவனின் பங்களிப்பு முக்கியமானது. இந்த எழுத்தாளர்களுக்கு வாக்கியங்களைப் பிம்பங்களாக மாற்றும் கலை புரிந்திருந்தது.

ஒரு திரைப்படத்தின் தாக்கம் அதன் திரைக்கதையில் இருக்கிறது. திரைக்கதை எழுத விரும்பும் எழுத்தாளருக்கு எதையெல்லாம் காட்சியாக்க வேண்டும், எதையெல்லாம் வசனமாக்க வேண்டும் என்பது தெரிந்திருக்க வேண்டும். அவருக்குச் சினிமாவின் இயல்பு தெரிந்திருக்க வேண்டும். தான் அதில் என்ன செய்ய முடியும் என்பதும் புரிந்திருக்க வேண்டும். அதேபோல, அதைப் படமாக்கும் இயக்குநருக்கு இலக்கியத்தைப் பற்றிய சுரணை இருக்க வேண்டும். அப்போது தான் எழுத்தாளரால் தான் பங்கேற்கும் திரைப்படத்தில் சரியான தாக்கத்தை உருவாக்க முடியும்.

உலக இலக்கியத்தோடு தமிழ் இலக்கியத்தை ஒப்பிட்டுப் பேசுவதற்கு நமக்குச் சில வாய்ப்புகள் இருக்கின்றன. அசோகமித்திரன், அம்பை, பெருமாள்முருகன், பாமா போன்றோரது படைப்புகள் மொழிபெயர்க்கப்பட்டுப் பரந்த அளவில் பேசப் படுகின்றன. ஆனால் தமிழ் சினிமாவைப் பற்றி நீங்கள் என்ன சொல்ல முடியும்?

தொழில்நுட்பரீதியில் தமிழ் சினிமா வளர்ந்திருக்கிறது அல்லவா?

அதில் சந்தேகமேயில்லை. முக்கியமாக மோஷன் கண்ட்ரோல் (தனித்தனியாகப் படம்பிடிக்கப்பட்ட இரு காட்சிகளை ஒரே காட்சியாக மாற்றும் உத்தி), அகிலா கிரேன் (காமிராவைப் பள்ளத்தாக்கின் மேலேகூட எடுத்துச் செல்லும் உபகரணம்), வெப்பமில்லா மின்விளக்குகள், கணினி மூலம் செய்யக் கூடிய *offline editing*, எடுத்த காட்சியை உடனே பார்க்கக்கூடிய வசதியான விடியோ அஸிஸ்ட் முதலியன படமெடுக்கும் முறையையே மாற்றிவிட்டன. ஆனால் தொழில்நுட்பத்தை மட்டுமே வைத்து உன்னத சினிமாவை உருவாக்கிவிட முடியாது. சிறந்த இலக்கியத்தைப் படைக்க நல்ல பேனா மட்டும் போதுமா? உலகின் சிறந்த திரைப்படங்கள் பல, மிகவும் எளிய உபகரணங்களை வைத்து உருவாக்கப்பட்டவை. தொழில் நுட்பமும் அழகியலும் ஒன்றுசேர வேண்டும். இந்தியாவில் வங்காள, கன்னட, மலையாளப் படங்களில் இது நடந்த அளவுக்குத் தமிழில் நடக்கவில்லை.

பாடல்களுக்குத் தமிழ் சினிமாவில் இருக்கும் இடம் என்ன?

தமிழ் சினிமாவின் ஆரம்ப ஆண்டுகளில், கம்பெனி நாடகங்களை நடத்தி அப்படியே படமாக்கினார்கள். அதிலிருந்த பாட்டும் சினிமாவில் குடியேறி, நிரந்தர இடத்தைப் பிடித்து விட்டது. பாடல்கள் மிகுந்திருந்ததாலும் மக்களுக்குத் தெரிந்த கதைகளே (*சீதா கல்யாணம், நல்லதங்காள்*) திரைப்படங்களாக எடுக்கப்பட்டதாலும் காட்சிப்படுத்துதல் பற்றிய இலக்கணம் உருவாக வாய்ப்பு குறைந்தது. அதனால்தான் பாடல்களுக்குப் பெரிய இடம் கொடுத்தார்கள். பாடல்கள் நன்றாக இருக்கின்றன என்பதற்காகப் படம் பார்க்கப் போனவர்களே அதிகம். அந்தப் போக்கு விமர்சனமில்லாமல் வளர்ந்து பாடல்கள் தமிழ் சினிமாவின் மைய அடையாளமாக உருவாகியிருக்கிறது. திரையிசைப் பொழுதுபோக்கு அம்சமாகத் தனியே வளர்ந் திருக்கிறது.

ஆனால் சினிமாவிற்குப் பாடல் இன்றியமையாதது அல்ல என்பதை நாம் மனத்தில் கொள்ள வேண்டும். இந்தியாவின்

சிறந்த பத்துப் படங்களை எடுத்துப்பார்த்தால் நான் சொல் வது புரியும். பி. லெனினுக்கு இயக்குநராகத் தேசிய விருது பெற்றுத் தந்த *ஊருக்கு நூறு பேர்* படம் ஒரு எடுத்துக்காட்டு. பாடல் வந்தால், அது திரைக்கதையுடன் ஒன்றி இருக்க வேண்டும். அதாவது, அந்தப் பாட்டுக் காட்சியை எடுத்துவிட்டால் கதை நகராது. சேரனின் *ஆட்டோகிராப்* படத்தில் வரும் *ஞாபகம் வருதே* என்ற பாடல் இவ்வாறு இணைந்த பாடல். மணி ரத்னத்தின் *தளபதி* படத்தில் வரும் *சின்னத்தாயவள்* பாட லும் அவ்வாறே. ஆனால் பெருவாரியான பாடல்கள் கதை யோட்டத்திற்குத் தடைகளாகவே வருகின்றன. திரையிசை என்பது பிம்பங்களுக்குத் துணைபோக வேண்டிய ஒன்று, ஒளியூட்டம்போல. அது applied music. திரையும் இசையும் அல்ல. திரையிசை தனியாக நிற்கக்கூடியது அல்ல. தமிழ் சினிமாவைப் பொழுதுபோக்குத் தளத்திலேயே நிறுத்திவைத்த தற்குப் பாடல்கள், ஆட்டபாட்டங்கள் முக்கியக் காரணங்கள் என்று நினைக்கிறேன். பொழுதுபோக்கு சினிமா கூடாது என்று சொல்லவில்லை. அதற்கு மேலும் பன்மடங்கு அதிகமான சாத்தியக் கூறுகள் உடையது சினிமா. நான் திரைப் பாடல் களைக் குறைகூறவில்லை என்பதையும் அழுத்திக் கூற விரும்பு கிறேன்.

சமூகப் பொறுப்புள்ள ஒருவருக்குத் தமிழ் சினிமாவோடு உரை யாடுவதற்குப் பொருட்படுத்தத்தக்க காரணங்கள் இருக்கின்றனவா? எந்த நம்பிக்கையின் அடிப்படையில் தமிழ் சினிமாவுடனான உரை யாடலைத் தொடர்ந்து மேற்கொண்டிருக்கிறீர்கள்?

தமிழ் சினிமாவின் மீது நீங்கள் நிறையக் குற்றச்சாட்டு களைச் சுமத்த முடியும். ஆனால் பொதுச்சமூகத்தின் மீதான அதன் தாக்கங்கள் மிக வலிமையானவை. அது முன்னிறுத்தும் லட்சியவாதத்தின் பாதிப்புக்குட்படாதவர்கள் குறைவு. தவிர, சாதாரண மனிதனுக்கு எப்படி வாழ வேண்டும் எனக் கற்றுக் கொடுக்கவும் முற்படுகிறது. ஒருவகையான பிரச்சாரத் தன்மை யுடன் அது முன்னிறுத்தும் சில விஷயங்கள் மக்களுக்கு லட்சிய மாகக்கூடத் தென்படுகின்றன. குடிக்கக் கூடாது, சிக்கனமாக வாழ வேண்டும் என்று அது சொல்கிற விஷயங்களைத் தமது வாழ்வுக்கான வழிகாட்டும் நெறிகளாகக்கூடப் பார்க்கிறார்கள்.

உலக சினிமா குறித்துத் தமிழில் பல புத்தகங்கள் வந்திருக்கின்றன. ஆனால் தமிழ் சினிமா குறித்து ஒரு புத்தகம்கூட வரவில்லை. இது குறித்து நீங்கள் எந்த அளவு யோசித்திருக்கிறீர்கள்?

தமிழ் சினிமாவைக் குறித்துப் பேசுவதற்கான கலைச் சொற்களே இங்கு இல்லையே. ஒரு துறை சார்ந்து ஆழமான

பரிசீலனைகள் நிகழ வேண்டுமானால் அதற்கான வளமான கலைச்சொற்கள் அந்த மொழியில் இருக்க வேண்டும். இலக் கியம் குறித்து நடந்துவரும் விவாதங்களிலிருந்து உருப்பெற்றிருக் கும் சொற்கள்தாம் அது குறித்த ஆழமான விவாதங்களுக்குப் பாதை அமைத்துக் கொடுத்திருக்கின்றன. தமிழ் சினிமா குறித்துப் பேசுபவர்கள் கதை, பாட்டு என்று மிக மேலோட்டமான விசயங்களுடன் தேங்கிவிடுகிறார்கள். தமிழ் சினிமா குறித்து விவாதிப்பதற்கு என்ன இருக்கிறது என்னும் மனோபாவம் அறிவுத் துறையினரிடம் இருக்கிறது. ஆழமான விவாதங்களை உருவாக்காமல் செறிவான சொல்லாடல்களை உருவாக்க முடியாது. இரண்டும் ஒன்றோடொன்று தொடர்புடைய விசயம்.

தமிழ் சினிமா பற்றிப் பல நூல்களும் ஆய்வுக் கட்டுரை களும் ஆங்கிலத்தில் வந்திருக்கின்றன. முக்கியமான ஆங்கில நூல் ஒன்று சிட்னியில் வேலாயுதத்தைத் தொகுப்பாசிரிய ராகக் கொண்டு வெளிவந்துள்ளது. புகழ்பெற்ற ரட்லட்ஜ் பதிப்பகத்தார் வெளியிடுகிறார்கள். இதில் வெங்கடேஷ் சக்ரவர்த்தி, ராஜன் குறை போன்ற ஆய்வாளர்கள் இடம் பெறுகிறார்கள். வாஷிங்டனில் சினிமா போதிக்கும் லலிதா கோபாலன் இந்திய சினிமா பற்றி The Cinema of India என்ற நூலைத் தொகுத்திருக்கிறார். 24 இயல்கள் கொண்ட இந்த நூலில் மூன்று இயல்கள் தமிழ் சினிமா பற்றியன. எம்.எஸ்.எஸ். பாண்டியன் ஒரு இயல் எழுதியுள்ளார். தமிழ் சினிமா பற்றிய நூல்கள் தமிழில் குறைவுதான். அறந்தை நாராயணன், புலவர் கோவிந்தன் இவர்களுடைய நூல்கள் முக்கியமானவை. தமிழ் சினிமா பற்றித் தமிழில் சொல்லாடலே உருவாகவில்லை. அதற்கு அடிப்படையான கலைச்சொற்களும் உருவாக்கப்பட வில்லை. எடுத்துக்காட்டாக, develop (the film) என்ற சொல் லுக்கு என்ன தமிழ்ச் சொல்? அரசு விளம்பரங்களில் 'பதனிடு தல்' என்ற சொல் பயன்படுத்தப்படுகிறது. தோலைத்தான் பதனிடுவார்கள். பழைய பத்திரிகைகளில், நிழற்படம் பற்றிய கட்டுரைகளில் 'உருத்துலக்கல்' என்கிறார்கள். பொருத்தமான சொல். அதேபோல casting என்பதற்குத் தமிழ்ச் சொல் என்ன?

தமிழ் சொல்வளம் மிகுந்த மொழி. ஆகவே நாம் துறை சார்ந்த சொற்களை உருவாக்க முடியும். ஆங்கிலத்தில் இந்தப் பிரச்னையைப் பிரெஞ்சு சொற்களை அப்படியே பயன் படுத்திச் சமாளித்தார்கள், *montage, mise en scene, film noir, cinema verite* என. ஏன் பிரெஞ்சுமொழி? சினிமா பிறந்த பிரான்ஸில் தொடக்கத்திலேயே சினிமா கலை வடிவமாகப் படித்தவர்களால் ஏற்றுக்கொள்ளப்பட்டது. அது குறித்த துறைச் சொற்கள் உருவாயின. சீரிய சொல்லாடல் மௌன சகாப்தத்

திலேயே அங்கு உருவாகிவிட்டது. Abel Gance இயக்கிய *Napoleon* (1927) போன்ற வரலாற்றில் இடம்பெற்ற படங்கள் மௌனப் படங்கள்தாம்.

தமிழில் சினிமா பற்றிய கலைச்சொற்கள், சினிமா சார்ந்த கருதுகோள்களைக் குறிக்கும் சொற்றொடர்கள் இல்லாதது இதைப் பற்றிய சீரிய சொல்லாடல் உருவாகாததற்கும் நூல்கள் வெளிவராததற்கும் முக்கியக் காரணம். சில பத்திரிகைகளில் சினிமா பற்றிய கட்டுரைகள் இப்போது வர ஆரம்பித்துள்ளது நல்ல அறிகுறி. ஆயினும் துறைச் சொற்கள் புழக்கத்தில் வராதது பெரும் குறை. துறைச் சொற்கள் இல்லாமல் அதைப் பற்றிப் பேசுவது ஆகாயத்தோடு சிலம்பமாடுவது போன்றது.

தமிழ் சினிமா பற்றிப் பல M.Phil., Ph.D. ஆய்வுகள் மேற் கொள்ளப்படுகின்றன. 'திரைப்பாடல்களில் ஜாதி', 'தமிழ் சினிமாவில் பெண்ணியம்' என. அவற்றைப் படித்தீர்களேயானால் அவை இலக்கிய ஆய்வுகள் என்பது புலப்படும். அவற் றில் சினிமா துளியும் இருக்காது. இந்த ஆய்வுகளும் தமிழ்த் துறையில் மேற்கொள்ளப்படுகின்றன. பாட்டுப் புத்தகத்தையும் வசனத்தையும் வைத்துச் செய்யப்படும் ஆய்வுகள் இவை.

இந்தியத் திரைப்படத் தணிக்கை முறை குறித்துப் பல்வேறு விமர்சனங்கள் நிலவுகின்றன. அது படைப்பாளியின் சுதந்திரத்தைக் கட்டுப் படுத்துகிறது; பண்பாட்டுச் சீர்குலைவை அது தடுக்க முயற்சிக்கிறது என்பன போன்ற எதிரெதிரான விமர்சனங்கள் இருக்கின்றன. இதைக் குறித்து நீங்கள் என்ன கருதுகிறீர்கள்?

ஆங்கிலேயர் ஆட்சிக் காலத்தில் சென்னை, மும்பை, கல்கத்தா ஆகிய முக்கியமான துறைமுக நகரங்களில் இறக்குமதி செய்யப்பட்ட அயல்நாட்டுப் படங்களைத் தணிக்கை செய்வ தற்காக அதிகாரிகளின் குழுக்களை அமைத்தது வெள்ளையர் அரசு. தமது அரசுக்கு எதிரான பிரச்சார சாதனமாக சினிமா உருவெடுத்துவிடக் கூடாது என ஆங்கிலேயர்கள் எச்சரிக்கையாயிருந்தார்கள். காந்தியக் கொள்கைகள், பொதுவுடைமைக் கருத்தியல்கள், தொழிலாளர் பிரச்னை, இந்து – முஸ்லிம் பிரச்னை குறித்துத் திரைப்படங்களில் விவாதிப்பதைத் தடை செய்தனர். பிறகு எந்தச் சமூகப் பிரச்னையையும் கையாள்வதாகத் திரைப்படம் இருக்கக் கூடாது என்று சொல்லும் அளவுக்குப் பிரிட்டிஷ் அரசு தணிக்கை முறையை இறுக்க மாக்கியது. எந்தச் சமூகப் பிரச்னையைப் பற்றிப் பேசினாலும் அது காந்தியுடனோ காங்கிரசுடனோ தொடர்புபடுத்திப் பார்க்கப்பட்டுத் தணிக்கைக்குட்படுத்தப்பட்டன. ராட்டையைக் கூடக் காட்ட முடியாது.

சொப்பனவாழ்வில் மகிழ்ந்தே

இத்தகையதொரு தணிக்கை முறை அப்போதைய திரைப்படங்களின் உள்ளடக்கத்தைப் பெரிய அளவில் பாதித்திருக்க வாய்ப்புண்டுதானே?

ஆமாம். ஆங்கில அரசின் இத்தகைய போக்குதான் இந்திய சினிமாவை வெறும் பொழுதுபோக்குச் சாதனமாக உருவாக்கியது எனலாம். *ஆயிரம் தலை வாங்கிய அபூர்வ சிந்தாமணி, சந்திரலேகா* போன்ற கற்பனைகளுக்குள் தஞ்சம் புகத் தொடங்கியது இந்திய சினிமா. திரைப்படத் தயாரிப்பாளர்களிடையே ஒரு வகையான தப்பித்தல்வாதம் உருவாவதற்கு அப்போதைய தணிக்கை முறை முக்கியக் காரணம். பிறகு இதுதான் சினிமா என்பதுபோல ஒரு தோற்றம் ஏற்பட்டுவிட்டது. நேரங்கொல்லிப் படங்கள் நிறைய வர ஆரம்பித்தன.

சுதந்திரத்திற்குப் பிறகு தணிக்கைக் கோட்பாடுகளில் நிறைய மாற்றங்கள் வந்துள்ளன.

ஆமாம். அமைப்புரீதியில் பல மாற்றங்கள் வந்துள்ளன. இப்போது சுயேச்சைத் தன்மை கொண்ட அரசு சார்பு அமைப்பாகத் தணிக்கைக் குழு செயல்படுகிறது. இந்தியத் தணிக்கை முறையின் ஒரு நோக்கம் சினிமாவின் தரத்தை உயர்த்துவது. ஆனால் அந்தக் குழுக்களில் இடம் பெற்றுவரும் உறுப்பினர்களில் எத்தனை பேருக்கு சினிமாவோடு பரிச்சயம் உண்டு, எத்தனை பேருக்கு அது சார்ந்த புரிதல் இருக்கிறது எனப் பார்த்தால் ஏமாற்றமே மிஞ்சுகிறது. ஆரம்பம் முதலே, சினிமா பற்றிப் பரிச்சயம் ஏதும் இல்லாதவர்களே பெருவாரியாகத் தணிக்கைக் குழுவில் இடம்பெற்றனர். அவரவரது கரிசனங்களின் அடிப்படையில் திரைப்படத்தைப் பார்த்தனர். பாலியல் தொடர்பான காட்சிகளை மட்டுமே தணிக்கைக்குட்படுத்துவதில்தான் அதிகக் கவனம் செலுத்துகிறது அக்குழு. அண்மையில் *மிருகம்* படத்தில் வரும் ஜல்லிக்கட்டுக் காட்சியை ஏதோ பிராணி நலக்குழு ஒன்று சொன்னதென நீக்கியது ஒரு எடுத்துக்காட்டு. பெண்களை இழிவு படுத்தும் வசனக் காட்சிகள், மனைவியைக் கணவன் அடிப்பது நியாயப்படுத்தப்படுவது (*சம்சாரம் அது மின்சாரம்*), சிறுபான்மையினரைத் தாக்கும் வசனம், காட்சிகள், எல்லாவற்றிற்கும் மேலாக வன்முறைக் காட்சிகள் ஆகியவற்றை வளரவிட்டார்கள். தற்போதைய திரைப்படங்களின் வன்முறைக் காட்சிகள் மிகவும் அபாயகரமானவை என்று நான் நினைக்கிறேன். வன்முறையில் பழிவாங்குதல் ஒரு பிரச்னைக்கு ஏற்ற முடிவு என்பதுபோலப் பல படங்கள் வருகின்றன.

தீபா மேத்தாவின் *ஃபயர்* படம் சில அடிப்படைவாதிகளின் எதிர்ப்புக்குள்ளானது. அரசின் அதிகாரபூர்வத் தணிக்கை முறை தவிர வேறு பல வகைப்பட்ட தணிக்கை முறைகளும் செயல்படுகின்றன.

இது போன்ற அரசுசாரா தணிக்கை முறை நீண்ட காலமாகவே செயல்பட்டுக்கொண்டிருக்கிற ஒன்றுதான். *சிறை, அக்ரஹாரத்தில் கழுதை, விருமாண்டி, பம்பாய், ஒரே ஒரு கிராமத்தில், விஸ்வருபம்* எனப் பல உதாரணங்களைச் சொல்லலாம். சினிமாவைக் கலையாக அணுகுவதற்கும் அது குறித்த விவாதங்களை எதிர்கொள்வதற்கும் மாற்றுக் கருத்துகளைப் பேசுவதற்கும் நாம் இன்னும் கற்றுக்கொள்ளவில்லை. ஒரு கலை தன்னளவிலேயே மாற்றுக் கருத்துகளுக்கான பரப்பையும் விவாதங்களுக்கான வாய்ப்பையும் கொண்டுள்ளது என்பதைப் புரிந்துகொண்டால் பதற்றமடைவதற்கு எந்த அவசியமும் உருவாகாது அல்லவா?

தமிழில் குறும்படங்களின் நிலைமை எவ்வாறு உள்ளது?

குறும்படம், விவரணப் படம் இவை தமிழில் தயாரிக்கப்படுவது மகிழ்ச்சியானதுதான். தமிழ்நாட்டில் ரமணி, சௌதாமினி, செந்தமிழன், ரவி சுப்ரமணியம், அம்ஷன்குமார், காஞ்சனை சீனிவாசன் போன்றோர் குறும்படத் தளத்தில் சிறப்பாக இயங்கிக்கொண்டிருக்கிறார்கள். இப்போது விலை குறைந்த காமிராக்கள் வந்துவிட்டன. வாடகைக்கும் எளிதாகக் கிடைக்கின்றன. நிறையக் குறும்படங்கள் வருவதற்கு இதுவும் காரணம். குறும்பட இயக்கமொன்று உருவானது போன்ற பிரமை ஏற்படுகிறது. ஆனால் பெருவாரியான படங்கள் எவ்வாறு இருக்கின்றன? ஆளுமைகளைப் பற்றிய படங்களில், அந்த மனிதரை உட்காரவைத்துப் பேசச் சொல்லிப் படமாக்கிவிடுகிறார்கள். இவை குறும்படங்கள் என்ற பெயரில் காட்டப்படுகின்றன. குறும்படத்திற்கென இலக்கணம், இயல்புகள், வடிவமைப்பு உண்டு. பின்புல ஆராய்ச்சி முக்கியம். பறவைகள் பற்றிக் குறும்படமொன்று எடுக்க நல்கை கிடைத்துவிட்டது என்றும் அதற்காக நேர்காணல் வேண்டும் என்றும் ஒருவர் என் வீட்டிற்கு வந்தார். காமிராவை நகர்த்தி, விளக்கையும் போட்டுவிட்டு, 'சார், இந்தத் தண்ணீரையும் பாலையும் பிரிக்குமே? அந்தப் பறவையைப் பற்றிப் பேசுங்கள். Roll' என்றாரே பார்க்கலாம்.

நேர்காணல்: *தேவிபாரதி, அம்ஷன்குமார்*
***காலச்சுவடு*, மே 2007**

சொல்லடைவு

அடுக்குமொழி வசனங்கள் 27, 28
அடூர் கோபாலகிருஷ்ணன் 20, 23, 81 – 85. 179
அசோகமித்திரன் 24, 132, 151, 174
அண்ணாதுரை, சி.என். 19, 21, 27
அந்தோணி பிள்ளை, சி.சி. 119, 123, 132
அம்பை 174
அங்கதம் 38
அம்ஷன்குமார், இயக்குனர் 23, 87, 111,179
அல் கோர், அமெரிக்க துணை ஜனாதிபதி 108 – 110
அறந்தை நாராயணன் 150
அன்னி பெசன்ட் 122
அனந்தமூர்த்தி, யூ.ஆர். 21
அஸோஸியேட் ஃபிலிம்ஸ் 63
ஆசைத்தம்பி, ஏ.வி.பி 28
ஆபிரஹாம், ஜான் 29, 87
ஆர்தர் ஹோப், சர் 124
ஆல் இந்தியா ரேடியோ 135
ஆவணப்படங்கள் 37, 65, 81, 89,108, 110, 179
ஆனந்த் பட்வர்தன், ஆவணப்பட இயக்குனர் 110

இந்திய திரைப்பட தயாரிப்பாளர் சங்கம் (Indian Motion Pictures Association) *116*

இந்தியன் சினிமடோகிராஃப் சட்டம், 1916, *120*

இந்தியன் சினிமடோகிராஃப் விசாரணைக்குழு 1927, *58, 115, 120*

இந்தியன் பீப்பிள்ஸ் தியேட்டர் அஸோஸியேஷன் *136*

இந்தியா ஃபிலிம் கம்பெனி *60*

இந்தியாவில் சர்வதேசத் திரைப்பட விழா *34, 37*

இமையம் *24*

இரட்டைவேடம் *63*

இளங்கோவன் (டி.கே. தணிகாச்சலம்) *18, 25, 27*

இளையராஜா *90, 91*

உடுமலை நாராயணகவி *31, 54*

உருவகம் *167*

உரையாடலாசிரியர்கள் *27*

உலகப்போர் இரண்டாம் *34, 113*

எக்ஸிபிடர் ஃபிலிம் சர்வீஸஸ்

எக்ஸ்ட்ராக்கள், ஜூனியர் ஆர்டிஸ்ட்ஸ் *111, 118, 133, 138, 140, 147*

எட்வர்ட்ஸ்.எம். *58*

எம்பையர் ஃபிலிம்ஸ் *120*

எம்ஜிஆர் (எம்.ஜி. ராமச்சந்திரன்) *86, 138, 140, 141*

எமர்ஜென்சி (நெருக்கடி காலம்) *83, 139*

எல்பின்ஸ்டன் டாக்கீஸ் *67*

எல்லிஸ் ஆர். டங்கன் *75*

எலக்ட்ரிக் திரையரங்கம், முதல் *171*

ஏ வி எம் புரடக்ஷன்ஸ் *119*

ஐசன்ஸ்டீன், ரஷிய இயக்குனர் *67, 68*

ஒலித்தடம் (sound track) *34, 35, 64, 70, 71*

ஒற்றைவாடை தியேட்டர் 124
கச்சா பிலிம் கட்டுப்பாடு 128
கண்ணதாசன் 27, 55
கந்தசாமி, சா. 24
கமலஹாசன் 95
கரந்த், சிவராம், எழுத்தாளர், கரந்த் கமிட்டி 143, 145
கருணாநிதி, மு., கலைஞர் 19, 27
கல்கத்தாவில் தயாரிக்கப்பட்ட தமிழ்ப்படங்கள் 71
கல்கி (எழுத்தாளர் ஆர்.கிருஷ்ணமூர்த்தி) 17, 26, 51
கல்யாணசுந்தரம், பட்டுக்கோட்டை 31, 54
கல்விப்புலம் 54 – 56, 64 – 66, 112, 116
காங்கிரஸ் கட்சி 129, 134, 167
காட்சிகள் மூலம் கதை சொல்லுதல் 69, 169
காந்தி. மகாத்மா 74, 84, 115, 172
காப்பீடு, திரைப்படங்களுக்கு
காப்ரா, ஃப்ராங்க், இயக்குனர்
காமராஜ் 130. 134
காமிரா கோணங்கள் 19, 28, 70, 71, 169
காமிரா நகர்வுகள் 19, 34, 35
காவேரி நீர் பிரச்னை 141
கி.ரா., எழுத்தாளர் 23
கிட்டப்பா, எஸ்.ஜி. 73
கிராமஃபோன் 27, 51 – 53, 57
கிரி, வி.வி. 121, 130 – 132
கிரீஷ் காசரவல்லி 89
கிருஷ்ணசாமி, கே. ஆவணப்பட இயக்குனர் 47, 167
கிருஷ்ணன், என்.எஸ். (கலைவாணர்) 136, 138
குண்டூசி, சினிமா இதழ் 135, 150

குத்துச்சண்டை *59, 64 77, 138*
குமாரசாமிராஜா, முதலமைச்சர் *129*
குறைந்த பட்ச ஊதியம். *145, 149*
கெயிட்டி திரையரங்கம் *59, 113*
கேஸ்கர், பி.வி., மத்திய அமைச்சர் *135*
கையால் இயக்கப்படும் கேமிரா *60*
கொத்தடிமைகள் *125*
கோதைநாயகி அம்மாள், வை.மு. *53*
கோபாலகிருஷ்ணன், கே.எஸ். (1) *129, 130*
கோபாலகிருஷ்ணன், கே.எஸ். (2) *129*
கோவிந்த் நிஹலானி, இயக்குனர் *86, 94*
சத்தியமூர்த்தி, எஸ். *79, 116, 167*
சத்யஜித் ரே *15, 16, 24, 35, 93*
சதிஷ் பகதூர், பேராசிரியர் *29, 93, 164*
சந்திரபாபு *132*
சந்திரன், டி.வி., இயக்குனர் *20, 38*
சம்பந்த முதலியார். பம்மல், *101*
சாதி வேறுபாடு, *114, 127, 171*
சாமண்ணா, சி.எஸ். *73*
சார்லஸ் ரையர்சன் *46, 162*
சார்லிசாப்ளின் *73*
சிதம்பரனார், வ.உ. *122*
சிவாஜி கணேசன் *25, 86, 104, 132, 140, 141*
சின்னசத்யம், வேம்பட்டி, குச்சிபுடி நடன கலைஞர் *149*
சின்னப்பதேவர் *41, 77*
சினி டெக்னீஷியன்ஸ் அசோசியேஷன் (CTA) *130, 132, 137*
சுகுண விலாஸ் சபா *96*
சுத்தானந்த பாரதி *16*

சுதந்திரப் போராட்டம் 120, 122, 125
சுந்தர ராமசாமி, எழுத்தாளர், 29
சுந்தரம், பி.என். தொழிற்சங்க தலைவர் 151
சுந்தரம், பி.என்., 151
சுந்தரராவ் நட்கர்னி 62
சுந்தராம்பாள், கே.பி. 73, 101, 125, 126, 167
சுப்பராயன், வி. 130
சுப்பிரமணிய சிவா, 122
சுப்பிரமணியம், கே., இயக்குனர் 17, 63, 97, 136
சுப்புலட்சுமி, எம்.எஸ். 17
சுப்ரமணியம், சி. அமைச்சர் 134
செந்தமிழன், இயக்குனர் 67, 179
செருகளத்தூர் சாமா 62, 63,
செல்லப்பா, வி.ஏ., நடிகர் 73, 74
சொக்கலிங்க பாகவதர், எம்.ஏ. 91
டி கே எஸ் சகோதரகள் நாடகக்குழு 63
டூரிங் சினிமா கொட்டகைகள் 113, 171
டேவிட் லீன், இயக்குனர் 92
தண்டபாணி தேசிகர், எம்.எம். 170
தன்னுரை, தனிமொழி, தனிப்பேச்சு 20, 22, 27,
தாகூர், ரவீந்ரநாத் 24
தியாகராஜ பாகவதர், எம்.கே. 128
திராவிடஇயக்கம் 19, 27, 28, 31
திராவிட முன்னேற்றக் கழகம் (திமுக) 167
திரு.வி.க. 121, 129
திரைப்பட சங்கம் (Film Society) 29
திரைப்பட தணிக்கை 30. 42, 139, 140, 146, 177 – 180
திரைப்படதொழிற்சங்கங்கள் 111 – 151

திரைப்பட வரலாறு 31, 45, 46, 55

திரைப்படங்களில் கர்னாடக இசை 52, 170

திரைப்படப் பாடல்கள் 36, 54

தென்னிந்திய திரைப்பட தொழிலாளர்கள் சம்மேளனம் (FEFSI) 146

தென்னிந்தியாவின் முதல் திரையரங்கம் 171

தேசபக்திப் பாடல்கள் 31, 54

தோல்பாவை கூத்து 57

நட்சத்திரங்களின் அரசியல் ஈடுபாடு 126

நடராஜ முதலியார், ஆர் 60, 96, 113, 122, 123

நடிகன் குரல், இதழ் 140

நரசிம்மபாரதி 168

நாகய்யா, நடிகர் 100, 126

நாகையா, வி., நடிகர் 100, 126

நாய், திரையில் 24, 44, 45, 241

நாயர், பி.கே. 164

நாராயணன், ஏ., இயக்குனர் 61 – 63, 65, 69, 73, 74, 113, 122, 126, 167

நிமாய் கோஷ் விருது 146

நிமாய் கோஷ், ஒளிப்பதிவாளர் 35, 36, 136

நீதிமன்றக் காட்சிகள் 98

பத்மனாபன், ஆர்., இயக்குனர் 78

பாட்டுப்புத்தகம் 50 – 56

பாண்டியன். எம்.எஸ்.எஸ். 42

பாபநாசம் சிவன் 53

பாரதிதாசன் (கனக சுப்புரத்தினம்) 27

பாரதிராஜா, இயக்குனர் 33, 36, 86, 147, 148, 150

பால்கே, தாதாசாஹேப் 60

பாலசந்தர், கே., இயக்குனர் 147, 148
பாலா, இயக்குநர், 93, 150
பாலுமகேந்திரா, இயக்குனர் 32, 86 – 91, 107
பாஸ்கரதாஸ், மதுரகவி 53, 74, 166
பிர், ஏ.கே. இயக்குனர் 93, 94
பிரகாசா, இயக்குநர் 61
பிரிட்டிஷ் அரசு 74, 114, 120, 122, 128
பின்னணிப்பாடல் 127
புதுமைப்பித்தன் 15, 26
பூனாவில் தயாரிக்கப்பட்ட தமிழ்த்திரைப்படங்கள்
பேட்லிங் மணி, நடிகர் 67, 70
பொதுவுடமைவாதிகள் திரை மூலம் பிரச்சாரம் 31, 54
மகாலிங்கம், டி.ஆர். 75
மகேந்திரன், இயக்குனர் (அலெக்ஸாண்டர், ஜே.) 36, 86
மணிரத்னம் 50, 175
மருதப்ப மூப்பனார் 60
மாடர்ன் தியேட்டர்ஸ், சேலம் 132
மாப்ளா புரட்சி 65
மார்க்ஸியம் 81
மார்கிரெட் மீட், மானிடவியலாளர் 158
மார்டிமர் வீலர், சர். 157
மின்னொளி சினிமா இதழ் 127, 128
மீரா கதிரவன், இயக்குனர் 82
மீனா நாராயணன் 63
முக்தா சீனிவாசன் 137
முத்துசாமி, ந., எழுத்தாளர் 29
முத்துசாமி, டி.கே. 63
முன்ஷி பிரேம்சந்த், எழுத்தாளர் 15, 17

மூவிமிர்ரர், சினிமா இதழ் 127
மெட்ராஸ் லேபர் யூனியன் 28
மெய்யப்பச் செட்டியார், ஏ.வி. 134
மேடைப்பேச்சு 82
யோகி, ச.து.ச. 25
ரங்கவடிவேலு, நடிகர் 96
ரசிகர்மன்றங்கள் 86
ரத்னாபாய் சகோதரிகள் 59
ரஜினிகாந்த் 42, 95
ரஷியப்புரட்சி 122
ரஹ்மான், ஆர்., 112
ராபர்ட் ஹார்ட்கிரேவ், ஆய்வாளர் 46
ராம்நாத், கே., இயக்குநர், 97, 99, 128, 129
ராமசாமி அய்யர், சி.பி. 82
ராமசாமி, வா. (பார்க்க: வா.ரா)
ராமனுஜம், டி.எஸ். 123
ராஜகுமாரி, டி.ஆர். 75, 102
ராஜசேகரன், ஞான., இயக்குநர் 17
ராஜதுரை, எஸ்.வி. 152
ராஜலட்சுமி, டி.பி., நடிகை 72 – 76
ராஜா ஸாண்டோ 64, 66, 67, 69, 76 – 80, 103
ராஜாஜி (சி. ராஜகோபாலாச்சாரி) 167
ராஜேந்திரன், எஸ்.எஸ். 28
ராமையா, பி.எஸ். 25, 128, 170, 173
ரித்விக் கதக், இயக்குனர் 36, 86
ரிதுபட்னா கோஷ் 43
ருத்ரையா, இயக்குனர் 86
ரெட்டி, ஹெச்.எம். 74

வண்ணநிலவன் 30, 173

வாசகம், எஸ்.கே., இதழாளர், 127

வாசன், எஸ்.எஸ்., இயக்குநர், 98, 118, 130

வார்விக் மேஜர் 58

விக்டர் ஹியூகோ, எழுத்தாளர் 16

விக்டோரியா ப்ப்ளிக் ஹால் சென்னை 58

விட்டலாச்சார்யா, இயக்குநர் 139

விட்டோரிய டி சிக்கா, இயக்குநர் 93

விவரணஅட்டைகள் (டைட்டில்கார்ட்) 29, 61, 63 – 65, 73, 88, 168

விளம்பரப் படங்கள் 64

வின்ஸென்ட், சுவாமிக்கண்ணு 59, 60, 67, 74, 78

விஜயகாந்த் 95

விஸ்வநாதன், ஈ.சா. 163

வுடி ஆலன், இயக்குநர் 85

வெங்கையா, ஆர். 60, 78

வேங்கடாசலபதி, ஆர். 51

ஜாலியன்வாலாபாக் படுகொலை 165

ஜானகி, வி.என். 138

ஜானகிராமன், தி. 17, 24

ஜித்தன் பானர்ஜி, ஒளிப்பதிவாளர் 62

ஜிம்னாஸ்டிக்ஸ், திரையரங்கில் 59, 78

ஜூபிடர் ஸ்டுடியோ 117

ஜெமினி கணேசன் 132

ஜெமினி ஸ்டுடியோ 113, 119, 132, 133, 139, 167

ஜெயகாந்தன், எழுத்தாளர் 18, 23, 24, 30, 35, 173

ஜெயபாரதி, இயக்குநர் 18, 24, 43

ஜெயமோகன், எழுத்தாளர் 24, 25, 34

ஜெயலலிதா 150
ஜெனரல் பிக்சர்ஸ் கார்ப்பொராஷன் (G P C) 113, 167
ஜோப் தாமஸ், பேராசிரியர் 157
ஷ்யாம் பெனகல், இயக்குனர் 86
ஸ்டார் ஆஃப் தி ஈஸ்ட் ஃபிலிம் கம்பெனி 61
ஸ்டீபன் ஹூயூஸ் 49
ஸ்டீபன் ஸ்பென்டர், கவிஞர் 118
ஸ்டுவர்ட் ஸ்மித் 60
ஸ்ரீனிவாசா சினிடோன் 63, 125, 126
ஸ்ரீனிவாசராவ், பி.எஸ்
ஸ்ரீனிவாசன், எம்.பி. 98, 118, 136, 137, 139, 142, 149
ஃபிலிம் ஃபெடெரேஷன் ஆஃப் இந்தியா 138
ஃபிலிம், டெலிவிஷன் இன்ஸ்டிட்யூட் ஆஃப் இந்தியா 29, 92, 93

ஆசிரியரின் பிற காலச்சுவடு வெளியீடுகள்

மீதி வெள்ளித்திரையில்...

(சினிமா கட்டுரைகள்)

ரூ. 135 (வி.பி.பி.யில் ரூ. 135)

திரைப்படம் குறித்த தியடோர் பாஸ்கரனின் பார்வை விரிவும் நுட்பமும் கொண்டது. சமகால வாழ்வோடு திரைப்படம் கொண்டுள்ள இணைவுகள் அல்லது இடைவெளிகள் குறித்து அவர் சமூகவியல் நோக்கில் சிந்திப்பவர் என்பதால் மட்டும் உருவானதல்ல அது. மிகமிகப் புதிதான ஒரு கலை வடிவம் எப்படி பேக்பைப்பரைப்போல எல்லோரையும் குழந்தைகளாக்கித் தன் பின்னால் இழுத்துச்செல்ல முடிந்தது என்பதை அவர் ஒரு வரலாற்றாய்வாளருக்குரிய முறையில் விளக்குகிறார். ஒரு நூற்றாண்டுக்கும் சற்று அதிகமான கால இடைவெளியில் அந்தக் கலை நம்மீது நிகழ்த்தியுள்ள தாக்கங்ளைத் தொகுக்கும் பாஸ்கரனின் கட்டுரைகள் நமக்கு நன்கு பரிச்சயமான ஒரு கலையின் நாம் கவனிக்கத் தவறிய பகுதிகளை அறிமுகப் படுத்துகின்றன. பன்முக அர்த்தங்களை உள்ளடக்கிய அவரது மொழி நடை இக்கட்டுரைகளுக்குப் புனைவின் சாயல்களை அளிப்பதால் அவை நம் வாசிப்பனுவத்தை மேலான தளத்துக்கு உயர்த்துகின்றன.

சித்திரம் பேசுதடி
(சினிமா கட்டுரைகள்)
தொ.ர்.: சு. தியடோர் பாஸ்கரன்
ரூ. 175 (வி.பி.பி.யில் ரூ. 175)

பாரம்பரியக் கலைவளம் மிகுந்த ஒரு பண்பாட்டுச் சூழலில் முற்றிலும் ஒரு புதிய கலைவடிவமாகத் தோன்றிய சினிமாவைத் தமிழ் எழுத்தாளர்கள் எவ்வாறு எதிர்கொண்டார்கள்? ஒரு பிரம்மாண்டமான பண்பாட்டுச் சக்தியாக சினிமா உருவானபோது, எழுத்தாளர்கள் அதை எவ்வாறு அணுகினார்கள்? அவர்கள் பார்வையில் ஏற்பட்ட மாற்றங்கள் என்ன? தமிழ் சினிமாவிற்குச் சிறுபத்திரிகைகளின் பங்களிப்பு என்ன? 1934 முதல் இன்றுவரை பல்வேறு இதழ்களிலும் நூல்களிலும் வெளியான, வெவ்வேறு கருத்தியல் போக்குகளைக் கொண்ட கட்டுரைகள் அடங்கிய இந்த நூல் இத்தகைய கேள்விகளை எதிர்கொள்கிறது.